குருதிப்புனல்

இந்திரா பார்த்தசாரதி நூல்கள்

நாவல்

கால வெள்ளம்
அக்னி
ஆகாசத் தாமரை
தேவர் வருக
தந்திர பூமி
வெந்து தணிந்த காடுகள்
திரைகளுக்கு அப்பால்
தீவுகள்
சத்திய சோதனை
மாயமான் வேட்டை
குருதிப்புனல்
உச்சி வெய்யில்
கிருஷ்ணா கிருஷ்ணா
வேதபுரத்து வியாபாரிகள்
வேஷங்கள்
ஹெலிகாப்டர்கள் கீழே இறங்கிவிட்டன

நாடகம்

இறுதி ஆட்டம்
ஔரங்கசீப்
கொங்கைத் தீ
பசி
இராமானுஜர்

ஆய்வு – கட்டுரை

தமிழ் இலக்கியங்களில் வைணவம்
என்றுமுள தமிழும் இன்று உள்ள தமிழும்

குருதிப்புனல்

இந்திரா பார்த்தசாரதி

கிழக்கு

குருதிப்புனல்
Kurudhippunal
Indira Parthasarathy ©

Kizhakku Second Edition: March 2006
(Previous Editions : 1975, 1994, 2000, 2005)
184 Pages

ISBN 978-81-8368-072-1
Kizhakku - 73

Kizhakku Pathippagam
177/103, First Floor,
Ambal's Building, Lloyds Road,
Royapettah, Chennai 600 014.
Ph: +91-44-4200-9603

Email : support@nhm.in
Website : www.nhm.in

Author's Email : nadaadur2k@yahoo.com

Kizhakku Pathippagam is an imprint of New Horizon Media Private Limited

முன்னுரை

எனக்குச் சொந்த ஊர் கும்பகோணம். தஞ்சாவூர் மாவட்டம். ‘சாமான்யர்களின் கட்சி’ என்று தங்களைச் சித்திரித்துக் கொண்டவர்கள் அரியணை ஏறிய பிறகு, ஒரு கொடூரச் சம்பவம் கீழவெண்மணி என்ற கிராமத்தில் (அப்பொழுது தஞ்சாவூர் மாவட்டம்) நடந்தது. மிராசுதாரர் - விவசாயிகள் தகராறில் தலித் மக்கள் (பெரும்பான்மையோர் பெண்கள், குழந்தைகள், முதியவர்கள்) ஒரு குடிசையில் அடைக்கப்பட்டு உயிருடன் கொளுத்தப்பட்டனர். இச்சம்பவம் அக்காலகட்டத்தில் என்னை மிகவும் உலுக்கிவிட்டது.

தஞ்சாவூரில் பண்ணையார் - விவசாயத் தொழிலாளர் போராட்டம் ஐம்பது களிலிருந்தே நடந்து வந்திருக்கின்றது. நானும் மாணவப் பருவத்தில் கம்யூனிஸ்ட் கட்சியில் இருந்ததால், இதைப் பற்றி நன்றாகவே எனக்குத் தெரியும். ஆனால், நாற்பதுக்கு மேற்பட்ட மக்களைத் தீக்கிரையாக்குவது போன்ற வன்முறை நடக்கக் கூடுமென்று நான் எதிர்பார்க்கவேயில்லை.

தில்லி பல்கலைக்கழகக் கோடை விடுமுறையின்போது, கீழவெண் மணிக்குச் சென்றேன். என்னுடன் என் சகோதரர் மகன் கஸ்தூரிரங்கனும் (இப்பொழுதும் அவர் CITU-வில் ஒரு முக்கியப் பொறுப்பில் இருக்கிறார்) வந்தார். சம்பந்தப்பட்ட விவசாயக் குடும்பத்தினர் அனைவரையும் சந்தித்தோம். மிராசுதாரர்கள் எங்களைச் சந்திக்க மறுத்துவிட்டனர்.

தில்லிக்குத் திரும்பி வந்தபிறகு இதைப் பற்றி ஒரு நாவல் எழுதுவது என்று தீர்மானித்தேன். பிரபல பத்திரிகைகளில் அக்காலச் சூழ்நிலையில் இந்நாவலைப் பிரசுரிக்க முடியாது என்று எனக்குத் தெரியும். ‘கணையாழி’ ஆசிரியர் கஸ்தூரிரங்கன், தமது பத்திரிகையில் எழுதும்படியாகச் சொன்னார். இது ‘கணையாழி’யில் தொடராக வந்தது. என் எழுத்தில் மிகவும் அபிமானம் கொண்ட அமரர் கண. முத்தய்யா (தமிழ்ப் புத்தகாலயம்) தொடர் முடிந்தவுடன் உடனுக்குடன் புத்தகமாக வெளியிட்டார்.

நாவலைப் பாராட்டி, அமரர் பேராசிரியர் வானமாமலை எனக்குக் கடிதம் எழுதினார். 'தாமரை'யிலும் ஒரு நல்ல விமரிசனம் வந்தது. அப்பொழுது இரு பொதுவுடைமைக் கட்சிகளுக்கிடையே இருந்த கருத்து வேறு பாடுகளின் காரணமாகவோ என்னவோ, மார்க்ஸிய கம்யூனிஸ்ட் கட்சியின் பத்திரிகையாகிய 'செம்மலர்' இந்நாவலைக் கடுமையாகத் தாக்கியது.

தலித் மக்களை உயிருடன் கொளுத்திய பண்ணையார், 56 வயதாகியும் விவாகம் ஆகாதவர். சுற்றுப்புறத்திலிருந்த கிராமங்களில், பல பெண் களுடன் தொடர்பு இருந்ததாகக் காட்டிக் கொண்டார் என்று சிலர் என்னிடம் சொன்னார்கள். கொளுத்தப்பட்டவர்களில் - பெரும்பான்மையோர் பெண்கள், குழந்தைகள். இயற்கை வஞ்சித்துவிட்ட காரணத்தினால், தன் கோபத்தைப் பெண்களிடத்தும் குழந்தைகளிடத்தும் காட்டியிருக்கலாமோ என்று எனக்குத் தோன்றியது.

உண்மையில் அந்தப் பண்ணையார் ஆண்மையற்றவரா இல்லையா என்பது பற்றி எனக்குத் தெரியாது. நான் கீழவெண்மணிச் சம்பவம் பற்றி அறிக்கை எழுதவில்லை. நான் எழுதியது நாவல். சம்பவத்தை நான் உள்வாங்கிக் கொண்ட அளவில், என் மனத்தில் ஏற்பட்ட சலனங்கள் நாவலாக உருப் பெற்றன. கதை மாந்தர்கள் அனைவரும் என் கற்பனையில் உருவானவர்கள். யதார்த்தம் விளக்கேற்றியது, ஒளி என்னுடையது.

ஃப்ராய்ட் வழியில், பாலினப் பிரச்னையைக் கொண்டுவந்து, பொருளாதாரப் போராட்டத்தைக் கொச்சைப்படுத்திவிட்டதாக மார்க்ஸியர்கள் என்மீது குற்றம் சாட்டினார்கள்.

நான் இதற்கு பதில் எழுதினேன்: ''நாவலைப் படித்து முடித்த பிறகு - நாயுடு அந்த ஏழை மக்களைக் கொளுத்தியது நியாயம்தான் என்று ஒரு வாசகனுக்குப் பட்டால், அதுவே இந்நாவலின் தோல்வி. உளவியல் பார்வை நாவலின் அடித்தளப் பிரச்னையை எந்த விதத்திலும் திசை திருப்பிவிடவில்லை என்பதே என் அசைக்கமுடியாத கருத்து.''

இவ்விவாதத்தின் காரணமாகவோ என்னவோ, 'குருதிப்புனல்' பிரபல மடைந்து விட்டது. இதற்கு நான் மார்க்ஸிய கம்யூனிஸ்ட் கட்சிக்கு நன்றி சொல்ல வேண்டும். நான்கைந்து ஆண்டுகளுக்கு முன்னர், 'செம்மலர்' காரர்கள் என்னை பேட்டி கண்டபோது, இந்நாவலைப் பற்றி அவர்கள் அக்காலகட்டத்தில் கொண்டிருந்த அபிப்பிராயம் தவறுதான் என்று ஒப்புக் கொண்டார்கள்.

'குருதி' என்றால் 'இரத்தம்' என்று நமக்குப் பொதுப்படையாகத் தெரியும். வெஞ்சினத்தை நிறைவேற்றும்போது சிந்தப்படும் இரத்தமென்று எத்தனை பேருக்குத் தெரியும்? பரசுராமன் தன் வெஞ்சினத்தை நிறைவேற்ற, இருபத் தொரு தலைமுறை க்ஷத்திரியர்களின் இரத்தத்தில் வேள்வி செய்கின்றான்.

'குருதிப்புனல் அதனிற் புக மூழ்கித் தனிக் குடைவான்' என்பது கம்பர் வாக்கு. இந்நாவல் மலையாளத்தில் வந்தபோது, மலையாளத்தில், 'குருதி' என்ற சொல் இன்றும் 'sacrificial blood' என்ற பொருளில்தான் வழங்குகின்றது என்று அறிந்தேன். நாவலின் இறுதியில் பரசுராமன் வருவதற்கு இதுதான் காரணம்.

கிழக்கு பதிப்பகம், இப்போது இதை செம்மைப் பதிப்பாகக் கொண்டுவருவது பற்றி மகிழ்ச்சி.

21-06-2005

இந்திரா பார்த்தசாரதி

16308, Sunset Pointe CT,

Wildw186186ood, MO 63040. USA.

1

கையில் பெட்டி படுக்கையுடன் நின்றுகொண்டிருந்த சிவாவை அந்தக் கடைக்காரன் ஏற இறங்கப் பார்த்தான்.

''என்ன கேக்கறீங்க?''

''திருவாரூர் பஸ் எந்த இடத்திலே நிக்கும்?'' என்று இரண்டாவது தடவையாகக் கேட்டான் சிவா.

''அதோ அந்த மூலையிலே நிக்குது போங்க. பழம் வேணுங்களா?''

பழத்தை வாங்கி எங்கே வைத்துக்கொள்வது என்று சிவாவுக்குப் புரிய வில்லை. அப்பொழுது பழம் சாப்பிட வேண்டுமென்றும் அவனுக்குத் தோன்றவில்லை.

''ரெண்டு வாழைப்பழம் கொடுங்க...''

''ஒரு டஜன் வாங்கிக்கங்களேன்... மலைப்பழம், இப்பொத்தான் வந்தது, நல்லா இருக்கும்.''

''ரெண்டு கொடுங்க போதும்.''

''நோட்டை நீட்டாதீங்க, பதினைஞ்சு காசு, சில்லறையா எடுங்க...''

''சில்லறை இல்லியே.''

''சரி போங்க, பஸ் போயிடப் போவுது... உங்களுக்கு என்ன சார் வேணும்? மாம்பழமா?''

அலட்சியமாகத் தன்னைப் பந்தாகத் தூக்கி எறிந்துவிட்ட கடைக்காரன் மதிப்பில் உயர, என்ன செய்யலாம்? கடையிலுள்ள அத்தனைப் பழங்களையும் வாங்கிவிட்டால் என்ன? மறுபடியும் அதே பிரச்னை. எப்படி எடுத்துக்கொண்டு போவது? அவனுக்கே திருப்பிக் கொடுத்துவிடலாம். சுவையான கற்பனை, 'ஈகோ' திருப்தி அடைந்தால் சரி.

கடைக்காரன் குறிப்பிட்ட அந்த மூலையில் ஒரு பெரிய கூட்டம். காக்கி உடையணிந்த ஒருவனை எல்லோரும் மொய்த்துக் கொண்டிருந்தார்கள்.

சிவா அங்கு நின்று கொண்டிருந்த ஒருவரைக் கேட்டான்: ''என்ன இது?''

''திருவாரூர் பஸ் புறப்படப் போவுது, டிக்கெட் கொடுக்கிறாரு...''

''டிக்கெட் இப்படித்தான் வாங்க வேண்டுமா?''

'ரெண்டு சார், மூணு சார், நாலரை சார்...'' பல குரல்கள் ஒரே சமயத்தில் கேட்டன.

''தள்ளி நில்லுய்யா, பீடி நாத்தம் சகிக்கலே. மீசைக்காரரே உங்களுக் கெவ்வளவு, மூணா? உங்களுக்கெவ்வளவும்மா, ஒண்ணா? பூக்கடையையே வாங்கிக்கிட்டு வந்திட்டீங்களா? பத்து ரூபா நோட்டை நீட்டினா என்னய்யா அர்த்தம்? சதாய்க்கிறீங்களா?''

பேசிக்கொண்டே பணத்தை வாங்குவதும், டிக்கெட் கொடுப்பதுமாக இருந்தான் கண்டக்டர். சின்னப் பையன், இருபது வயசுக்கு மேலிருக்காது. தன்னால் இந்தக் கூட்டத்தில் முண்டியடித்துக் கொண்டு டிக்கெட் வாங்க முடியுமா என்று யோசித்தான் சிவா. எப்படியும் இன்றிரவுக்குள் திருவாரூர் போயாக வேண்டும். அப்பொழுதுதான் நாளைக் காலையில் அந்தக் கிராமத்துக்கு புறப்பட்டுச் செல்லலாம்.

கருப்பு சிவப்பு நிறத்தில் மேல் துண்டு அணிந்த ஒருவன் அவனருகில் வந்து கேட்டான்: ''என்ன சார் வேணும்?''

அவன் அரை ட்ராயர் அணிந்திருந்தான். கரிய திறந்த மேனி. துண்டு தோளோரத்தில் தொங்கிக்கொண்டிருந்தது. கண்கள் சிவந்திருந்தன.

''டிக்கெட் வாங்கணும், திருவாரூர் போக...'' என்றான் சிவா.

''எடுங்க பணத்தை, வாங்கித் தாரேன்...''

''உனக்கு எவ்வளவு?''

''எட்டணா கொடுங்க போதும்... என்ன அஞ்சு ரூபாய் தர்றீங்க. சில்லறையா இல்லையா?''

''இல்லியே...''

''சரி தாங்க...''

அவன் கூட்டத்தில் முண்டியடித்துக் கொண்டு முன்னேறினான். கண்டக் டரிடம் சென்று மிக உரிமையுடன் கேட்டான்: ''ஒரு திருவாரூரு. சில்லறை இல்லே, சில்லறை இல்லேன்னு வம்பு பண்ணாதீங்க...''

''பாண்டிய மகாராசாவா, வாங்க... எவ்வளவு மில்லி?'' என்று சொல்லிக் கொண்டே டிக்கெட்டையும் மீதிச் சில்லரையும் கொடுத்தார் கண்டக்டர்.

'பாண்டிய மகாராஜனுக்கு' மரியாதையா அல்லது அவன் அணிந்திருந்த துண்டுக்கு மரியாதையா என்று சிவாவுக்குப் புரியவில்லை. எப்படியிருந் தால் என்ன, டிக்கெட் கிடைத்து விட்டது.

''அங்கே ரோட்டுப் பக்கமா நிக்குது பாருங்க, அந்த பஸ்ஸிலே போய் ஏறுங்க...'' என்று கூறிக்கொண்டே டிக்கெட்டைக் கொடுத்தான் 'பாண்டிய மகாராஜன்'.

சிவா பஸ்ஸில் ஏறி ஜன்னலோரமாக இருந்த இடத்தில் உட்கார்ந்து கொண்டான்.

இன்னும் மூன்று மணி நேரத்தில் திருவாரூர் போய்ச் சேர்ந்துவிடும் இந்த பஸ். மணியைப் பார்த்தான் நாலரை. நன்றாக இருட்டிவிடும். திருவாரூரில் அவனுக்கு யாரையும் தெரியாது. இன்றிரவு ஓர் ஓட்டலில்தான் தங்க வேண்டும்.

கோபாலைத் தேடிக்கொண்டு அவன் இந்தக் கிராமத்துக்குப் போகிறான். கோபாலும் அவனும் டில்லியில் அவ்வளவு நண்பர்களாக இருந்ததற்கு, கோபால் இந்தக் கிராமத்தை வந்தடைந்த பிறகு ஒரேயொரு கடிதந்தான் போட்டான் என்பது சிவாவின் மனத்தை மிகவும் உறுத்தியது. அதுவும் இரண்டு வருடங்களுக்கு முன்னால், இந்தக் கிராமத்தை வந்தடைந்த புதிதில் போட்டது. சிவா ஏழெட்டுக் கடிதங்கள் எழுதியும் கோபாலிடம் இருந்து பதிலில்லை. இங்கு என்ன செய்துகொண்டிருக்கிறான், மட ராஸ்கல்.

கோபால் விசித்திரமானவன். அவன் அப்பா - நாயுடு. அம்மா அய்யரோ அய்யங்காரோ தெரியவில்லை. ஏதோ ஒரு கோயில் அர்ச்சகருடைய பெண். இரண்டு பேருக்கும் கும்பகோணம் காலேஜில் படிக்கும்போது காதல். பதிவுத் திருமணம் செய்துகொண்டு டில்லிக்கு ஓடிவிட்டார்கள். அப்புறம் தஞ்சாவூர் ஜில்லா பக்கம் வந்ததேயில்லை. கோபாலே இந்தத் தகவல்களை அவனிடம் கூறியிருக்கிறான். கோபால் சமூக இயலில் டாக்டர் பட்டம் பெற்று வேலையிலிருந்தான். அவன் படிக்கும்போது - அவனுடைய அப்பா, அம்மா, இரண்டு பேரும் போய்விட்டார்கள். வேலையிலிருந்தவன் திடீரென்று ராஜினாமா செய்துவிட்டு, இந்தக் கிராமத்தை நாடி வந்திருக்கிறான்.

சிவாவுக்கு சொந்த ஊர், தஞ்சாவூர் பக்கந்தான். ஆனால், அவன் சென்னையைத் தாண்டி தெற்கே இதுவரை வந்தது கிடையாது. அப்பாதான் அடிக்கடி தஞ்சாவூர் கிராமங்களைப் பற்றி பேசிக் கொண்டிருப்பார்.

அவன் கோபாலைப் பார்க்கப் போவதாகச் சொல்லிவிட்டு டில்லியினின்றும் புறப்பட்டபோது, அப்பா சொன்னார்: ''நம்ம ஊர் ஆதனூர். சுவாமி மலைப் பக்கம்... அதையும் பார்த்துட்டு வா.'' கோபாலை அழைத்துக்கொண்டு போகவேண்டும்.

திடீரென்று, தான் இப்படிப் புறப்பட்டு வந்திருப்பது சரிதானா? கோபால் இந்தக் கிராமத்தில்தான் இருப்பான் என்பது என்ன நிச்சயம்? அவன் இந்தக் கிராமத்துக்கு வந்ததும் எழுதியிருந்த கடிதத்தில் குறிப்பிட்டிருந்தான்: 'இது ஓர் அழகான கிராமம். மக்கள் சுவாரசியமானவர்கள். இங்கேயே நான் வாழ்நாள் முழுவதும் தங்கிவிட்டாலும் ஆச்சரியமில்லை' - இந்த ஒரு

வரியின் பலத்தைக் கொண்டுதான் சிவா டில்லியினின்றும் கிளம்பி வந்திருக்கிறான்.

தன்னைக் கண்டதும் கோபால் ஆச்சரியத்தில் ஆழப் போகிறான்... அவன் இங்கு என்ன செய்து கொண்டிருப்பான்? ஏதாவது பள்ளிக்கூடம் நடத்து கிறானோ? ஏட்டறிவு போதாதென்று, தமிழ்ச் சமூகத்தை நடைமுறை அனுப வமாகப் பயில்கின்றானோ? எதையும் அனுபவபூர்வமாகக் காணவேண்டு மென்ற தீவிரம் அவனுக்கு எப்பொழுதுமே உண்டு. சிவாவுக்கு அந்நிகழ்ச்சி நினைவுக்கு வந்தது.

இருவருக்கும் அப்பொழுது பதினெட்டு வயது. இது ஏழெட்டு வருஷங் களுக்கு முன்னால் நடந்தது. கோபால் அவனை வந்து கூப்பிட்டான்: ''இன்னி ராத்திரி மேஹ்ரா ரூமுக்கு வா'', ''என்ன விஷயம்?'', ''செக்ஸ், மை டியர் மேன், செக்ஸ்...'' சிவாவுக்குப் பயமாக இருந்தது. ஆனால், அது என்னவென்று தெரிந்துகொள்ள வேண்டுமென்ற ஆவல் இல்லாமலு மில்லை. கோபால் சிரித்துக்கொண்டே கேட்டான்: ''பயமா இருக்குதா?'', ''ஆமாம்...'', ''நான் உன்னை வற்புறுத்த விரும்பலே'' அடுத்த நாள் கோபால் சொன்னான்: ''செக்ஸை வெறுக்கணும்னா காசு கொடுத்துப் போகணும். ஷி வாஸ் எ பிட்ச்.''

சிந்தனைவயப்பட்டிருந்த சிவாவுக்கு அப்பொழுதுதான் தெரிந்தது. பஸ் ஓடிக்கொண்டிருந்தது. இரு மருங்கிலும் வயல்கள், மரங்கள். சிந்தனை பல்வேறு திசைகளில் கிளைப்பது போல், பெரிய ஆற்றினின்றும் பிரிந்து ஓடும் வாய்க்கால்கள். அப்பா தஞ்சாவூர் கிராமப் பக்கங்களைப் பற்றி அடிக்கடி 'நினைவுச் சுகத்தில்' இளைப்பாறுவது ஆச்சரியமில்லை.

சிறுவர்கள் கோழிக் குஞ்சுகளைத் துரத்திக்கொண்டு ஓடுகிறார்கள். வைக் கோல் வண்டிகள், மாடுகள் அசைந்தாடிக்கொண்டு வருகின்றன. வண்டிக் காரர்கள் அரைத் தூக்கத்தில் காணும் கனவுகள். திடீரென்று பஸ் நின்றது. 'டும்... டும்... டும்...' பறை உண்டியைக் குலுக்கிக்கொண்டு ஒருவன் வருகிறான். மாரியம்மன் கோயில் விழா, விபூதி பூசிய டிரைவர் காசு போடுகிறார். பஸ்ஸில் இருந்தவர்களில் அநேகமாக எல்லோருமே காசு போடுகிறார்கள். சிவா, போடலாமா வேண்டாமா என்று தயங்கினான். ''நல்ல காரியம், காசு போடுங்க சார்'' என்றார் டிரைவர். அவருக்கு ஐம்பது வயதுக்குமேல் இருக்கலாம். 'அவருக்கு விருப்பமில்லென்னா ஏன்யா கட்டாயப்படுத்தறே' என்ற குரல் வந்த திசை நோக்கி, திரும்பினான் சிவா. அங்கு அமர்ந்திருந்தவன் ஓர் இளைஞன். சுருள்சுருளாகத் தலைமயிர் 'பொம்' மெனப் பரந்திருந்தது. சினிமாவில் வாய்ப்புக் கிடைக்கலாம் என்ற நம்பிக்கை அவனுக்கு இருக்கக்கூடும். சிகப்பு பனியன், கருப்புச் சட்டை.

சிவா, உண்டியில் நாலணாவை எடுத்துப் போட்டான். தட்டிலிருந்த விபூதியை எடுத்து நெற்றியில் பூசிக்கொண்டான். பஸ்ஸிலிருந்த பெரும் பான்மையோருடைய அபிப்பிராயத்தில் உயரவேண்டும் என்பதற்காக இதைச் செய்தோமா அல்லது அந்த இளைஞன் தந்த ஆதரவு தன் மனத்தில்

தோற்றுவித்த எதிர்ப்பு உணர்ச்சியா என்று அவன் யோசித்தான். இதற்கு முன் அவன் திருநீறு பூசியதே கிடையாது.

''சாமி கிடையாது பூதம் கிடையாதுங்கிறவங்கெல்லாம், கண் நோவு வந்திச்சின்னா, மாரியம்மன் கோவில் எங்கேன்னு தேடிக்கிட்டுப் போய்க் கும்பிடறாங்க'' என்றார் டிரைவர்.

''இது எதிர்க்கட்சிக்காரங்க கட்டிவிட்ட புரளி'' என்றான் இளைஞன்.

''டிரைவர் சார், தயவு செய்து அரசியல் பேசாதீங்க. எங்கயாவது போய் கோபத்திலே மோதிடப் போறீங்க...'' என்றார் நடுத்தர வயதுக்காரர்.

''எதிலயும் ஒரு நம்பிக்கை வேணும் சார். சாமி இல்லேன்னு சொல்லிக் கிட்டுத் திரியறவங்கல்லே முக்காவாசிப் பேரு ஊரை ஏமாத்தறவங்க'' என்றார் டிரைவர்.

''உங்க பேரிலே நாங்க நம்பிக்கை வச்சிருக்கோம்; வண்டியைப் பாத்து ஓட்டுங்க...'' என்றான் கண்டக்டர். வண்டியில் சிரிப்பு அலை எழுந்தது.

''இதோ பாருங்க. தம்பி சொல்ற மாதிரி என் பேரிலே நம்பிக்கை இல்லாட்டி என்னாவுறது? அதான் சொல்றேன். கண்ணுக்குத் தெரியுதோ இல்லியோ. எதிலயாவது நம்பிக்கை இருந்தாத்தான் சமூகங்கிற வண்டி ஓடும்.''

ஓர் அறிவுரை வழங்கிய திருப்தியுடன், டிரைவர் திரும்பி எல்லோரையும் பார்த்தார். சிவாவைப் பார்த்துக் கேட்டார். ''என்னாங்க நான் சொல்றது?''

சிவா புன்னகை செய்தான்.

''என்ன பேசாம இருக்கீங்க. உங்க அபிப்பிராயம் என்ன?'' என்றார் டிரைவர் மறுபடியும் சிவாவிடம்.

''சொல்லப்போனா ஒரு அபிப்பிராயமும் இல்லே... நீங்க சொல்றதைக் கேட்டுக்கறேன்'' என்றான் சிவா.

''உங்களுக்கு நம்பிக்கை இருக்குதில்லே. அதை முதல்லே சொல்லுங்கோ...''

டில்லியிலிருந்து புறப்படும்போது, திருவாரூர் பஸ்ஸில் தத்துவபூர்வமான தன் லட்சியங்கள் விவாதத்துக்கு உள்ளாகக்கூடும் என்று அவன் எதிர் பார்க்கவில்லை. தனக்கு நம்பிக்கை கிடையாது என்றால், இது டிரைவருக்கு ஏமாற்றத்தைத் தரலாம். தான் விபூதி பூசிக்கொண்டது வேஷமா என்ற பிரச்னை.

''நம்பிக்கை உண்டுங்கிறதோ, இல்லேங்கிறதோ ஒவ்வொருத்தருடைய அந்தரங்கமான விஷயம். மத்தவங்களை நம்ப வைக்கிறதுக்காக, நம்பிக்கை உண்டு இல்லேன்னு சொல்றதுக்கு நான் யாரிடமிருந்தும் எதையும் எதிர் பார்க்கலே'' என்றான் சிவா.

டிரைவருக்கு அவன் சொன்னது புரியவில்லை. இதற்குமேல் அவனைத் தொடர்ந்து கேள்வி கேட்க விரும்பவில்லை. தான் அங்கிருந்த

பெரும்பான்மையோருக்குப் புரியாமல் பேசியதுதான் திடீரென்று நிலவிய அமைதிக்குக் காரணமோ என்று நினைத்தான் சிவா. அப்படியானால் நல்லதுதான்.

கிராமங்கள் ஒன்றுக்கொன்று இவ்வளவு சமீபத்தில் தஞ்சாவூரில் இருப்பது போல் வேறெங்கும் இருக்கமுடியாது என்று தோன்றிற்று சிவாவுக்கு. ஒரு கிராமத்திலிருப்பவனுக்கு ஒரு மைல் தள்ளி இன்னொரு கிராமத்தில் இருப்பவன் அயலூர்க்காரன். கோயிலோ சினிமா கொட்டகையோ இல்லாத கிராமமே இருக்காது போல் தோன்றுகிறது. இந்தக் காலத்தில் பொழுது போக்குச் சாதனமாக சினிமா இருப்பது போல், அக்காலத்தில் உற்சவங்கள் நிறைந்த கோயில் வழிபாடு இருந்திருக்கலாம். அதனால்தான், காலத்துக்கு ஏற்றாற்போல் கோயில்கள் இடிந்தும் சினிமாக் கொட்டகைகள் புதிய மெருகுடனும் காணப்படுகின்றன.

சினிமாவைப் போல் அரசியல், சமயத்தையும் சேர்த்துக்கொள்ள வேண்டும். திரைப்பட நோட்டீஸ்கள், அரசியல் பொதுக் கூட்டத்தைப் பற்றிய அறிவிப்புகள், சமயச் சொற்பொழிவு விளம்பரங்கள் - இவை இல்லாத கிராமச் சுவரே கிடையாது என்று சிவாவுக்குப் பட்டது. திரைப்பட விளம்பரங்களில் கதாநாயகிகளுக்கு இவ்வளவு பெரிய மார்பாக ஏன் போட்டிருக்கிறார்கள்? தமிழ்ப் பத்திரிகைகளில் வரும் பெண்களின் சித்திரத்தைப் பார்த்தாலும் இது தெரியும். பெரிய முலைகள்... தமிழ்ச் சமுதாயப் பிரக்ஞைக்கும் இதற்கும் சம்பந்தம் உண்டா? - கோபாலைக் கேட்கவேண்டும். சினிமா - காமம்; அரசியல் - பொருள்; சமயம் - அறம். தமிழர்கள் திருக்குறளை மறப்பதேயில்லை.

பஸ்ஸில் அநேகமாக எல்லோரும் இம்மூன்றைப் பற்றித்தான் பேசிக் கொண்டிருந்தார்கள்.

''வாத்தியாரு ரிக்ஷா இளுத்துக்கிட்டிருக்காரே, இவருக்கென்ன இங்கிலீஷு தெரியப்போவுதுன்னு அந்தக் குட்டி அலட்சியமா நின்னுகிட்டிருக்கப்போ, வாத்தியாரு இங்கிலீஷ்லே வெளுத்து வாங்கறாரு பாரு. வெள்ளைக்காரன் தோத்தான்...''

''எந்தக் கட்சி பதவிக்கு வந்தா உனக்கும் எனக்கும் என்னய்யா, நக்கித்தான் குடிச்சாவணும்னு நம்ம தலையிலே எழுதியிருக்கு.''

''லோக சேமத்துக்கா யாகம் பண்றா? சத்காரியம் ஒப்புத்துக்கிறேள். அதுக் காகப் பரம்பரையா லட்சுமி கடாட்சம் உள்ளவாளை உதாசீனம் பண்ணிட்டு புதுக்காசு வந்தவாளுக்கா அர்க்கியம்? கலி முத்தறது. வேறென்ன...?''

''கலி முத்தட்டும் ஐயரே, கொஞ்சம் பையைக் கீழே வச்சுட்டு தள்ளி உக்காருங்க. மத்தவங்களும் வசதியா உக்காரணுமில்லே?''

''பேஷா உட்காருங்களேன், யாரு வேண்டாம்னா. ஒருத்தரும் உக்காரலியேன்னு பையை வச்சேன்...''

''பையைக் கீழே வையுங்களேன். ஏன் மடியிலே வச்சுகிட்டு அவஸ்தைப் படறீங்க?''

''உங்களுக்குத்தான் உட்கார இடம் கொடுத்தாச்சே! நான் பையை எங்க வச்சுண்டா உங்களுக்கென்ன?''

''தீட்டாப் போயிடுமா? - ஆசாரம் உங்களுக்கா, பைக்கா?''

''அவரு பையை எங்கே வச்சுக்கிட்டா உனக்கு என்னய்யா? நீ ஏன் கருப்பு பனியன் போட்டுகிட்டிருக்கே, உன் டிராயர் தெரியும்படியா ஏன் வேட்டியை தூக்கிக் கட்டிகிட்டிருக்கேன்னு அவரு உன்னைக் கேட்டாரா?''

''டிரைவர் சார், என்ன நக்கல் பண்றீங்களே?''

''நக்கல் பண்ணறது யார்யா, நானா நீயா? இடம் கேட்டே. கொடுத்துட்டாரு... அதுக்கப்புறம் என்ன கிண்டல்.''

''அவர் யார்யா இடம் கொடுக்கறது? டிக்கெட் வாங்கிருக்கேன். உக்கார்றேன் - உக்கார இடமில்லாட்டி எதுக்கு ஏத்திக்கறீங்க?''

''டிரைவர் சார்... விடுங்கோ. என்னாலே சண்டை வேணாம். பையை வேணும்னா கீழே வச்சுடறேன் போறுமா?''

''இல்லே அந்த ஆள்கிட்டே கொடுங்க, மடியிலே வெச்சுப்பாரு.''

சிவா, இந்த குட்டி நாடகத்தை மிகவும் ரசித்தான். வடநாட்டிலும் அவன் பஸ்களில் பிரயாணம் செய்திருக்கிறான். டிரைவர், கண்டக்டர், பிரயாணிகள், பஸ் எல்லாமே இயந்திரங்கள். சமூகப் பழக்கவழக்கங்கள், விருப்புகள், அரசியல் கொள்கைகள் வேறுபாடுகள் ஆகியவை அனைத்துமே ஒரு சிறிய பயணத்தில் சோதனைக்குள்ளாவது வேடிக்கைதான்!

ஜன்னலுக்கு வெளியே வெண்மையில் பழுப்பு ஏறத் தொடங்கிவிட்டது. மணியைப் பார்த்தான். ஆறரை. இன்னும் முக்கால்மணி நேரத்தில் திருவாரூர் போய்விடலாம்.

'மரங்கள் பூதங்களாகி ஆடத் தொடங்கின' - தனிமையைக் கண்டு அஞ்சிய மனிதன் இயற்கைக்கு உயிரூட்டி துணை சேர்த்துக் கொண்டான், சுகம் தரும் கற்பனை. இரக்கமற்ற விஞ்ஞானம் - மனிதனை இயற்கையினின்றும் பிரித்து, மனிதப் பரிணாம வளர்ச்சிக்கு சாத்திர பௌதிக நிர்ப்பந்தங்கள் ஏதுமில்லை என்கிறது. மாலிக்யுலர் பயாலஜி ஒழிக!

நாளைக்குச் சாகப்போகிறோம் என்ற குரூர உண்மைக்காக, இப்பொழுது உண்டாகிற சந்தோஷத்தை நிராகரிக்க முடியுமா? பஸ்ஸில் பிரயாணம் செய்யும்போதுதான் மனித வாழ்க்கை எவ்வளவு சுவாரஸ்யமானது என்பது புரிகிறது. 'மனிதனின் தன்மையை, எதேச்சைத் தன்மையை வற்புறுத்தும் எந்தத் தத்துவமும் எனக்குத் தேவையில்லை' என்று தனக்குள் சொல்லிக் கொண்டான் சிவா. மாலிக்யுலர் பயாலஜி ஒழிக!

பிரபஞ்சத்தில் 'மனிதன்' என்ற பொதுக் கருத்தின் தனிமை வற்புறுத்தப் படுவதை அவன் எதிர்த்தானே தவிர, தனித் தன்மையைத் தியாகம் செய்த மனிதர்களால் உருவாவதுதான் சமூகம் என்பதை அவனால் ஏற்றுக்கொள்ள முடியவில்லை. எல்லாக் கேள்விகளுக்கும் விடை சமூக இயலில்தான் என்பது கோபாலின் கட்சி. இதுபற்றி இருவரும் அடிக்கடி விவாதிப்ப துண்டு. சமூக மதிப்புகளின் பாதிப்பினால்தான், அதாவது- இவற்றை ஏற்றுக் கொள்வதினாலோ அல்லது எதிர்ப்பதினாலோ ஒரு தனி மனிதனின் மனோ தத்துவப் பிரக்ஞை உருவாகிறதே தவிர, இதற்கு வேறு என்ன காரணங்கள் இருக்க முடியும் என்று கோபால் கேட்பது வழக்கம். மனிதனுக்கு லேபில் ஒட்டி இப்படி ஒரு சிறையில் தள்ளுவதை சிவாவினால் இதயபூர்வமாக ஒப்புக்கொள்ள முடியவில்லை. 'இதய பூர்வமாக' என்பது முக்கியம்.

பஸ்ஸில் இருந்தவர்கள் சோம்பல் முறிப்பதினின்றும் கீழே இறங்குவதற்காக ஆயத்தம் செய்வதினின்றும் திருவாரூர் வந்துகொண்டிருக்கிறது என்பதை சிவா உணர்ந்தான்.

இன்றிரவு திருவாரூரில் ஏதாவது ஓர் ஓட்டலில் தங்க வேண்டும். ஓட்டலைப் பற்றி பக்கத்திலிருப்பவரை விசாரிக்கலாமா என்று அவன் ஒருகணம் யோசித்தான். வேண்டாம், போய் பார்த்துக் கொள்ளலாம்.

திருவாரூர் அவன் எதிர்பார்த்ததற்கு மேல் ஒரு பெரிய ஊராக இருந்தது. சற்று அகலமான வீதிகள். 'திருவாரூர் தேர்' என்று அவன் சொல்லக் கேட்டிருக் கிறான். ஒரு காலத்தில் ஓடிக் கொண்டிருந்தது. பழுதுபட்டு பழைமையின் சின்னமாக நின்றுவிட்டது. தெய்வ நம்பிக்கை கிடையாது என்று சொல்லிக் கொண்டு, அதைப் பகுத்தறிவின் மீது பகிரங்கமாகச் சத்தியம் செய்து பதவிக்கு வந்த ஒரு கட்சி, அரச பீடத்தில் ஏறியதும் தேரை ஓட வைத்ததுதான் ஓர் ஆச்சரியம். பார்க்கப்போனால் இது ஆச்சரியமல்ல. சமயத்தினால் அரசியல் லாபங்கள் இருக்கின்றன என்பதை இந்தக் கட்சி பதவிக்கு வந்த பிறகுதான் புரிந்து கொண்டிருக்கிறது. கட்சித் தலைவர்கள் தங்களைச் சேர, சோழ, பாண்டிய அரசர்களாக நினைத்துக்கொண்டு, 'தமிழகத்தின் பொற் காலம் - காலெண்டரைப் பின்னோக்கித் திருப்புவதில்தான் இருக்கிறது' என்று நம்புவதின் குறியீடாகத்தான் திருவாரூர் தேர் மறுபடியும் ஓடியிருக்கிறது. இதற்கு இங்குள்ள பணக்காரர்களின் ஆதரவு வேறு. 'சாமான்'யர்களின் அரசாங்கத்தில் சரித்திரம் மாறவேயில்லை!

பஸ் நின்றது. சிவா கீழே இறங்கினான். பஸ்ஸிலிருந்து ஒருவன் சாமான் களை இறக்கிக்கொண்டிருந்தான். சிவா தன் பெட்டியையும் படுக்கையையும் வாங்கிக் கொண்டதும், இரண்டு சிறுவர்கள் ஒரே சமயத்தில் அவனருகில் வந்து நின்றார்கள். ஒருவன் பெட்டியின்மீது கை வைத்தான்.

''எங்கே சார் போகணும்?'' என்றார்கள் இருவரும் ஏக காலத்தில்.

''என்கிட்டே கொடுங்க சார் சாமான்... நான்தான் உங்களை முதல்லே பார்த்தேன்...'' என்றான் ஒருவன்.

''இதோ பாருங்க சார். பெட்டி மேலே என் கை இருக்குது. அவன் தான் முதல்லே பார்த்தேன்னு சொல்லிக்கிட்டு நிக்கிறான். பார்த்தா மட்டும் போறுமா, சார்!''

''இவன் மாதிரி கையிலேர்ந்து பிடுங்கணுமா, சார்... ஒரு மருவாதை வேணாம்?''

''போடா நீ... பெரிய மருவாதையைக் கண்டுக்கிட்டே...''

''ரெண்டு பேரும் வேண்டாம். நானே தூக்கிண்டு போறேன்'' என்றான் சிவா.

''உங்களாலே தூக்கமுடியாதுன்னு யாரு சார் சொன்னாங்க? எங்களுக்கு ரெண்டு காசு கொடுத்தா உங்களுக்கு என்ன சார் நஷ்டம்?'' என்றான் பெட்டியின்மீது கையை வைத்துக் கொண்டிருந்த பையன்.

'எங்களுக்கு' என்று அந்தப் பையன் சொன்னதும், சிவா, புன்னகை செய்தான். அவர்களுக்குள் இந்த ஒற்றுமை ஏற்படுவதற்குத் தான்தான் காரணம். இரண்டுபேருக்கும் கூலி இல்லாமல் போய்விடுமோ என்றபொழுது நஷ்ட நிலையில் உண்டான பிணைப்பு. இப்பொழுது சாமான்களை ஒரு பையனின் கையில் கொடுத்து அவனை மட்டும் ஆதரித்தால் போதும். மறுபடியும் இருவருக்குமிடையே பொருளாதாரத் தற்காப்புப் போராட்டம் ஆரம் பித்துவிடும். இவர்களுடைய இந்தப் பிணைப்புணர்வுக்குப் பங்கம் ஏற்படக் கூடாதென்றால் பெட்டியை ஒருவனிடத்தும், படுக்கையை இன்னொரு வனிடமும் கொடுக்கவேண்டும். எந்த ஓட்டலில் தங்கலாம் என்பது பற்றியும் இவர்களைக் கேட்கலாம்.

''சரி. இந்தாங்க ஆளுக்கொண்ணா எடுத்துக்கங்க.''

''எங்கே சார் போகணும்?''

''தங்க, இங்க நல்ல ரூமா கிடைக்குமா? ஓட்டல், கீட்டல்...''

''கடெத்தெருவுக்கு மேலண்ட ஒரு ஓட்டல் இருக்குது வாங்க. ராவுக்கு மட்டுமா, இல்லாட்டி நாள் முச்சூடுமா சார்?''

''இன்னி ராத்திரி மட்டுந்தான்... நாளைக் கார்த்தாலே கிளம்பிடுவேன்.''

''தனி ரூமா சார்?''

''அப்படின்னா?''

''அங்கே எல்லாம் கிடைக்கும்'' - பையன் சிரித்தான். அவனுக்கு பன்னிரண்டு வயசுக்கு மேலிருக்காது.

''இது ஒண்ணுதானா ஓட்டல். வேறே இல்லியா?''

''இது நல்ல ஓட்டல் சார்... வேற ஒண்ணும் உங்களுக்கு வேணாம். ரூம் மட்டும் பத்தும்னாலும் இருக்கலாம். எல்லாம் உங்க பிரியம்.''

''ஓட்டல்லியே தராங்களா, இல்லாட்டா இவங்க வெளியிலேந்து வராங்களா?''

''ஓட்டல்லியே எப்படி சார் தருவாங்க, இது என்ன இட்லி தோசையா?'' வெளியிலேந்து வருவாங்க. ஓட்டல்காரருக்கு கமிஷன்.''

''போலீஸ்?''

''அந்த பயமெல்லாம் இங்கு ஒண்ணும் கிடையாது சார். இந்த ஓட்டல் நடத்தரவரு மந்திரிங்களுக்கெல்லாம் ரொம்ப வேண்டியவரு... யாரும், கிட்டே போகமுடியாது.''

''சாமான் தூக்கிக்கிட்டிருக்கீங்களே, நீங்கள்லாம் பள்ளிக்கூடம் போய் படிக்கக்கூடாதா?''

''படிச்சேன் சார், நாலு கிளாஸ் மட்டும்... படிப்பு ஏறலே...''

''பொய் சொல்றான் சார்... மூணாம் கிளாஸோட நிறுத்திட்டான். நான் நாலாம் கிளாஸ் மட்டும் படிச்சிருக்கேன்.''

''மூட்டை தூக்கிக்கிட்டிருக்கிறதிலே குறைச்சலில்லே. ஒரு கிளாஸ் கூட படிச்சிட்டானாம். திமிரைப் பாருங்க சார்?''

''பள்ளிக்கூடப் படிப்பு முடிச்சிருந்தாலாவது ஒரு சுமாரான வேலைக்குப் போயிருக்கலாம் இல்லியா?'' என்றான் சிவா.

''ரோட்லே மூட்டை தூக்கறதுக்குப் பதிலா ஸ்டேஷன்லே தூக்கலாம். என் சித்தப்பாரு மகன் எஸ்.எஸ்.எல்.ஸி. தஞ்சாவூர்லே போர்ட்டரா இருக்கான் சார். இதோ ஓட்டல் வந்திடுச்சி.''

பார்ப்பதற்கு அது ஓட்டலாகத் தெரியவில்லை. கீழே கூடம் முழுவதும் நெல் உலர்த்தியிருந்தது. சுவர் ஓரமாக நிறைய சாக்கு மூட்டைகள். கிடங்காகப் பயன்படுத்துகிறார்கள் போலிருக்கிறது. மாடியில்தான் அறைகள் இருக்கவேண்டும். நுழைந்ததும் வாசல் முகப்பில் இந்திரா காந்தி, அண்ணா, கருணாநிதி ஆகியோர் படங்கள்.

''சார்'' என்று கூப்பிட்டான் ஒரு பையன்.

நடுத்தர வயதுள்ள ஒருவர் வந்தார். கதர் பனியன், கைத்தறி வேட்டி. அதைத் தூக்கிக் கட்டியிருந்தார். பருமனான சரீரம். ஆக்ரோஷமான மீசை. நெற்றியில் திருநீறு.

''என்ன வேணும், ரூமா?''

''ஆமாம்...''

''டபிள் ரூம்தான் காலியா இருக்குது. சிங்கிள் இல்லே.''

''பரவாயில்லே...'' என்றான் சிவா.

''மாடியிலே இருக்கு வாங்க...''

அவர் மேஜையைத் திறந்து ஒரு சாவிக் கொத்தை எடுத்துக் கொண்டார்.

''எங்கேயிருந்து வர்றீங்க?''

''மெட்ராஸ்...''

''மருந்து கம்பெனி?''

''மருந்து கம்பெனியா?'' கேள்வியைத் திருப்பிக் கேட்டான் சிவா. அவனுக்கு ஒன்றும் புரியவில்லை.

''வேலையைப் பத்திக் கேக்கறேன்.''

''இல்லே...''

''பின்னே என்ன வேலை?'' குரலில் ஒருவிதமான தயக்கமும் இல்லை.

''வாத்தியாரா இருக்கேன்.''

''எங்கே?''

''மெட்ராஸ்லே'' என்று அவன் சொல்ல விரும்பவில்லை. அவ்வாறு சொன்னால் இது மேலும் சில கேள்விகளைத் தூண்டலாம்.

''இந்த ஊர் பக்கந்தானா உங்களுக்கு? இதோ பாருங்க. இந்த ரூம்தான். கக்கூஸ், குளிக்குற ரூம்லாம் அதோ அந்தக் கோடியிலே இருக்கு... இங்கேயிருக்கிற அஞ்சு ரூமுக்கும் பொது.''

''வாடகை எவ்வளவு?''

''அஞ்சு ரூபா... எப்ப போகப் போறீங்க?''

''நாளைக் காலம்பற முதல் பஸ்ஸே... இப்பவே வாடகையைக் கொடுத்துடறேன்.''

''எங்கே போவணும்?''

சிவா சொன்னான்.

''நீங்க கம்யூனிஸ்டா?''

''கம்யூனிஸ்டா!''

''அங்கே பெரிய கிஸான் தகராறு நடந்துகிட்டிருக்குதே, ஒருவேளை அது சம்பந்தமா நீங்க...''

''அதப்பத்தியெல்லாம் எனக்குத் தெரியாது. ஒரு சிநேகிதரைப் பார்க்கிறதுக்காகப் போறேன்.''

சாமானை வைத்துவிட்டு பையன்கள் நின்று கொண்டிருந்தார்கள். சிவா அவர்களிடம் ஆளுக்கொரு ரூபாய் கொடுத்தான்.

''இந்தச் சாமானைத் தூக்கிக்கிட்டு வரவா ஒரு ரூபா?'' என்றார் ஓட்டல்காரர்.

ஒருவேளை சிவா பணத்தைத் திரும்ப வாங்கிக்கொண்டு விடுவானோ என்ற அச்சத்தில் இரண்டு பையன்களும் ஒன்றும் பேசாமல் அறையைவிட்டு வெளியேறினார்கள்.

''ஒரு ரூபாயை ரெண்டு பேருக்குமா கொடுத்திருக்கலாம், சார். வெளியூர்லேந்து வர்றீங்க நீங்க. இப்படி இந்தப் பயல்களை பழக்கப்படுத்தினீங்கன்னா, மத்தவங்ககிட்டேயும் இதே மாதிரிதான் கேப்பாங்க... அதுக்காகச் சொன்னேன்.''

சிவா பதில் ஒன்றும் கூறாமல், பர்ஸைத் திறந்து அவரிடம் ஐந்து ரூபாயை நீட்டினான்.

அதை அவர் வாங்கிக்கொண்டே சொன்னார். ''ரிஜிஸ்டர் கொண்டாறேன், கையெழுத்துப் போட்டுடுங்க.''

''அதெல்லாம் வேணுமா?''

''ரூல்படி செஞ்சாவணும்... இல்லாட்டி தகராறாப் போயிடும்.''

அவர் வெளியே சென்றதும், சிவா சட்டையைக் கழற்றி அங்கிருந்த ஸ்டாண்டு ஒன்றில் மாட்டினான். படுத்துக்கொண்டான்.

கிஸான் தகராறு... கோபால் இதில் சம்பந்தப்பட்டிருப்பானோ? அவனுக்கு ஒதுங்கிப்போகும் சுபாவம். அரசியலில் ஈடுபட்டிருக்கக் கூடியவனாகத் தோன்றவில்லை. ஆனால் கோபாலைப் பற்றி இரண்டு வருஷங்களுக்கு முந்தைய அபிப்பிராயத்தை வைத்துக்கொண்டு இப்பொழுது என்ன சொல்லமுடியும்?

ஓட்டல்காரர் திரும்பி வந்தார். அவனிடம் ரிஜிஸ்ட்டரை நீட்டினார். அவன் பூர்த்தி செய்து கொடுத்தான்.

''சாப்பிடலே நீங்க?''

''சாப்பிடணும்.''

''சாப்பாடு வாங்கிட்டுவரச் சொல்லவா? மிலிடேரியா இல்லாட்டி...''

''வேணாம், நானே போறேன்... நீங்க சாப்பாடு வச்சிக்கிறதில்லையா?''

''வச்சிக்கிட்டிருந்தேன். சரிப்பட்டு வரலே, நஷ்டமா போச்சுது... இப்போ லாட்ஜிங்தான்.''

சிவா, சட்டையைப் போட்டுக்கொண்டான்.

''கடைத்தெருவுக்குப் போகணுமா?''

''ஆமாங்க... அங்கே மிலிடேரி ஓட்டலும் இருக்குது, சைவமும் இருக்குது. சார் பிராமணாளா?''

''சாவி இந்தாங்க, சாப்பிட்டு வந்துடறேன்.''

சிவா கீழே இறங்கிச் சென்றான். இரண்டு மூன்று இடங்களில் கல்யாணம் போலிருக்கிறது. வெவ்வேறு திரைப்படப் பாடல்கள் ஆவேசமாக ஒன்றோ டொன்று மோதிக்கொண்டிருந்தன. டில்லியிலும் இப்படித்தான். கல்யாண மென்றால் ஒலிபெருக்கி அரக்கன் முதல் விருந்தாளி. பாரதம் முழுவதுக்கும் பண்பாட்டு ஒற்றுமை இல்லை என்று யார் சொன்னார்கள்?

ஒரு மைதானத்தில் கூட்டம் நடந்துகொண்டிருந்தது. போலீஸ்காரர்கள் நிறைய இருந்தார்கள்; ஒருவர் பேசிக்கொண்டிருந்தார்: 'இந்நாட்டில் குழப்பம் உண்டாக்குவதற்காகவே, நம் தலைவர் ஆட்சியில் அமைதி நங்கை புன்முறுவல் செய்யக்கூடாது என்பதற்காகவே, பஞ்சத்தை மஞ்சத்துக்கு அழைக்க வேண்டுமென்பதற்காகவே...' தலையில்லா முண்டங்கள் பவனி வருவதுபோல், வார்த்தைகள் அணிவகுத்து வந்தன. கூட்டத்திலிருந்த ஒருவனை சிவா கேட்டான்: ''இது என்ன கூட்டம்?''

''கம்யூனிஸ்ட் கண்டன நாள்'' - பீடியை பற்களால் கடித்துக் கொண்டே அவன் பதில் சொன்னான்.

''பேசறவர் யாரு?''

''ஏண்டா டேய், நக்கலா செய்யறே?'' சிவா திடுக்கிட்டான். 'பேசுகின்றவர் ஆளுங்கட்சியில் ஒரு பெரிய பிரமுகரோ?'

''நெஜமாகவே எனக்குத் தெரியாதுங்க, பேசறவர் யாருன்னு...''

''தெரியாட்டி, போடா அப்பாலே...''

சிவாவுக்குக் கோபம் தலைக்கேறியது.

''கொஞ்சம் கண்ணியமா பேசறது தப்புன்னு நினைச்சிண்டிருக்கீங்களா?''

அதற்குள் இன்னொருவன் குறுக்கிட்டான்: ''நெசமாகவே உங்களுக்கு பேசறது யாருன்னு தெரியாதா?''

''சத்தியமாகத் தெரியாது.''

''ஊருக்குப் புதுசா?''

''ஆமாம்.''

''தமிழ்நாட்டுக்கே புதுசா இருந்தாத்தான் பேசறவர் யாருன்னு தெரியாமெ இருக்கும்.''

''சொல்லப்போனா தமிழ்நாட்டுக்கே புதுசுதான். டில்லியிலேர்ந்து வந்திருக்கேன். பேசறவர் யாரு?''

பேசிக்கொண்டிருந்தவர் யாரென்று அவன் மிகவும் பயபக்தியோடு சொன்னான். சிவாவுக்கு ஆச்சரியமாக இருந்தது. இந்தச் சொற்களா, தொடர்ந்து தேர்தலில் வெற்றிபெற்று வருகின்றன? தமிழர்கள்

அனுதாபத்துக்குரியவர்கள்தாம், சந்தேகமில்லை. வார்த்தைகளைக் கொண்டே இவர்களை நூற்றாண்டு நூற்றாண்டுகளாக அடிமைப் படுத்தி விடலாம். தமிழ்நாட்டுக் கலாசாரத்தில் இப்போது எஞ்சியிருப்பது ஒன்று - அதுதான் சத்தம்! யாருடைய குரல் உரக்க ஒலிக்கிறதோ அவனே நாட்டாண் மைக்காரன். 'சப்த வலிமையுடையது எஞ்சும்' - புதிய பரிணாமத் தத்துவம்.

அப்பொழுதுதான் அவன் கவனித்தான். அவனை மரியாதையில்லாமல் பேசியவன் கூட்டத்தின்மீது கல்லை விட்டெறிந்தான். கல்லை விட்டெறிந்த தோடு மட்டுமல்லாமல், ''எவண்டா அவன் கல்லை விட்டெறிஞ்சான்' என்று கூவிக்கொண்டே கூட்டத்தின்மீது பாய்ந்தான். அவ்வளவுதான்... எங்கிருந்தோ கல்மாரி பொழியத் தொடங்கியது.

போலீஸ்காரர்கள் இதற்காகக் காத்திருந்ததுபோல், கையிலிருந்த தடிகளை சுழற்ற ஆரம்பித்தனர். மேடையிலிருந்த தலைவர்களைச் சுற்றி வியூகம். தலைவர் முழங்கினார்: ''வார்த்தைகளினால் வழக்காட முடியாவிட்டால், வன்முறையைத் தொடங்கும் வக்கற்ற இக் கம்யூனிஸ்டுகள்...''

சிவா கூட்டத்தைவிட்டு வெளியேறினான். பின்னால், கூட்டத்தில் சலசலப்பு, கூப்பாடு, 'ஆரவார ஜனநாயகம்' முழுமூச்சோடு இயங்கிக்கொண்டிருந்தது.

கூட்டத்தில் கல்லெறிந்தது யாரென்று ஒலிபெருக்கியில் அறிவிக்கலாமா என்று சிவா ஒரு கணம் யோசித்தான். எல்லாம் திட்டப்படி நடந்து கொண்டி ருக்கும்போது தன் சொல் எடுபடாது என்பது நிச்சயம். அசட்டுத்தனமாகப் போய் தான் தியாகி ஆவதில் அர்த்தமில்லை. 'பேய் அரசு செய்தால், அங்கு பிணம் தின்னும் சாத்திரங்கள்.'

சிவா ஓட்டலுக்குள் நுழைந்தான். ஓரமாக ஒரு மேஜையருகே போய் உட்கார்ந்தான்.

''என்ன சார் வேணும்?'' அவனைப் பார்க்காமல் வாசலை நோக்கிக் கொண்டே ஒருவன் கேட்டான்.

''ரவா தோசை இருக்கா?''

''இல்லே...''

''இட்லி?''

''இல்லே...''

''பின்ன என்னதான் இருக்கு?''

''பூரி, ஊத்தப்பம்... வெளிலே என்ன கலாட்டா, தெரியுமா சார்?''

''தெரியாது... ஊத்தப்பம் கொண்டாங்க.''

''கேட்டை சாத்துடாலே... ஜனங்க ஏன் இப்படித் தலைதெறிக்க ஓடி வராங்க? கூட்டத்திலே கலாட்டாவா?'' என்றான் 'கல்லா'வில் உட்கார்ந்திருந்தவன்.

கேட்டை மூடுவதற்கு முன் பத்துப் பதினைந்து பேர் உள்ளே மூச்சிறைக்க ஓடிவந்துவிட்டார்கள்.

ஓட்டலில் சாப்பிட்டுக் கொண்டிருந்தவர்கள், பாதி சாப்பிடும்போதே, எழுந்து அவர்களிடம் போய் விசாரித்தார்கள். ''ஏன் என்ன ஆச்சு?''

''கூட்டம் நடந்துகிட்டிருக்கிறப்போ, கம்யூனிஸ்ட்காரங்க கல்லை விட்டெறிய ஆரம்பிச்சுட்டாங்க. ஒரே ரகளை.''

''கம்யூனிஸ்ட்காரங்களா?''

''ஆமாம், பின்னே யாரு?''

இப்பொழுது தனக்குத் தெரிந்த தகவலைச் சொல்லலாமா என்று நினைத்தான் சிவா. தகவலைச் சொன்ன பிறகு நூறு கேள்விகள் எழக்கூடும். ஒவ் வொன்றுக்கும் பதில் சொல்லியாக வேண்டும். அவனுக்கு அலுப்பாக இருந்தது.

''அங்கே ஒரே தகராறா இருக்குதுல்லே... அதெப்பத்தி தலைவரு சொல்லிட்டி ருந்தாரு. உற்பத்திப் பெருகிடுச்சின்னா நம்ம கட்சிக்கு பேர் வந்துடு மோங்கிற பொறாமையினால்தான்.''

''சார், இங்கே அரசியல் வேணாம்... எல்லோரும் உட்கார்ந்து சூடா இட்லி தோசை சாப்பிட்டுட்டு போங்க. போலீஸ்காரங்க தலை நிறையத் தெரியுதே...'' என்றான் 'கல்லா'விலிருந்தவன்.

''இட்லி இல்லே...'' என்றான் சிவா.

''என்ன சார்?''

''இட்லி இல்லே... ஊத்தப்பந்தான்.''

''இட்லி இல்லையா, ஒரு பேச்சுக்குச் சொன்னேன்'' என்று சிரித்தான் 'கல்லா'விலிருந்தவன்.

''இட்லி, தோசை எல்லோருக்கும் சும்மாவாய்யா?'' என்று கேட்டான்.

''ஆமாம், சும்மா – புள்ளே இல்லா வீட்டுச் சொத்து பாருங்க.''

''42-லே இப்படித்தான் ஒரு ஓட்டல்காரரு, கும்பகோணத்திலே ஆகஸ்ட் போராட்டம் நடந்ததில்லே அப்போ... 'போலீஸுக்குப் பயந்துகிட்டு வந்த வங்களையெல்லாம் ஓட்டல் உள்ளாற உட்டுட்டு ஓடி வந்தீங்களேடா பயல்வுளா, இட்லி சாப்பிடுங்கடா. தோசை சாப்பிடுங்கடா'ன்னாராம். சும்மா இல்லே, காசுக்குத் தான். இது தெரியாமெ போலீஸ்காரங்க அந்த ஓட்டல் உள்ளாறப் புகுந்து எல்லோரையும் உதைச்சு, அந்த ஓட்டல்காரரு பெரிய தியாகியாயிட்டாரு – அப்புறம் ஏதோ ஒரு தொகுதியிலே நின்னு எம்.எல்.ஏ. ஆகி, எம்.பி. ஆகி... அவரு இப்பொ பெரிய ஆளு, பேரைச் சொல்லவேணாம்.''

''அப்பொ நம்ப ஓட்டல்காரரும் எம்.பி. ஆயிடலாங்கறீங்க...''

''எம்.பி. என்ன, மந்திரியாவே ஆயிடலாம்.''

''எதுக்குய்யா அவருக்கு ஐஸ் வக்கறீங்க? இட்லி, தோசை சும்மா தருவார்னா?''

''இட்லி இல்லே...'' என்றான் சிவா.

''என்னது?''

''இட்லி இல்லே... ஊத்தப்பந்தான்.''

அவன் இரண்டாம் முறையாக இப்படிச் சொன்னதும் எல்லோருக்கும் அவன்மீது சந்தேகம் வந்துவிட்டது. சில விநாடிகள் அங்கு ஒரு சங்கடமான அமைதி நிலவியது.

தன்னைப் பற்றி அவர்கள் இப்பொழுது என்ன நினைத்துக் கொண்டிருக்கிறார்கள்? ஒன்று பைத்தியம் என்று நினைக்கலாம், இல்லாவிட்டால் 'தண்ணி' போட்டுவிட்டு வந்திருப்பதாகக் கருதலாம். இச்சூழ்நிலையை ரசித்துக்கொண்டே 'சர்வர்' கொண்டுவைத்த ஊத்தப்பத்தை சாப்பிடத் தொடங்கினான்.

''சார் ஊருக்குப் புதுசோ. இங்கே பாத்த மாதிரியே தெரியலியே'' என்றார் ஒருவர், அவனருகில் வந்து உட்கார்ந்தவாறு.

சிவா, அவரைத் திரும்பிப் பார்த்தான். ''யாரெக் கேக்கறீங்க. என்னையா?''

''ஆமாம்.''

''புதுசுதான்.''

''எந்த ஊரு?''

''வடக்கே, திண்டிவனம்.''

''திண்டிவனத்திலே என் மச்சினன் பிள்ளை இருக்கான் சப்-ரிஜிஸ்ட்ரார் ஆபீஸ்லே.''

''நான் அவரைப் பார்த்ததில்லே, காஃபி...''

''யாருன்னு விசாரிக்காமேயே அவரைப் பார்த்ததில்லேங்கிறேளே?''

''நீங்களும் கூட்டத்துக்குப் போயிருந்தீங்களா?''

''ஏன்?''

''நான் சி.ஐ.டி. உங்களைக் கொஞ்சம் விசாரிக்கணும்'' என்றான் மிகவும் சன்னமான குரலில்.

''நான் கூட்டத்துக்குப் போகணும்னு போகலே. காய்கறி வாங்கணும்னு போனேன். அப்போ மைதானத்திலே கூட்டம் நடந்திட்டிருந்தது. நான், யாரு என்ன பேசுறான்னு கேக்கவே இல்லே.''

''கம்யூனிஸ்ட்காரங்கதான் கல்லை விட்டெறிஞ்சாங்கன்னு நீங்க சாட்சி சொல்லுவீங்களா?'' என்று மிக மெதுவாகக் கேட்டான்.

''சொல்றேன், எவ்வளவு?'' என்றார் அவர் கீழ்க்குரலில்.

''உங்க பேரு, அட்ரெஸ்லாம் கொடுங்க...'' அவர் எழுதிக் கொடுத்தார்.

''நாளை ராத்திரி வந்து பார்க்கறேன்.''

சிவா எழுந்திருந்தான். பில்லைக் கொடுத்துவிட்டு வெளியே வந்ததும், தெருவில் ஜன நடமாட்டமே இல்லை என்பதைக் கவனித்தான். பாவம் அவர். நாளை இரவு நம்பிக்கையுடன் காத்துக்கொண்டிருப்பார்! அவரைப் பார்த்ததும் தனக்கு அப்படிப் பேசவேண்டுமென்று ஏன் தோன்றிற்று? அவர் வக்கீல் குமாஸ்தாவாக இருக்கலாம்; துணிக்கடையில் கணக்கு எழுதுகிற வராக இருக்கலாம்; இல்லாவிட்டால், பொய்ச்சாட்சிச் சொல்வதையே தொழிலாகக் கொண்டிருக்கலாம். பொய்சாட்சி சொல்வதும் தமிழ் நாட்டுக்குப் புதிய தொழிலல்ல. 'பொய்க் கரியாளரையும் புறங் கூற்றாள ரையும்' தண்டித்த பூதம் ஒன்று பூம்புகாரில் இருந்திருக்கிறது. கால வேறு பாட்டினால் அந்தப் பூதமே இப்பொழுது பொய்ச்சாட்சி சொல்ல ஆரம்பித் திருக்கலாம் அல்லது அரசியல்வாதியாக ஆகியிருக்கலாம்.

அவன் தான் தங்கியிருந்த விடுதியை அடைந்த போது, உரிமையாளர் வாசலில் நின்றுகொண்டிருந்தார்.

''எங்கே போயிருந்தீங்க? அங்கே ஏதோ கலாட்டாவாமே?''

''ஆமாம். ஏதோ சொன்னாங்க. சாவி...''

அவர் உள்ளே நுழைந்தார். மேஜையிலிருந்து சாவியை எடுத்துக் கொடுத்தார்.

''நீங்க பாக்கலியா?''

''இல்லே... நான் ஓட்டலுக்குள்ள போனேன்.''

''கம்யூனிஸ்ட்காரங்க கூட்டத்துமேல கல்லை விட்டெறிஞ்சு கலைக்கப் பார்த்தாங்களாம். நாக்கோக்கு அடின்னாங்க.''

''யாரு?''

''அதான் சார், நாக்கோ. தெரியாதுங்களா அவரை உங்களுக்கு? எம்.பி. ஆச்சே?''

''நாக்கோவா, என்ன பேரு?''

'' 'நா'ன்னா நாக்கு, 'கோ'ன்னா அரசன் - திருநாவுக்கரசு''

'' 'திருநாவுக்கரசே' நல்ல பெயரா இருக்குதே. ஏன் பெயரை இப்படி மாத்திக்கணும்?''

''உங்க பேரு சிவசுப்ரமணியன்னு இவ்வளவு நீளமா இருக்குதே, எல்லோரும் உங்களை எப்படி கூப்பிடறாங்க?''

''சிவா.''

''அப்படியேதான் வச்சுக்கங்களேன். திருநாவுக்கரசு நாக்கோவாயிட்டாரு.''

ஓட்டல்காரருடைய நினைவு ஆற்றலைக் கண்டு வியந்தான் சிவா. ரிஜிஸ்டரில் எழுதிய தன் பெயரை ஞாபகத்தில் வைத்துக் கொண்டு கேட்கிறார்...

அவன் மாடிக்குச் சென்று தன் அறைக் கதவைத் திறந்தான். 'நாக்கோ' - நாக்கோ என்று அந்தப் பெயரை இரண்டு தடவை தனக்குள் சொல்லிக் கொண்டான். இவருடைய பிறந்த தினத்தின் போது பாராட்டுச் செய்யுள் எழுதும் கட்சிக் கவிஞர்களுக்குக் கொண்டாட்டந்தான்.

'நாக்கோ நாக்கோ
இளங்கோ இளங்கோ
பூரிக்கோ பூரிக்கோ...
விச்சிக்கோ விச்சிக்கோ... ...'

இயந்திர ரீதியாகத் தன்னுடைய நாக்கு இந்தப் பெயர்களை உச்சரித்துக் கொண்டிருப்பதை உணர்ந்ததும், அவன் சற்று திடுக்கிட்டான். தனக்கு என்ன ஆகிவிட்டது.

என்ன ஆகிவிட்டது?

தன்னுடைய சிநேகிதனைத் தேடிக்கொண்டுதான் அவன் இங்கு வந்திருக்கிறானேயொழிய, இங்கு நடந்துகொண்டிருக்கும் நிகழ்ச்சிகளால், நிலவும் சூழ்நிலைகளால் பாதிக்கப்படுவதற்காகவா? ஆனால் இவற்றினின்றும் தப்பமுடியுமா? - 'சிந்தனையைக் கொன்றுவிடு; அல்லது மூச்சை நிறுத்திவிடு...'

யாரோ லேசாகக் கதவைத் தட்டும் சத்தம் கேட்டது.

''யாரு?''

பதிலில்லை.

சில விநாடிகளுக்குப் பிறகு மீண்டும் சத்தம் கேட்டது.

அவன் எழுந்துசென்று கதவைத் திறந்தான். யாரோ ஒருவன் நின்றுகொண்டிருந்தான். தலையில் சிகப்புச் சாயத் துண்டை முண்டாசாகக் கட்டியிருந்தான்.

''தூங்கிக்கிட்டிருந்தீங்களா?''

''இதைக் கேக்கத்தான் கதவைத் தட்டினீங்களா?''

''இல்லே, தனியாவா தூங்கறீங்க?'' அவன் முகத்தில் ஓர் அசட்டுப் புன்னகை.

''என்னய்யா வேணும் உங்களுக்கு?'' சிவாவின் குரலில் கோபம் வெளிப்படையாகத் தெரிந்தது.

''உங்களுக்கு ஏதாவது வேணுங்களா? அதெக் கேக்கத்தான் வந்தேன்.''

சாமான்கள் தூக்கிக்கொண்டு வந்த பையன் சொன்னது சிவாவின் நினைவுக்கு வந்தது. கோபாலின் குரலும் ஞாபகத்தில் ஒலித்தது. 'செக்ஸை வெறுக் கணும்னா, காசு கொடுத்துப் போகணும்.'

சிவா பதில் கூறாமல், வந்தவனைச் சிறிது நேரம் உற்றுப் பார்த்துக் கொண்டிருந்தான். பதினெட்டு வயசில் மறுத்த அனுபவம். அவனுக்கு இதுவரை ஏற்படவேயில்லை. செக்ஸ் அனுபவம் அல்ல இது; இது அவன் கல்லூரியில் படிக்கும்போது மூன்று தடவை ஏற்பட்டிருக்கிறது. செக்ஸை தொழிலாகக் கொண்டிருக்கும் பெண்களிடம் செக்ஸை நாடும் அனுபவம். செக்ஸை வெறுக்கவேண்டுமென்று அவன் என்றைக்கும் எண்ணியதே கிடையாது.

''என்ன சார் சொல்லுங்க; நேராமாவுது? எந்த மாதிரி வேணும் பிராமணப் பொண்ணா, மலையாளத்துக்காரியா!''

''பிராமணப் பொண்ணா...!''

''ஆமாம், வேணுங்களா, கூட்டியாரட்டுமா?''

''எவ்வளவு?''

''நைட் பூரான்னா இருபத்தஞ்சு ரூபா, எனக்கு நீங்க தனியா கொடுக்க வேண்டும்.''

''உங்களுக்கு என்ன, இது சமூக சேவையா?''

அவன் சிரித்தான், பதில் கூறவில்லை. சிறிது நேரம் கழித்துக் கேட்டான்: ''என்ன கூட்டியாரட்டுமா? வர்றவகிட்டே நீங்க பணத்தைக் கொடுத்தாப் போதும்.''

''ஹ¨ம்.''

சிறிது நேரம் கழித்து அந்தப் பெண் வந்தாள். உள்ளே நுழைந்ததும் கதவைத் தாளிட்டாள். அவளுக்கு இருபது வயதிருக்கலாம். மட்டரகமான செண்ட்டின் நாற்றம். அவள் புன்னகை செய்தாள். அடுத்த விநாடி முகம் 'சீரியஸாகி' தாடை இறுகியது. பெரிய கம்பெனிகளில் வேலை பார்க்கும் வரவேற்புப் பெண்களின் தொழில் ரீதியான புன்னகை.

அவள் கட்டிலில் வந்து உட்கார்ந்தாள். கண்களில் ஒரு கவர்ச்சி இருந்தது. இது அவளுக்கே தெரியாமல் இருக்கலாம். அவள் புடைவைத் தலைப்பை நழுவ விட்டுக்கொண்டே சொன்னாள். 'விளக்கை அணைங்க...'

''உன் பேரென்ன?'' என்று கேட்டான் சிவா.

''பேரா?'' அவளுக்குத் தூக்கிவாரிப் போட்டது. புடைவைத் தலைப்பை நழுவவிட்டவள் அப்படியே சிறிது நேரம் உட்கார்ந்திருந்தாள்.

"ஏன், உனக்குப் பேர் கிடையாதா?"

"ஜானகி."

"நெஜப் பேரு என்ன?"

"நெஜப் பேரு பொய்ப் பேரு எல்லாம் இதான்... ஆளே உங்ககிட்ட வர்றவ, பேரை எதுக்காக மறைக்கணும்?"

ஆள் கெட்டுப்போனாலும் பேர் கெட்டுப்போகக் கூடாது என்றளவில் சின்னங்களைக் கட்டிக்கொண்டு அழுவதுதான் 'நம்முடைய சமுதாய தர்மம்' என்று அவளிடம் சொல்லலாமா என்று சிவா நினைத்தான். அவளிடம் சொல்வதும் தனக்குத் தானே சொல்லிக்கொள்வதும் ஒன்றுதான்.

"விளக்கை அணைக்கட்டுமா?"

அவளுக்கு இன்னமும் கூச்சம் இருக்கின்றது என்பது அவனுக்கு ஆச்சரிய மாக இருந்தது. அல்லது வியாதியின் அறிகுறிகளை மறைப்பதற்காக இருக் கலாம்... பதினாறு வயதில் இவள் இந்தத் தொழிலுக்கு வந்திருந்தால், நாலு வருஷங்களில் பதினைந்து வயது கூடியிருக்கக்கூடும். இது கண்களுக்குக் கீழே தெரிந்தது.

"உனக்கு இந்த ஊர்தானா?"

"இல்லே, நாச்சியார் கோயில்."

"அய்யங்காரா?"

"எந்த ஜாதியா இருந்தா என்ன, உங்களுக்கு வேண்டியது..."

"நான் பணத்தைத் தர்றேன். ஆனா, உங்கிட்ட எனக்கு வேண்டியது ஒண்ணுமில்லே."

அவள் அவனை முறைத்துப் பார்த்தாள். சிறிது நேரம் கழித்துக் கேட்டாள்: "வியாதி வந்துருமோன்னு பயமாயிருக்கா?"

அவன் பேசாமல் இருந்தான்.

"உங்களுக்கு வேண்டியது என்ன?" தன்மானம் பாதிக்கப்பட்டாற்போல் அவள் குரல் ஒலித்தது. தான் இதைச் சொல்லியிருக்க வேண்டாமென்று சிவாவுக்குத் தோன்றிற்று.

"எத்தனை வருசமா இப்படி இருக்கே?"

அவள் பதில் கூறவில்லை.

"சொல்ல இஷ்டமில்லையா?"

"ஏதோ சினிமாக் கதையிலே வரமாதிரி பேசறேளே? உங்களுக்கு நான் வேணுமா, வேண்டாமா, சீக்கிரம் சொல்லுங்க."

''நான்தான் பணம் தர்றேன்னேனே, என் செலவிலே ரெஸ்ட் எடுத்துக்க இன்னிக்கி...''

''சரி. கொடுங்க, போகிறேன்.''

''இங்கே இருக்கக்கூடாதா?''

''நீங்க இப்படிப் பேசிண்டே இருந்தேள்னா ரெஸ்ட் எங்கே கிடைக்கப் போறது?''

''உன்னைப் பத்தித் தெரிஞ்சிக்கலாம்னுதான்.''

அவள் புன்னகை செய்தாள்.

''எதுக்கு சிரிக்கறே?''

''அஞ்சாறு மாசத்துக்கு முன்னாலே இப்படித்தான் ஒத்தரை நாகப்பட்டினத்திலே பார்த்தேன். அவரோட அம்மா எப்பவோ செத்துப்போனாளாம். அதெ நினைச்சிண்டு, ராத்திரி பூரா என்னைக் கட்டிண்டு அழுதிண்டிருந்தார்.''

''இப்படித்தான் ஒத்தரைன்னு எதுக்காகச் சொல்றே? எங்கம்மா உயிரோட இருக்கா. நான் அழமாட்டேன்.''

'' 'இப்படித்தான் ஒருத்தர்'னு எதுக்காகச் சொன்னேன்னா, காசைக் கொடுத்திட்டு இப்படி வெறுமனே பேசிண்டிருக்கிறதுக்காகச் சொன்னேன். நான் யாரா இருந்தா என்ன, எந்த ஊரா இருந்தா என்ன. எதுக்காக அநாவசியக் கேள்விகள்?''

''உனக்கு அநாவசியமாப் படலாம்... காசு கொடுத்துட்டு உங்கிட்டே படுத்துண்டா, அது சுலபமா மறந்துபோகப் போற விஷயம். ஆனா உன்னோட பேசிண்டிருந்து, உன்னைப் பத்தி தெரிஞ்சுண்டா...''

''என்னைப் பத்தி எதுக்காகத் தெரிஞ்சுக்கணும்னுதான் கேக்கறேன். நீங்க எவ்வளவோ இடத்துக்குப் போயிருப்பேள். எவ்வளவோ ஓட்டல்லே சாப்பிட்டிருப்பேளே, எந்தெந்த ஓட்டல்லே என்னென்ன சாப்பிட்டேள்னு ஞாபகம் வச்சிண்டிருக்கேளோ? அதே மாதிரிதான்...''

ஜானகி மறைந்து, அவள் நிழல் உட்கார்ந்து கொண்டிருப்பதுபோல், சிவாவுக்குத் தோன்றிற்று.

அவன் பணத்தை எடுத்து அவளிடம் கொடுத்தான்.

''சரி. நீ போ...''

''மறுபடியும் இங்கே வருவேளா?''

''தெரியாது''

அவள் போனதும் அவனுக்கு அழுகை வரும் போலிருந்தது. எதற்காக என்று புரியவில்லை.

2

கோபால் ஒரு சிலிர்ப்புடன் விழித்தெழுந்தான். எத்தனை நேரம் தூங்கியிருப்போம் என்று யோசித்துக்கொண்டே மணியைப் பார்த்தான். கையில் கெடியாரம் இல்லை. 'காலம் செத்துக் கிடக்கும் இந்த மாதிரி இடங்களில் கெடியாரத்தை கட்டிக் கொண்டு மாரடிப்பானேன்' என்று காலையில் அவன் இந்த இடத்துக்குப் புறப்பட்டு வரும்போது எண்ணியது அவன் நினைவுக்கு வந்தது. 'நகரங்களில்தாம் நாகரிக ஓட்டத்துக்கு டிராஃபிக் சிக்னல்களும், கைக் கெடியாரமும் வேண்டும். இங்கேயுமா வேண்டும்?'

சூரியனை விரட்டியடிக்கும் பெரிய மரங்கள் நிறைந்த தோப்பு. ஆனால் தோப்பின் உள்ளே என்ன நிகழ்கின்றது என்று அறியும் ஆவலுடன் சூரியன் அங்குமிங்கும் எட்டிப் பார்க்காமலில்லை.

'இப்பொழுது இந்நேரத்தில் இது சுகமாக இருக்கிறது. இரவு வேளைகளில் இப்படி இருக்குமா? இந்த மரச் செறிவில் ஒரே இருட்டாக இருக்கும்; 'முத்தொளிபோல்' நிலவு வரக்கூடும். ஆனால் இவ்வளவு மரங்கள் அடங்கிய தோப்பாக இருந்தால், ராவண ஆட்சிதான்...! அனுமதியின்றி உள்ளே பிரவேசிக்க முடியாது!'

ஒரு மரத்தின் மீது சற்று சாய்ந்த நிலையில் இலைப் படுக்கையில் கிடந்த கோபால் நிமிர்ந்து உட்கார்ந்தான். எதிர்ப்புறத்திலிருந்த ஒரு மரத்தினின்றும் அணிலொன்று வேகமாக இறங்கி ஓடி வந்தது. அவனைக் கண்டதும் ஒரு கேள்விக்குறியைப் போல நின்று, அவனை நிதானமாகப் பார்த்தது. தன்னுடைய வெள்ளை லக்னௌ குர்த்தாவும் பைஜாமாவும், தன்னை அதற்குக் காட்டி கொடுத்திருக்கவேண்டுமென்று அவனுக்குத் தோன்றிற்று. 'யார் நீ அந்நியன், இந்தக் கிராமத்துக்கு வந்து என்ன செய்து கொண்டிருக்கிறாய்?' என்று கேட்பதுபோல் இருந்தது அதன் பார்வை. இரண்டு வருஷங்களுக்கு முன்பு கோபால் இந்தக் கிராமத்துக்கு வந்த புதிதில், இந்த அணிலைப் போலத்தான் எல்லோரும் அவனைப் பார்த்தனர். கிராமத்துப் பிரமுகர் - பண்ணையார் கண்ணையா நாயுடு, அவனைக் கூப்பிட்டு விசாரித்தார்.

''டெல்லியிலேந்தா வந்திருக்கீங்க நீங்க?''

''ஆமாம்''

''டெல்லிப் பக்கம் இருக்கிறவங்களுக்கு இந்த குக்கிராமத்துப் பேரிலே என்ன இவ்வளவு அக்கறை?''

''சும்மா, நம்ம ஊர்ப்பக்கம் இருந்து பார்க்கலாம்னுதான் ஆசை - எனக்கும் தஞ்சாவூர் ஜில்லாதான்.''

''இந்தக் கிராமமா, தம்பிக்கு யார் வீடு?''

''இந்தக் கிராமம் இல்லே, கும்பகோணம் பக்கம் கருப்பூர்.''

''கருப்பூர்னா?''

''சந்தானக் கிருஷ்ண நாயுடு''

''ஓ... அந்த வகையறாவா? அவங்க பேரன் ஒருத்தரு... கண்ணையா நாயுடு.''

''தேவூர் கோயில் குருக்களோட மகளை அழைச்சிகிட்டு டில்லிக்குப் போனவரு... என் நயினாதான்.''

அவன் அதைச் சொன்னவிதம், கண்ணையா நாயுடுவுக்குச் சிறிது அதிர்ச்சியைத் தந்திருக்க வேண்டும். அவனையே சில விநாடிகள் உற்றுப் பார்த்துக் கொண்டிருந்தார்.

''எங்க காலத்தவங்க சொல்லக் கூச்சப்படறதெல்லாம் இந்தக் காலத்துப் புள்ளைக, புட்டு புட்டு வைச்சிடறீங்க... நான் சொல்லத் தயங்கினேன். நீங்க மறைக்காமெ கொள்ளாமெ சொல்லிட்டீங்க.''

அங்கு கொஞ்சநேரம் மௌனம் நிலவியது. நாயுடு தொண்டையைக் கனைத்துக்கொண்டு மறுபடியும் பேச ஆரம்பித்தார்.

''அப்பெல்லாம் பிராமணப் புள்ளைகதான் பள்ளிக்கூடமோ, காலேஜோ போய்கிட்டிருந்தது. உங்க நயினாதான் இந்த வட்டாரத்திலே, அப்பவே பெரிய படிப்பு படிச்சவரு. உங்க அம்மாவும் அவரும் கும்பகோணம் காலேஜ்லே ஒண்ணா படிச்சவங்க இல்லே?''

''ஆமாம்''

''உங்க நயினாவும் அம்மாவும் இப்போ சவுக்கியமா இருக்காங்களா?''

''ரெண்டு பேரும் இப்போ இல்லே...''

''அப்படீன்னா?''

''போயிட்டாங்க...''

''த்ஸொ... த்ஸொ... எப்போ போனாங்க?''

''அம்மா போய் பத்து வருஷமாகிறது... நயினா ரெண்டு வருஷத்துக்கு முன்னாலே போனாரு...''

''உங்களுக்குக் கூடப் பொறந்தவங்க?''

''யாருமில்லே...''

''டில்லியிலே தனியாவா இருந்துட்டிருக்கீங்க?''

''ஆமாம்... படிச்சப்புறம் கொஞ்ச நாள் காலேஜ்லே வாத்தியாரா இருந்தேன். பிடிக்கலே... கிராமப்பக்கம் இருந்து பாக்கலாம்னு வந்திருக்கேன்.''

''என்ன படிப்பு படிச்சிருக்கீங்க?''

''சமூக இயல்னுவாங்களே...'' தான் டாக்டர் பட்டம் பெற்றிருப்பதைச் சொல்லலாமா என்று நினைத்தான். ஏட்டுச் சுரைக்காயை எதற்காகத் தம்பட்டம் அடிக்கவேண்டுமென்று பட்டது. பேசாமலிருந்துவிட்டான்.

''இந்தக் கிராமத்துக்கு எப்படி வந்தீங்க, கருப்பூருக்குப் போவாமே?''

''கருப்பூர்லே இப்போ யாருமில்லே. எங்கப்பாவைச் சேர்ந்தவங்க, இப்போ சிங்கப்பூர்லே இருக்காங்க. இங்கே கீழையூர் பெருமாள் நாயுடு, எங்கப்பா வகையிலே உறவு. அவரைப் பார்க்கவந்தேன், இந்தக் கிராமம் ரொம்பப் பிடிச்சுபோச்சு அதனாலே...''

''தம்பிக்கு தெலுங்கு தெரியுமா?''

''தெரியாது. வீட்லே தமிழ்லதான் பேசுவோம்.''

''அப்பொ எங்கே தங்கியிருக்காப்பலே, சாப்பாடு?''

''வாத்தியார் ராமய்யா வீட்லே, சாப்பாடு - வடிவேலு கடையிலே.''

''கம்யூனிஸ்ட் ராமய்யா வீட்லியா? தம்பியும் கம்யூனிஸ்டோ?''

இந்தக் கேள்விக்குப் பதில் சொல்லவேண்டியது அவசியந்தானா என்று ஒரு கணம் யோசித்தான் கோபால். கண்ணையா நாயுடு சொந்தப் பண்ணை வைத்திருந்தார். அவரிடம் இருந்த ஓர் 'அடியாள் ராணுவம்' கம்யூனிஸ்ட்களோடு போராடுவதற்கென்று சொல்லிக்கொண்டிருப்பதாக ராமய்யா அவனிடம் ஒரு சமயம் கூறியிருந்தார்.

''என்ன பேசாம இருக்கீங்க? நீங்க கம்யூனிஸ்ட்தானா?'' என்று வினவினார் கண்ணையா நாயுடு.

''இதுக்கு எப்படிப் பதில் சொல்றதுன்னு எனக்குப் புரியலே... ஒரு கம்யூனிஸ்ட்டோட ஒருத்தன் தங்கினான்னா, அவனும் கம்யூனிஸ்ட்டாத்தான் இருக்கணும்னு அர்த்தமா? ராமய்யா ஒரு நல்ல மனுஷர்ங்கிறது எனக்குத் தெரியுமே தவிர, அவர் கம்யூனிஸ்டா இல்லாட்டி வேற எந்தக் கட்சியைச் சார்ந்தவருங்கிறதைப் பத்தியெல்லாம் எனக்கு அக்கறையில்லே...''

கண்ணையா நாயுடு சிரித்தார். அவர் சிரித்தது, அவனுக்குச் சிறிது எரிச்சலூட்டியது.

''நான் என்ன வேடிக்கையா பேசிட்டேன், புரியலே...'' என்றான் கொஞ்சம் உஷ்ணத்துடன்.

''வேடிக்கை இல்லே... ராமய்யாவை ஒரு நல்ல மனுஷர்னு சொன்னீங்களே, சிரிப்பு வராமெ என்ன செய்யும்? நல்லா இருந்த கிராமத்தை, கெடுத்துட்டு வர்ற படுபாவியே அவன்தான்... நாயுடு வீட்டுப் புள்ளையா இருந்திட்டு, ஒரு கள்ளப்பய வீட்லே எதுக்காக இருக்கீங்க தம்பி?''

கோபால் இதற்குப் பதில் சொல்லவில்லை.

இந்த நிகழ்ச்சிக்குப் பிறகு அவன் கண்ணையா நாயுடுவை பார்க்கவில்லை. ஆனால், அவர் தன்னைப்பற்றி விசாரித்துக் கொண்டிருக்கிறார் என்பதை அவன் அறியாமலில்லை.

ராமய்யாவிடம் அவன் பெருமாள் நாயுடுவின் கடிதத்தைக் கொடுத்ததும் அவர் அவனை இரண்டு நாள்கள் கழித்துவந்து பார்க்கும்படி சொன்னார். அவன் மறுபடியும் அவரைப் பார்க்கச் சென்றபோது, அவர் இளநீர் சாப்பிட்டுக்கொண்டிருந்தார்.

''வாங்க... எலெ, சாருக்கும் இளநீர் கொடு...'' என்று அவர் அருகிலிருந்த ஒரு சிறுவனிடம் கூறினார். அந்தப் பையனுக்கு ஏழெட்டு வயதிருக்கலாம். அவன் அளவுக்கு, மிகவும் பெரிதான ஓர் அரை நிஜாரைப் போட்டுக் கொண்டிருந்தான். பொத்தான்கள் இல்லை. பழுப்பேறிய இற்றுப்போன 'பெல்ட்' ஒன்று, அந்த நிஜாரை இடுப்பில் இருத்திவைத்திருந்தது. அவன் கோபாலை கண்கொட்டாமல் பார்த்துக்கொண்டிருந்தான்.

''சீக்கிரண்டா லெ, அப்படியே நின்னுகிட்டே இருக்கியே...'' என்று அவனை விரட்டினார் ராமய்யா.

''பரவாயில்லே. அவன் என்னை நல்லா பாத்துக்கிடட்டும். நகரத்து ஆளுங் களைப் பார்த்தா ஏதோ ஒரு புது மிருகம் மாதிரி, அவனுக்குத் தோணுது போலிருக்குது.''

ராமய்யா அவன் சொன்னதைக் காதில் போட்டுக்கொண்டதாகத் தெரிய வில்லை. அவர் ஏதோ யோசித்துக்கொண்டிருக்கிறார் என்று அவனுக்குத் தோன்றிற்று.

''அப்படியே குடிக்கிறீங்களா, இல்லாட்டி தம்ளர் கொண்டாரவா?'' என்று கேட்டான் பையன்.

''அப்படியே கொடு'' என்று சொல்லிக்கொண்டே இளநீரைக் கையில் வாங்கினான் கோபால்.

''தம்பி டில்லிப் பக்கங்கிறீங்க, நல்லா நம்ம பக்க தமிழ் பேசறீங்க. இளநீர் ஒரு சொட்டுகூட கீழே விழாமெ குடிக்கறீங்க, நம்பவே முடியலீங்களே.''

ராமய்யாவுக்குத் தன்னைப்பற்றி ஏதோ சந்தேகம் அரித்துக் கொண்டிருக்கிறது என்று அவனுக்குப் பட்டது.

''நான், நல்லா நம்ம பக்க தமிழ் பேசறதிலே என்னங்க ஆச்சரியம் இருக்குது? நான்தான் சொன்னேனே எனக்கு...''

''அதெல்லாம் தெரியுங்க, வந்து...'' என்று சிறிதுநேரம் தயங்கினவர், ''நீ போடாலெ, எதுக்கு நின்னுக்கிட்டிருக்கே?'' என்று அந்தச் சிறுவனை விரட்டினார். பையன் கோபாலைப் பார்த்துக்கொண்டே அகன்றான்.

''ஏதோ நீங்க சந்தேகப்படறீங்க போலிருக்குது. வாய்விட்டுச் சொல்லுங்க'' என்றான் கோபால்.

''இந்தக் கிராமத்திலே சும்மாவா உட்கார்ந்துகிட்டிருக்கப் போறீங்க?'' என்று கேட்டார் ராமய்யா.

''வேற என்ன செய்யச்சொல்றீங்க, செய்றேன்.''

''அதுக்கில்லீங்க... என்ன யோசனையோட இங்கே வந்தீங்கன்னு கேக்கறேன்.''

''சொல்லப்போனா, ஒரு யோசனையுமில்லே. கிராமத்திலே இருந்துகிட்டு ஜனங்களோட பழகணும்னு தோணிச்சு - புறப்பட்டு வந்தேன். உங்களோட நான் இருக்கிறதை நீங்க விரும்பலேன்னா, தயங்காமெ சொல்லுங்க.''

ராமய்யா சில விநாடிகள் மவுனமாக இருந்தார். பிறகு, எழுந்து வாசலுக்குச் சென்று, இளநீர் சாப்பிட்ட பிறகு வாயில் அடக்கிக் கொண்ட புகையிலையைத் துப்பிவிட்டு, உள்ளே போய் ஒரு பாத்திரத்தில் தண்ணீர் கொண்டுவந்தார்.

''கொஞ்சம் தண்ணீர் குடிக்கறீங்களா?''

''வேண்டாம்'' என்றான் கோபால். அவர் இரண்டு தடவை தண்ணீரைக் கொப்பளித்துவிட்டு, கொஞ்சம் குடித்தார்.

''பொகையிலே பளக்கம் நல்லதில்லேதான். ஆனா விட முடியலே... தம்பிக்கு சிகரெட் பளக்கமெல்லாம் உண்டா?''

''எதுவும் பழக்கம்னு கிடையாது. நினைச்சா குடிப்பேன், இல்லாட்டி இல்லே.''

''நேத்து நான் கும்பகோணம் போயிருந்தேன்'' என்று திடீரென்று ஆரம்பித்தார் ராமய்யா. தான் கேட்ட கேள்விக்கு அவர் பதிலை எதிர்பார்க்கவில்லை என்பது அவனுக்கு அப்பொழுதுதான் புரிந்தது. அவர் சிறிதுநேரத் தயக்கத்துக்குப் பிறகு மறுபடியும் சொன்னார். ''அங்கே திருவாரூர் காம்ரேட் ஒருத்தரைச் சந்திச்சேன். அவர்கிட்டே உங்களைப்பத்தி சொன்னேன். அவரு சொன்னாரு...'' ராமய்யா பாத்திரத்திலிருந்து இன்னொரு தடவை தண்ணீரை எடுத்துக் குடித்தார்.

''அவரு சொன்னாரு, அமெரிக்கக்காரன் இப்படித்தான் கிராமம் கிராமமா அவன் ஆளை அனுப்பி, சனங்களைக் கெடுத்துக்கிட்டு வாரான். கவனமா இருன்னாரு. உங்க பேரிலே எனக்குச் சந்தேகமா இருக்குதுன்னு நான் சொல்லலே; 'கிராமத்திலே சும்மாதான் இருக்கப்போறேன்'னு சொன்னா,

நம்பிக்கைப் படமாட்டாங்க இல்லே யாருமே சாதாரணமா... அதுக்காகச் சொன்னேன்.''

''நான் உங்களுக்குத் தொந்தரவு கொடுக்க விரும்பலே... நீங்க தனியாகத்தான் இருக்கீங்க. உங்களோட இருக்கலாம்னு கீழையூர் பெருமாள் நாயுடு சொன்னாருங்கிறதினாலேதான் உங்களைப் பார்க்கவந்தேன். எனக்கும் அமெரிக்காக்காரனுக்கும் எந்தவிதமான...''

''சே, சே... சம்பந்தம் இருக்குதுன்னு நான் சொல்லலீங்க. நீங்க தாராளமா என்னோட இருங்க, அதைப்பத்தி ஒண்ணுமில்லே. கீளையூர்க்காரரு எனக்கு ரொம்ப வேண்டியவரு. அவரு... உங்களை அனுப்பியிருக்கப்போ, நான் சந்தேகப்படப் போறேனா? நான் உங்களுக்காகச் சொன்னேன். படிச்சவரு, பட்டணத்துக்காரரு. அதுவும் வடக்கிலேந்து வந்திருக்கீங்க! சனங்ககிட்டே பளகறப்போ சாக்கிரதையா இருக்கணுங்கிறதுக்காகச் சொன்னேன். சரி வாங்க உள்ளே போலாம்.''

அணில் ஓடிவிட்டது.

கோபால் எழுந்திருந்தான். பசித்தது. தென்னந்தோப்பை ஒட்டியிருந்த ராமய்யாவின் பள்ளிக்கூடத்தில் மணி அடிக்கும் சத்தம் கேட்டது. குழந்தைகளின் ஆரவாரம். அந்தக் கிராமத்தில் ஐந்தாவது வகுப்போடு சரி. மேலே படிக்க வேண்டுமானால் தேவூருக்குப் போகவேண்டும். ராமய்யாவும் அதிகம் படித்திருக்க மாட்டாரென்று அவனுக்குத் தோன்றியது. கம்யூனிஸ்ட் தோழர்களோடு பழகுவதன் காரணமாகச் சிற்சில சமயங்களில் அவருக்கே புரியாத வார்த்தைகளை எல்லாம் பயன்படுத்துவார். இரண்டாம் தடவை சொல்லும்படிக் கேட்டால், தாம் சொல்வது சரியோ தப்போ என்று மௌனமாக இருந்துவிடுவது வழக்கம்.

கோபால் தென்னந்தோப்பைவிட்டு வெளியே வந்தான். வெயிலின் உக்கிரம் வெளியே வந்தபிறகுதான் தெரிந்தது. வானம் நிர்மலமாக இருந்தது. மேகத்துணுக்கு ஒன்றைக்கூடக் காணவில்லை.

தென்னந்தோப்பைவிட்டு வெளியே வந்தால் ஒற்றையடிப் பாதை. வலப்புறமாகச் சென்று வயலைத் தாண்டிப்போனால் கண்ணையா நாயுடுவின் பண்ணை வீடு. வேலியும் சுண்ணாம்புச் சுவரும் எழுப்பி, அரண் அமைத்துக் கொண்டிருந்தார் நாயுடு. தோப்பைவிட்டு வெளியேவந்து ஒற்றையடிப் பாதையின் இடப்புறமாகப் போனால் ஒரு சிறிய கால்வாய், அதைத் தாண்டினால் சேரிகள். அவற்றையடுத்து குடியானவத் தெரு. குடியானவத் தெருவைக் கடந்து மேலண்டைப் பக்கம் போனால் வரப்புகள். அவற்றுக்கு அப்பால் மேலை வீதி. இங்கு சற்று வசதியான குடும்பங்கள் வசித்துவந்தன. மேலை வீதியைத் தாண்டினால் எல்லைக் காவல் அம்மன் கோயில். அங்கிருந்து ஓர் ஒற்றையடிப் பாதை; இருமருங்கும் வயல்கள். அப்புறம் மெயின் ரோட்; மெயின் ரோடுக்கு மேற்குப்புறம் இன்னொரு

கிராமம். அங்கு நாயுடு பண்ணையார்களின் வீடுகளைத் தவிர வேறு கிடையாது. குடியானவத் தெருவோ, சேரிகளோ இல்லை.

கோபால் கால்வாயருகே வந்துநின்றான். வெள்ளி வெளிச்சத்தில் நீரலைகள் பளபளத்தன. அதைப் பார்த்துக் கொண்டே அவன் சிறிதுநேரம் நின்றான். பள்ளிக்கூடம் முடிந்து ஓடிய குழந்தைகளின் ஆரவாரம் ஓய்ந்திருந்தது. நிசப்தமான சூழ்நிலை. காலமே ஸ்தம்பித்துவிட்டாற் போன்ற ஒரு மயக்கம்.

ஒரு நகரத்தில் தொடர்ந்து பல வருஷங்கள் சத்தத்தையும், அவசரத்தையும் அனுபவித்திருந்தால்தான் இந்தக் கணத்தின் மகத்துவம் ஒருவனுக்குப் புரியும். இக்கிராமத்து மக்களால்தான் இப்பொழுது உணர்வதுபோல் 'உணர' முடியுமா! தன்னை இந்தச் சூழ்நிலையிலிருந்து வேறுபடுத்திக்கொள்வதின் காரணமாகத்தான் 'சாட்சியாக' இருந்து தன்னால் இதை 'உணர்ந்து' அனுப விக்க முடிகிறது. இந்தக் கிராம மக்கள் இச்சூழ்நிலையோடு ஒன்றியவர்கள்; அவர்களால் எப்படித் தங்களை வேறுபடுத்திக் கொண்டு 'சாட்சியாக' இருந்து 'உணர' முடியும்? இந்தக் கால்வாயைப் போல், மரங்களைப் போல், வயல்களைப் போல்... அவர்களும் இச்சூழ்நிலையின் அம்சங்கள். இயற்கை யையும் அவர்களையும் பிரிக்கமுடியாது.

''என்ன அப்படியே நின்னுக்கிட்டிருக்கீங்க?''

கோபால் திரும்பிப் பார்த்தான். ராமய்யா பள்ளிக்கூடம் முடிந்து வருகிறார்.

''ஒண்ணுமில்லே. சும்மாத்தான்.''

''சாப்பிடப் போகலிங்களா?''

''போய்க்கிட்டிருக்கேன். மணி என்னாவுது?''

''பள்ளிக்கூடம் முடிஞ்சு வாரேன். பாருங்களேன் பன்னெண்டாயிடிச்சி... வடிவேலுப் பய சாப்பாடு வச்சிருப்பானா?''

''வச்சிருப்பாரு... நான் நாலு மணிக்குக்கூட போய் சாப்பிட்டிருக்கேன்.''

இருவரும் மௌனமாகச் சிறிது தூரம் நடந்து சென்றார்கள்.

''நீங்க வந்து ரெண்டு வருஷமாயிடிச்சியில்லே?'' என்றார் ராமய்யா.

வேறு ஏதோ சொல்வதற்கு இது பூர்வபீடிகை என்று கோபாலுக்குத் தோன்றிற்று.

''ஆமாம்...''

''நம்ம கிராமத்திலேயே பெரிய பள்ளிக்கூடமா தொடங்கி, அதெ நீங்க கவனிச்சுகிட்டீங்கன்னா...'' என்று இழுத்தார் ராமய்யா.

''எனக்கும் அதான் யோசனை... ஆனா கண்ணையா நாயுடு இதற்கு முட்டுக்கட்டை போடாமெ இருக்கமாட்டார்னு தோணுது.''

''முட்டுக்கட்டைதான் போடுவாரு, சந்தேகமென்ன? நாம சமாளிச்சாகணும்.''

சேரிக்குடிசை வாசல்களில் குழந்தைகள் விளையாடிக் கொண்டிருந்தனர்.

ஒரு மூன்று வயதுக் குழந்தை கையில் நாய்க்குட்டியைத் தூக்கிக் கொண்டு அவர்கள் போகும்வழியில் குறுக்கே வந்துநின்றது. நாய்க்குட்டி கீச்சுக்குரலில் குரைத்தது.

''கீளே விடுடாலே, கடிக்கப் போவுது'' என்றார் ராமய்யா. அவர் அக்குழந்தையின் தொப்பையில் லேசாகக் குத்தினார்.

அப்பொழுது பாப்பாத்தி வேகமாக அங்கு வந்து நாய்க்குட்டியை அக்குழந்தையின் கையினின்றும் பறித்துக் கீழே விட்டாள்.

''கட்டய்யன் மவன் நல்லா வளர்ந்துட்டானே!'' என்றார் ராமய்யா பாப்பாத்தியிடம்.

பாப்பாத்தி வெள்ளை வெளேரென்றிருந்த பல்தெரிய புன்னகை செய்தாள். அவளிடம் இளமை பளிச்சென்று புலப்பட்டது. நாகரிகத் திரை ஏதுமில்லாமல் இயற்கையின் ஆதிப்பொலிவுடன் விளங்கிய உடம்பு. அவளுக்கு இருபத்தைந்து வயதிருக்கலாம். போனவருஷம் பாம்பு கடித்து கணவன் போய்விட்டான். அதற்காக அவள் விரதங் காத்துவருவது கோபாலுக்கு ஆச்சரியமாக இருந்தது.

கட்டய்யன் மனைவியை இழந்தவன். அவன்தான் மனைவியைக் கொன்றிருக்கவேண்டுமென்பது சிலருடைய கட்சி. 'குடித்தனத்தை'ப் போக்கிவிட்டு, அவன் குடியிலேயே மூழ்கிக்கிடந்தான். அவன் குழந்தையைத்தான் பாப்பாத்தி வளர்த்து வருகிறாள்.

''கட்டய்யன் குழந்தையை வந்துபார்க்கிறானா?'' என்று கேட்டார் ராமய்யா.

''அவனா? ரெண்டு நாள் முன்னாலே இருஞ்சூர் வரப்பாண்ட உருண்டுகிட்டு கிடந்தானாம். பாவிப் பய மவன்... அவனா குழந்தையை வந்து பார்க்கப் போறான்?''

''வராதவரைக்கும் நல்லதுன்னு வச்சுக்க...'' என்றார் ராமய்யா.

பாப்பாத்தி குழந்தையைத் தூக்கிக்கொண்டாள். ''ஆமாங்க.''

''குழந்தையை ஜாக்கிரதையா பார்த்துக்க'' என்று கூறிக்கொண்டே மேலே நடந்தார் ராமய்யா.

''இது ஏன் இந்த வயசிலே இப்படி விரதம் காத்துக்கிட்டிருக்கு?'' என்றான் கோபால்.

''பாப்பாத்தியில்லே, பாப்பாத்தியாகப் பாக்குது... தேவூருக்குப் போய்தான் சாமி கும்பிடும். நம்ம ஊரு காவல் அம்மன், சூத்திரக் கடவுள் இல்லே...''

ராமய்யா இதைச் சொல்லிவிட்டு மெதுவாகச் சிரித்தார்.

கோபால் ஏதோ சிந்தனையில் ஆழ்ந்திருப்பதைக் கண்ட ராமய்யா, அவன் சிந்தனைக்கு மதிப்பளிப்பது போல் சிறிது நேரம் பேசாமல் நடந்தார்.

''ஏன் தம்பி! ரஷ்யாலேகூட கோயில் இருக்குதாமே, மெய்யாவா?'' என்று அவர் சில விநாடிகளுக்குப் பிறகு கேட்டார்.

''கோயிலை இடின்னு கம்யூனிஸ்ட்காரங்க சொல்லலலே...'' என்றான் கோபால்.

''அப்போ என்ன சொல்றீங்க நீங்க? கடவுள் உண்டுங்கிறீங்களா, இல்லேங்கிறீங்களா?''

''இது நானோ நீங்களோ முடிவு செய்யற விஷயமில்லை... ஒரு காலத்திலே, விஞ்ஞானம்னா கண்ணுக்கும் புத்திக்கும் புரிஞ்சு, யதார்த்தபூர்வமா நடக்கிற நிகழ்ச்சிகளைப் பத்திய விவரம்னு நினைச்சாங்க. ஆனா இப்பொ ஐன்ஸ்டீன்ங்கிறவரு விஞ்ஞானத்தை ஒரு தத்துவமாக்கி, நடைமுறைக்கு அப்பாலிருக்கிற நுணுக்கங்களைப் பத்தியும் கற்பனைபூர்வமா புரிஞ்சுக்க முயல்றதும் விஞ்ஞானந்தான்னு ஆக்கிட்டாரு. இப்படியிருக்கிறப்போ, ரெண்டும் ரெண்டும் நாலுங்கிற வார்த்தையை வைச்சுகிட்டு, கடவுள் உண்டா இல்லையான்னு எப்படீங்க சொல்ல முடியும்?''

ராமய்யா அவனைச் சிறிதுநேரம் உற்றுப்பார்த்தார். அவன் சொன்னது - அவருக்கு புரிந்தும் புரியாமலுமிருந்தது என்பது அவர் பார்வையினின்றும் தெரிந்தது.

இருவரும் அப்பொழுது குடியானவத் தெருவில் ராமய்யாவின் வீட்டருகில் நின்றுகொண்டிருந்தார்கள்.

''நான் மீன் கொளம்பும் புடலங்கா கறியும் வைச்சிருக்கேன், சாப்பிட வாறீங்களா?''

ராமய்யா இதற்குமேல் கடவுளைப் பற்றிய விவாதத்தைத் தொடர விரும்ப வில்லை என்று கோபால் புரிந்துகொண்டான்.

''வேண்டாங்க, வடிவேலு சாப்பாடு வச்சிருப்பாரு... நான் வரேன்.''

ராமய்யாவுக்கு ஐம்பது வயதிருக்கலாம். ஒண்டிக் கட்டை, தாமே சமைத்துச் சாப்பிடுகிறார்.

கண்ணையா நாயுடுவுக்கும் கல்யாணம் ஆகவில்லை. அவர் வீட்டில் அவரும், அவருடைய வயதான தாயும் இருந்தார்கள். கல்யாணம் ஆகவில்லையே யொழிய, மற்றபடி கண்ணையா நாயுடுவின் பெயர் பிரசித்தம்.

அவருக்கும் ஐம்பது வயதுதானிருக்கும், நல்ல முறுக்கேறிய உடல். அவரைப் பார்த்தால் முப்பது வயதுக்கு மேல் மதிப்பிட முடியாது. பெண் விஷயங்களைப் பொருத்தவரையில், அவரைப் பற்றி இவ்வளவு கதைகள்

வழங்கும்போது, அவரால் தம் இளமையை எவ்வாறு இப்படிக் காப்பாற்றிவர முடிகின்றது என்று கோபாலுக்குப் புரியவில்லை. எப்பொழுதும் மழித்துவிட்டாற் போன்ற முகம். பரம்பரைச் செல்வம் முகத்தில் தோற்றுவித்த ஓர் அலட்சிய பாவனை. பேச்சில் ஒரு விட்டெறிந்த போக்கு. ராமய்யாவை அவர் 'கள்ளப் பய' என்று குறிப்பிட்டது அவன் நினைவுக்கு வந்தது.

''எங்கே சாப்பாட்டுக்கா?'' கோபால் திரும்பினான். கிருஷ்ணசாமி நாயுடு, திருவாரூரில் மாவட்டப் பள்ளித் தலைமையாசிரியராக இருந்து ஓய்வு பெற்றவர். அந்தக் கிராமத்திலேயே சுமாரான படிப்பு உள்ளவர் அவர்தான். அவன் அங்கு வந்தபிறகு 'படித்த இளைஞன்' என்ற முறையில் அவனுக்கு ஒரு மதிப்பு ஏற்பட்டிருந்தது, அவர்பால் சிறிது பொறாமை உணர்ச்சியைத் தூண்டியிருக்கலாமென்று அவன் சிற்சில சமயங்களில் நினைப்பதுண்டு. அவர் பேச்சும் செய்கையும் அப்படித்தானிருந்தன. அவன் பேசறதை வைச்சுக்கிட்டுப் பார்க்கறப்போ அவன் காலேஜ் பக்கமே போயிருக்க மாட்டான்னுதான் தோணுதுன்னு அவர் ராமய்யாவிடம் ஒரு சமயம் கூறியதாக அவனுக்குத் தெரிய வந்தது. 'அவரு காலேஜ்லே படிச்சாரு, படிக்கலே அதைப் பத்தி உங்களுக்கு என்னய்யா?' என்று ராமய்யா பதிலுக்குச் சீறி விழுந்ததாகவும் அவன் கேள்விப்பட்டான்.

கிருஷ்ணசாமி நாயுடுவை பெரிய பணக்காரர் என்று சொல்ல முடியாது. சாப்பாட்டுக்குக் கொஞ்சம் நிலமிருந்தது. இதைத் தவிர, வேலையிலிருந்து ஓய்வுபெற்றபோது அடைந்த பிராவிடண்ட் ஃபண்ட் பணம். அவர் மனைவி எப்பொழுதோ இறந்து போய்விட்டாள், குழந்தையில்லை. அவருடன் இப்பொழுது இருக்கும் பெண் அவர் வேலை பார்த்த பள்ளிக்கூடங்கள் ஒன்றில் ஆரம்பப்பள்ளி ஆசிரியையாக இருந்தவள். அவள் கிறிஸ்தவ மதத்தைச் சார்ந்தவளென்றும், முஸ்லிம் பெண்மணி என்றும் இருவகையான அபிப்பிராயங்கள். சிங்கப்பூரிலிருந்த ஓர் உறவினருடைய பெண் என்றும், தாம் வளர்த்து வருவதாகவும் அவர் சொல்லிக்கொண்டார். அவளுக்கு முப்பத்தைந்து வயது இருக்கலாம். சிகப்பு நிறத்தைப் பார்க்கும்போது, முஸ்லிமாக இருக்கலாமென்று அவனுக்குப் பட்டது.

''உங்களுக்கு இங்கே எப்படிப் பொழுது போவுது?'' என்றார் கிருஷ்ணசாமி அவனருகில் வந்து.

அவன் பதில் சொல்லவில்லை. புன்னகை செய்தான்.

''படிச்சவங்க. அதுவும் உங்க மாதிரி சின்ன வயசுக்காரங்க கிராமத்திலே ஒண்ணுமே செய்யாமே சும்மா உக்காந்துகிட்டிருக்கிறதுன்னா, சிரமம்தான்.''

கிருஷ்ணசாமி கையில் குடை வைத்திருந்தார். கோபால் சற்று விலகி நடப்பதைப் பார்த்ததும் சொன்னார், ''இப்படித்தான் வாங்களேன், குடையிலே போவோம்... எவ்வளவு வெயிலா இருக்குது?''

''பரவாயில்லை...'' என்றன் கோபால்.

''டில்லி வெயில் இன்னும் கடுமையில்லே?''

''ஆமாம்.''

''குளிரும் அதிகம்; வெயிலும்கூட. டில்லியைப் போய் ஏன் 'காபிடலா' வச்சிகிட்டிருக்காங்க?''

இந்த விவாதத்தில் பங்குகொள்ளவேண்டிய அவசியமில்லை என்று கோபாலுக்குப் பட்டது. பேசாமலிருந்தான்.

''என்ன பேசாம இருக்கீங்க?''

''எதெப் பத்தி?''

''டில்லியை ஏன், 'காபிடலா' வச்சிருக்காங்க?''

''இதெப்பத்தி நான் யோசிச்சுப் பார்க்கலே...''

கிருஷ்ணசாமி அவனைக் கீழ்க்கண்ணால் பார்த்துவிட்டுப் புன்னகை செய்தார். உன்னைப் போய் எல்லோரும் படிச்சவன் கிடிச்சவங்கிறாங்களே என்று சொல்வது மாதிரி இருந்தது அந்தப் பார்வை.

''துலுக்கனுக்கு டில்லி 'காபிடலாக' இருந்தது. வெள்ளைக்காரன் கொஞ்சநாள் கல்கத்தாவை 'காபிடலா' வச்சிக்கிட்டிருந்தான். அப்புறம்... அவனும் டில்லிக்கே வந்துட்டான்.''

தாம் எழுப்பிய கேள்விக்குத் தாமே பதில் சொல்லிவிட்ட திருப்தியுடன் அவர் அவனைப் பார்த்தார்.

''இதுதானுங்களா காரணம்? இத்தனை நாளா எனக்குத் தெரியலியே?'' என்றான் கோபால். கிண்டலின் சாயை கொஞ்சம் கூடப் படாதவாறு அவன் இதைச் சொன்னான்.

''டில்லியிலே இருந்திருக்கீங்க, இத்தனை வருஷமா இதுகூட...'' அவர் மேலே சொல்லாமல் நிறுத்திக்கொண்டார். ''தெரியலிங்களே?'' என்று சொல்ல வந்திருப்பாரென்று அவனுக்குத் தோன்றியது. ஆனால், திடீரென்று தோன்றிய அடக்க உணர்வோ அல்லது அதிகம் பழகியிராத ஒருவரிடம் இப்படிப் பேசலாமா என்ற மரியாதைப் பண்போ எதுவோ ஒன்று அவரை மேலே தாம் சொல்ல வந்ததைச் சொல்லவிடாமல் தடுத்துவிட்டது. 'துலுக் கனுக்கு' என்று அவர் எந்தவிதத் தயக்கமுமில்லாமல் சொன்னாரே அப்படியென்றால் அவர்கூட இருக்கும் அந்தப் பெண்மணி, ஒரு வேளை முஸ்லிம் இல்லையோ? அவள் முஸ்லிமாக இருந்தால், அவர் 'துலுக்கன்' என்று சொல்லியிருக்க மாட்டாரென்று எதற்காக எதிர்பார்க்க வேண்டும்? அவரைப் பொருத்தவரையில் அவள் ஒரு பெண், அவ்வளவுதான்.

''இந்தக் காலத்துப் படிப்பே இப்படித்தான். வாழ்க்கைக்கு என்ன தேவையோ அதைச் சொல்லிக்கொடுக்க மாட்டாங்க'' என்றார் கிருஷ்ணசாமி.

கோபால் ஒன்றும் பதில் கூறாமல் வயல் வரப்புகளைப் பார்த்துக் கொண்டு வந்தான்.

''ஒவ்வொரு தடவையும் ஒரு அரசியல் கட்சி பதவிக்கு வரப்பொ, கல்வித் திட்டங்களை மாத்திக்கிட்டே வராங்க... புள்ளைக எதைப் படிச்சு உருப்படப் போவுது?''

''ஆமாம்... நீங்க சொல்றது 'கரெக்ட்' ''

''நீங்க என்ன படிப்புப் படிச்சிருக்கீங்க, சோஷியாலஜியா?''

''ஆமாம்.''

''கண்ணையா நாயுடு சொன்னாரு, அதனால்தான் எனக்குத் தெரியும்... நீங்க நாயுடுவை ஒரு தடவை சந்திச்சதா சொன்னாரு.''

''ஆமாம்...''

''நீங்க கம்யூனிஸ்ட்காரரோட இருக்கீங்க - அவரு கண்ணையா நாயுடுவைப் பத்தி என்ன சொன்னாரோ எனக்குத் தெரியாது... ஆனா நாயுடு ரொம்ப நல்லவரு. பரம்பரை பணக்காரருங்கிறதுக்கு ஏத்தமாதிரி ஒரு பெரும் போக்கு. நீங்க அவரை அடிக்கடிப் பாருங்க. அப்பொத்தான் அவரு எவ்வளவு தங்கமானவருங்கிறது உங்களுக்குப் புரியும்.''

வடிவேலு கடை வந்ததும் கோபால் நின்றான்.

''இவன் கடையிலேதான் சாப்பாடா?''

''ஆமாம்.''

''இவன் என்னத்தைப் பண்ணிப்போடறான். சாப்பிடறீங்க?''

''ஏதோ பரவாயில்லே...''

''நாயுடு சொல்லிகிட்டிருந்தாரு. அவங்க வீட்லேகூட நீங்க சாப்பிடலாம்னு. அவரையும் அவரோட வயசான அம்மாவையும் தவிர வேறு யாருமில்லை. சாக்கோட்டைப் பய ஒருத்தன் சமைக்கிறான் பாருங்க, நளபாகந்தான். எங்கே கத்துக்கிட்டானோ தெரியலே. பாப்பான் தோத்தான், அவன் சாம்பார் வச்சான்னா...''

''நல்ல சாப்பாடு வேணும்னா அவரோட தங்கலாங்கிறீங்க.''

''சாப்பாட்டுக்கு மட்டுமில்லே. நாயுடு வீட்டுப் பிள்ளே, அதுவும் அம்மா ஐயமாரு வீட்டுப் பொண்ணு. இப்படி ஒரு... என்னதான் சொன்னாலும் ஜாதி ஜாதிதானே, அதுக்காகச் சொல்றேன்.''

''சரி நான் அப்பொ வரட்டுங்களா?'' என்று சொல்லிக் கொண்டே அவர் பதிலுக்குக் காத்திராமல், கோபால் வடிவேலுவின் கடையில் நுழைந்தான்.

அவனைக் கண்டதும், பெஞ்சில் படுத்துக்கொண்டிருந்த வடிவேலு எழுந்து உட்கார்ந்தான்.

''வாங்க...''

''வரப்போ நேரமாயிடுச்சி''

வடிவேலு புன்னகையுடன் உள்ளே சென்றான்.

இலையைக் கொண்டு போட்ட வடிவேலு கேட்டான்: ''கிட்டப்பா என்ன சொல்றாரு?''

'கிட்டப்பா?' என்று ஒரு கணம் யோசித்த கோபாலுக்குக் கிருஷ்ணசாமி நாயுடுவின் இன்னொரு பெயர் கிட்டப்பா என்பது நினைவுக்கு வந்தது. ''ஓ... அவரா? நான் கண்ணையா நாயுடு வீட்டிலேயே தங்கலாம்னு யோசனை சொல்றாரு. ஒரு சாக்கோட்டைப் பையன் இருக்கானாம். அபாரமா சமைக்கிறானாம்.''

''நீங்க என்ன சொன்னீங்க?''

''நான் என்ன சொல்றது? நான் உங்க கடையை விட்டு வேறெ எங்கேயும் சாப்பிடப் போறதா இல்லே. போறுங்க... எவ்வளவு சோறு வக்கறீங்க?''

''நல்லா சாப்பிடுங்க. இல்லாட்டி வடிவேலு பட்டினி போட்டுக் கொன்னுட்டாம்பாங்க. நீங்க கொடுக்கற காசு எனக்கும் செரிக்க வேணாம்?''

''உங்களுக்குக் காசு கொடுக்கணும்னா, எனக்கு அஜீரணம் உண்டாகணும்ங்கிறீங்களா. இத்தனை சோறு தின்னா எப்படி?''

வடிவேலு சிரித்துக்கொண்டே சாம்பாரை ஊற்றினான்.

''என்னை, இந்த இடத்திலேந்து கிளப்பப் பாக்கறாங்க. தெரியுங்களா?''

கோபாலுக்கு அவன் சொன்னது புரியவில்லை. நிமிர்ந்து பார்த்தான்.

''இந்தக் கடை ரோடு பக்கத்திலே இருக்குதாம். பஸ் போகவர இடைஞ்சலா இருக்குதுன்னு உடனே கடையைக் கட்டுங்கிறாங்க.''

''யாரு?''

''நேத்து கண்ணையா நாயுடுவோட அடியாள் இருக்கானே? பூங்காவனம் பய. அவன் வந்து சொன்னான்.''

''அவன் யாரு இதை வந்து சொல்ல?''

''அதெத்தான் நானும் கேட்டேன். உடனே சத்தம் போடத் தொடங்கிட்டான். 'போலீஸைக் கூட்டியாரவா'ன்னு திமிரா பேசுறான். நாயுடு அனுப்பிச்சுத் தான் அவன் வந்திருக்கான்னு எனக்குப் புரிஞ்சுது.''

''இத்தனை நாள் இல்லாமெ திடீர்னு அவங்களுக்கு எப்படித் தெரிஞ்சுது, போக்குவரத்துக்கு இடைஞ்சல்னு?''

''அதையும் நான் விடலே. கேட்டேன்... அதுக்குச் சொல்றான். 'கம்யூனிஸ்ட்காரங்க இங்கே வராங்க, கூட்டம் போடறாங்க, அதனாலே இந்த இடத்தை மருவாதையா காலி பண்ணாட்டி ஒளிச்சுபுடுவேன் ஒளிச்சுன்னு' ஒரேயடியா கூப்பாடு போட்டான். 'நீ போடா, உன் பாட்டன் வந்தாலும் நான் போகமாட்டேன்'னு நான் சொல்லிட்டேன் - கொஞ்சம் கறி வச்சுக்கிறீங்களா?''

''போறும், போறும்... ஆமாம், நீங்கள் அவனை முந்திக்கிறதுக்கென்ன. கடையிலே வந்து கலாட்டா பண்றான்னு போலீஸ்கிட்டே ரிப்போர்ட் செய்யறதுக்கென்ன?''

''போலீஸ்கிட்டே சொல்லி என்னங்க நடக்கப்போறது? நாயுடுதான் இந்த ஊர் ராசா. அவர் சொல்றபடி கேக்கப் போறாங்களா, டீ ஆத்திக்கிட்டிருக்கிற என்னோட சொல் ஏறப் போவுதா?''

''நான் வேணா நாயுடுவைக் கண்டு பேசிப் பாக்கட்டுமா?''

''நாயுடுவைப் பத்தி உங்களுக்குத் தெரியாது. எனக்கு நல்லாத் தெரியும். கம்யூனிஸ்ட்காரங்களுக்கு எதிராக சுத்து வட்டாரத்திலே இருக்கிற கிராமத்துப் பண்ணையாளுக, மிராசுதாருங்க எல்லோரையும் சேத்து ஒரு புதுச் சங்கம் ஏற்படுத்தணும்னு அவரு முயற்சி செய்துகிட்டு வாராரு... இங்கே டீ குடிக்க வர பண்ணையாளுகளை நான் அந்தச் சங்கத்திலே சேர்த்துத் தந்தா, கள்ளுக்கடை வைக்க லைசென்சு வாங்கித் தரேன்னு பூங்காவனம் பயகிட்டே பத்துநா முன்னாலே சொல்லி அனுப்பிச்சாரு. நான் முடியாதுன்னுட்டேன். அதான் அவ்வளவு கோபம் அவருக்கு.''

''நாயுடு எந்தக் கட்சி?''

''எந்தக் கட்சியா? எந்தக் கட்சி பதவியிலிருக்குதோ அந்தக் கட்சி அவரு. இல்லாட்டி முப்பது வருஷமா இந்த ஊர்லே ராசாவா இருக்கமுடியுமா?''

கோபால் எழுந்துபோய் கைகளைக் கழுவிக்கொண்டு வந்தான்.

ராமய்யாவுக்கு இது தெரிந்திருக்கும்; இருந்தாலும் அவர் தன்னிடம் இதைப் பற்றி ஏன் சொல்லவில்லை? உள்ளூர் அரசியலில் நான் கலந்துகொள்ள விரும்பவில்லையென்று அவரோடு தங்க ஆரம்பித்த நாளன்றே தான் சொன்னதின் காரணமாக இருக்கலாம். ஆனால் கண்ணெதிரே, பணம் படைத்த பலத்தினால் ஒருவன் அக்கிரமம் செய்ய முயலும்போது, தான் அதை வெறுமனே பார்த்துக்கொண்டு வாளாயிருப்பது நியாயமாகுமா? - 'வெற்றி அடையும் பக்கம் சாய்வதோ, இல்லாவிட்டால், செய்கை என்று வரும்போது அலிகளாக இருந்து விடுவதோதான் இந்நாட்டு இன்டெலக் சுவல்களுடைய கொள்கைத் தர்மமாக இருந்து வந்திருக்கிறது' இது சரித்திரம் கூறும் உண்மை. சரித்திரத்தைப் பொய்யாக்கக் கூடாது என்று தானும் பேசாமல் இருந்துவிடலாம். ஆனால்...

''நேத்து பூங்காவனம் பய வந்து கூப்பாடு போட்டதெல்லாம், ராமய்யாவுக்குத் தெரியுங்களே, அவர் உங்ககிட்டே ஒண்ணும் சொல்லலியா?''

''நேத்து ராத்திரி நேரம் கழிச்சு வந்தாரு, நான் தூங்கிட்டேன். இன்னிக்குக் காலையிலே அவர் சீக்கிரம் புறப்பட்டுப் போயிட்டாரு, பாக்கலே.''

தான் எதற்காகப் பொய் சொல்ல வேண்டுமென்று கோபால் ஒரு கணம் யோசித்தான். ராமய்யா இதைப் பற்றித் தன்னிடம் சொல்லவில்லை யென்றால் தானும் சொல்லியிருக்கக் கூடாதோ என்று வடிவேலுக்கு ஒருவிதமான கூச்சம் ஏற்பட்டிருக்கக்கூடும் அல்லது ராமய்யாவுக்குத் தன் பிரச்னையைப் பற்றி அவ்வளவு அக்கறை இல்லையோ என்ற சந்தேகம் அவனுக்கு உண்டாவதற்கும் இடமிருக்கிறது. புரை தீர்ந்த நன்மை பயக்குமென்றால், பொய் சொல்வதில் தவறில்லை. தி ஓல்ட் மேன் ஈஸ் ரைட்.

''நீங்களும் நாயுடுதாங்களா?''

வடிவேலுவின் கேள்வி அவனைச் சிறிது அதிர்ச்சிக்கு உள்ளாக்கியது. இது குற்றச்சாட்டா அல்லது செய்தி அறியும் ஆவலா?

''ஆமாங்க. அப்பா நாயுடு.''

''அப்படின்னா?''

''எப்படி வேணுமானாலும் வச்சுக்கங்க. நான் உங்க விஷயமா கண்ணையா நாயுடுவை ஒரு தடவை பார்க்கலாமான்னு பாக்கறேன்.''

''பாருங்க. அவரை எனக்கு நல்லாத் தெரியும். தான் புடிச்ச முசலுக்கு மூணே காலும்பாரு.''

''கம்யூனிஸ்ட்காரங்க இங்கே வராங்க, போறாங்கங்கிறதைத் தவிர நாயுடுவுக்கு உங்க பேரிலே கோபம் ஏற்பட வேற காரணம் இருக்குதா?''

வடிவேலு சிறிதுநேரம் பேசாமலிருந்தான். பிறகு சொன்னான், ''கண்ணையா நாயுடுவோட அப்பன்தான் என்னோட அப்பன்.''

கோபால் திடுக்கிட்டான். ''என்ன சொல்றீங்க?''

''கண்ணையா நாயுடுவோட அப்பனுக்கு வப்பாட்டி வளியிலே பொறந்த மவன் நான். இப்போ புரிஞ்சுதுங்களா?''

கோபாலுக்கு என்ன பதில் சொல்வதென்று தெரியவில்லை. திகைப்புக்கு உள்ளாகிய நிலையில் மௌனமாக இருந்தான். நாயுடு இனத்தின்மீதே ஏற்பட்டுள்ள வெறுப்பின் காரணமாகத்தான் 'நீங்களும் நாயுடுதானுங்களா?' என்று கேட்டிருப்பானோ? இவ்வளவு சுலபமாக வடிவேலுவினால் இதைச் சொல்ல முடிகிறதென்றால், இந்த ஊரிலுள்ள அனைவருக்கும் இது தெரிந்திருக்கும். ஆனால் ஒருவரும் அவனிடம் இதைப் பற்றிச் சொல்ல வில்லை. ஏன்? - சொல்லக்கூடாதென்ற காரணத்தினால் சொல்லவில்லை

என்று ஏன் நினைக்கவேண்டும்? நகர வாழ்க்கையினால் தன்பால் விளைந்து விட்ட மனத்தடைகள் தாம் தன்னை இவ்வாறு நினைக்கத் தூண்டு கின்றனவோ? வடிவேலு, கண்ணையா நாயுடுவின் தந்தைக்கு ஒரு 'வப்பாட்டி' மூலம் பிறந்த மகன் என்பதை இந்தக் கிராமத்து மக்கள் ஒரு பெரிய விஷயமாகப் பாராட்டாமல் இருக்கலாம். ஒரு பிரபுத்துவ சமூக அமைப்பில் இவையெல்லாம் சர்வசாதாரணமான நிகழ்ச்சிகள்!

''கண்ணையா நாயுடுவோட அப்பன் இருந்தாரே திருமலை நாயுடு, அவருக்கு இங்கேயிருந்து தொடங்கி சின்ன திருவாரூர் வரைக்கும், ஊர் ஊரா வப்பாட்டி.''

''கண்ணையா நாயுடுவும் அவரோட அப்பன் மாதிரிதான்னு சொல்றாங்க இல்லையா. ஆனால் கல்யாணம் கட்டிக்கலே?''

வடிவேலு சிரித்தான். கோபால் சொன்னதை ஆமோதிக்கும் இணக்கமான சிரிப்பு என்பதைக் காட்டிலும், அதில் ஏளனத்தின் சாயை கலந்திருந்தது.

முகத்தில் வழிந்த வியர்வையை மேல் துண்டினால் துடைத்துக் கொண்டே அவன் சொன்னான்: ''தானும் அப்பன் மாதிரிதான்னு காட்டிக்கப் பாக்கறாரு?''

''காட்டிக்கவா?''

''ஆமாம், காட்டிக்கத்தான்...'' என்று சொல்லிவிட்டு மறுபடியும் சிரித்தான் வடிவேலு.

''இத்தனை வப்பாட்டிக வச்சுக்க தனக்கு அந்தஸ்து இருக்குங்கிறதைக் காட்டிக்கவா? அப்படின்னா அடிப்படையிலே அவரு நல்லவரு.''

''நல்லவரு!'' வடிவேலுவின் முகத்தில் ஒரு பரிகாசப் புன்னகை.

தான் 'நல்லவரு' என்று சொல்லியிருக்க வேண்டாமென்று கோபாலுக்குத் தோன்றியது.

''இந்த விஷயத்திலே, நல்லவரா இருக்கிறதைத் தவிர அவருக்கு வேறு வழியில்லே, யார்கிட்டே போய் முட்டிக்கிறது?'' என்றான் வடிவேலு.

அப்பொழுது ஒரு பையன் அவசரமாகக் கடைக்குள் நுழைந்தான்.

''கோபால் சார். உங்களைத் தேடிக்கிட்டு யாரோ வந்திருக்காங்க...!'' என்றான் அவன் குரலில் அதிசயம் பொங்க.

''என்னையா?''

''உள்ளே கூட்டியாடாலெ...'' என்றான் வடிவேலு. பையன் மிகுந்த உற்சாகத்துடன் வெளியே ஓடினான்.

சிவாவைக் கண்டதும் கோபால் ஆச்சரியத்தால் வாயடைத்து நின்றான்.

3

சிவா திடீரென்று எப்படி இங்கு வந்து முளைத்தான் என்று கோபாலுக்குப் புரியவில்லை. தில்லியிலிருந்து வருகிறான் போல் இருக்கிறது. கையில் பெட்டி படுக்கை. அவனுக்கு இந்தப் பக்கத்தில் தெரிந்தவர்களோ, உறவினரோ யாரும் இல்லை. தன்னைத் தேடிக்கொண்டுதான் வந்திருக்கிறான். எதற்காக? ஒரு வருஷத்துக்கு முந்திதான் - ஏன் ஒரு வருஷம்? அநேகமாக இரண்டு வருஷம் இருக்கும் - வந்த புதிதில் இவனுக்கு நான் கடிதம் எழுதினேன், பிறகு எழுதவேயில்லை. இதற்கு என்ன காரணம் கூறமுடியும்? தில்லிச் சூழ்நிலையில் இருந்து எவ்வளவு தூரம் தன்னைப் புறப்படுத்திக்கொண்டு வாழ முடியும் என்று முயற்சி செய்தேன் என்று சொல்லலாமா? இவன் வந்திருப்பது நல்லதுதான். இவனிடம் நிறையப் பேச இருக்கிறது. நான் சொல்வதை நீ அப்படியே ஏற்றுக்கொள்ளமாட்டாய் என்று எனக்குத் தெரியும். இருந்தாலும் உன்னுடன் நான் விவாதித்துத்தான் ஆகவேண்டும்.

கோபால் தன்னைக் கண்டதும் ஆச்சரியத்தால் வாயடைத்து நிற்பான் என்பதை சிவா எதிர்பார்க்காமலில்லை. ஆனால் என்ன பேசுவதென்று தெரியாமல், தான் எதிர்பார்த்த அளவுக்கு இன்னும் அதிகமாகவே கோபால் செயலற்று நிற்பான் என்று நான் நினைக்கவேயில்லை. இதற்கு என்ன காரணம்? நான் இவனைத் தேடிக்கொண்டு வந்திருப்பதை இவன் விரும்பவே இல்லையா? இந்தச் சின்னக் கடையில்தான் இவன் சாப்பிடுகிறான் போல் இருக்கிறது. இவன் இங்கு என்ன செய்து கொண்டிருக்கிறான்? லக்னௌ குர்த்தாவும், பைஜாமாவும்? இந்தக் கிராமத்து மக்கள் உன்னை எப்படி ஏற்றுக்கொண்டிருக்கிறார்கள்? இரண்டு வருஷமாக எப்படி உன்னால் இந்தக் கிராமத்தில், கெடியாரத்தைத் தூக்கி எறிந்துவிட்டு இருக்க முடிந்தது?

''நான் அதிர்ச்சி அடைந்திருக்கிறேன் என்று சொல்வது என் மனநிலையைக் குறைத்துச் சொல்வதாகும்'' என்றான் கோபால்.

''மொகம்மதைத் தேடிக்கொண்டுதான் மலை வரவேண்டும்'' என்றான் சிவா.

''என்ன சின்ன உலகம் இது?''

''நம்பிக்கை எவ்வளவு பெரியது?''

''நம்பிக்கையா?''

''ஆமாம், நம்பிக்கைதான். நீ இங்கு வந்த புதிதில் போட்ட கடித பலத்தை வைத்துக்கொண்டு, உன்னைத் தேடி வந்திருக்கிறேன் பார்.''

''நான் கடிதம் எழுதவில்லை. ஒப்புக்கொள்கிறேன். என் குற்றத்தை ஒப்புக்கொள்வதைத் தவிர வேறு வழியில்லை.''

''சார், நம்ம சிநேகிதருங்களா?'' என்று வடிவேலு கேட்டபோதுதான் தாங்களிருவரும் ஆங்கிலத்தில் உரையாடிக் கொண்டிருக்கிறோம் என்ற உணர்வு கோபாலுக்கு வந்தது. தில்லிச் சூழ்நிலையை விட்டு தன்னை புறப் படுத்திக் கொள்வது என்பது சாத்தியமா? சிவாவைப் பார்த்ததும், தமிழ் நாட்டு கிராமச் சூழ்நிலையை விட்டு ஆயிரத்தைந்நூறு மைல்களுக்கு அப்பால் உள்ள தில்லிச் சூழ்நிலைக்கல்லவா போய்விட்டோம். ஆங்கிலத் தில் பேசியிருக்க வேண்டியது அவசியந்தானா?

''ஆமாங்க, தமிழ்காரர்கள். டில்லியிலேருந்து வந்திருக்காரு. நமக்கு ரொம்ப சிநேகிதம். சின்ன வயசிலேந்து... சிவான்னு பேரு. சிவா, இவர்தான் வடிவேலு. இவர்தான் எனக்கு சோறு போட்டுக்கிட்டிருக்காரு.''

''நீங்க என்ன ஒரு பக்கம், சும்மாவா போட்டிருக்கேன்? காசு வாங்கிட்டுப் போடறேன். அதுக்குள்ளாற என்னை கர்ண மகாராசாவா ஆக்கிட்டீங்களே?''

''நீங்க கர்ண மகாராசாவோ, என்னவோ. எனக்கு நீங்க இப்போ சோறு போடணும். ரொம்பப் பசிக்குது'' என்றான் சிவா.

''வேண சோறு இருக்குது. வாங்க... உக்காருங்க. எலே, சாரோட பெட்டி படுக்கையை அந்த ஓரமா வை. சும்மா பல்லைக் காட்டிக்கிட்டு நிக்காதே.''

''உம் பேரு மாரிதானே?'' என்று கேட்டான் கோபால் அந்தப் பையனைப் பார்த்து.

''ஆமாங்க''

''ஒண்ணு செய்வியா?''

''என்னாங்க?''

''இந்தப் பெட்டி படுக்கையை எடுத்துக்கிட்டுப் போய் வாத்தியார் ராமய்யா வீட்லே வச்சிடறியா?''

''சரிங்க.''

அந்தப் பையன் மிகுந்த உற்சாகத்துடன் பெட்டியையும் படுக்கையையும் எடுத்துக்கொண்டான்.

''வாத்தியார்கிட்ட சொல்லு. என்னோட சிநேகிதர் ஒருத்தரு வடக்கேலேந்து வந்திருக்காரு, அவரையும் கூட்டிக்கிட்டு அரை மணியிலே வரேன்னு... என்ன?''

''வடக்கேந்துன்தானா? டில்லிதானுங்களே?''

'டில்லி' என்று அவனுக்குச் சொல்லத் தெரியாது என்று நினைத்து, அவன் ஆற்றலைக் குறைத்து மதிப்பிட்டு 'வடக்கே' என்று சொன்னதினால் அவனுக்கு 'ரோஷம்' ஏற்பட்டிருக்க வேண்டுமென்று கோபாலுக்குத் தோன்றியது. அதே சமயத்தில் சிவாவும் அவனைப் பார்த்துப் புன்னகை செய்தான்.

''வடக்கேன்னு சொல்றான்னா, டில்லியான்னு கேட்டுக்கிட்டு நிக்கறியா. அகராதி புடிச்ச பயலே, டில்லியை நீ ரொம்ப கண்டுட்டியோ?'' என்று சீறினான் வடிவேலு.

''பரவாயில்லே, டில்லின்னே சொல்லு தம்பி. இதிலே என்ன வந்தது'' என்றான் சிவா.

''அவரு ஏதாவது ஒரு காரணத்துக்காக டில்லின்னு சொல்ல வேண்டாம்னு பார்த்திருப்பாரு, அதுக்காகச் சொல்றேன்.''

''என்ன காரணம்?'' என்று கேட்டுவிட்டு, ஒன்றும் புரியாமல் கோபாலைப் பார்த்தான் சிவா.

''ஒன்றுமில்லாத சாதாரண விஷயங்களையும் ஒரு மந்திரமாக்கி, ரஸம் காணுவதுதான் நம் நாட்டு கிராம மக்களுடைய இயல்பு. தினசரி வாழ்க்கைக்கு இது முக்கியத்துவம் தருகிறது. அவர்களுடைய சுவா ரஸ்யத்தை நாம் கெடுக்கவேண்டாம்'' என்றான் கோபால் ஆங்கிலத்தில்.

''அப்படியானால், நீ இங்கு இருந்து வரும் இரண்டாண்டுகளும் வீணாகக் கழியவில்லை'' என்றான் சிவா புன்னகை செய்து கொண்டே.

அவர்களிருவரும் ஆங்கிலத்தில் பேசிக்கொண்டிருப்பதைப் பார்த்ததும் உள்ளே சென்றான் வடிவேலு.

''எதற்கு நீ இங்கு வந்தாய்? என் ஆவலை அடக்க முடியவில்லை'' என்றான் கோபால்.

''உன்னைப் பார்க்கத்தான்... இங்கே உன்னுடன் தங்கலாம் அல்லவா?''

'தங்கலாம்' என்று இயந்திர ரீதியாகச் சொல்லிவிட்டு, கோபால் ஏதோ யோசித்துக்கொண்டிருப்பதைப் பார்த்ததும், சிவாவுக்கு தான் அங்கு தங்குவது உசிதம் இல்லையோ என்ற சந்தேகம் ஏற்பட்டது.

''ஏதாவது அசௌகரியமாடா சொல்லு'' என்றான் சிவா.

''உங்கிட்டே நிறையப் பேசணும். எத்தனை நாள் லீவ் உனக்கு?''

''ரெண்டு மாசம்?''

''குட்''

வடிவேலு இலையைக் கொண்டு போட்டான்.

''சார் நம்மோட படிச்சவங்களா?'' என்று கேட்டான் வடிவேலு.

''ஆமாம்.''

''இலையைக் கழுவிக்குங்க. சாருக்கும் நம்ம ஊர்ப் பக்கந்தானா?''

''ஆமாம். சுவாமிமலைப் பக்கம், ஆதனூர்.''

''டில்லி பூரா அப்போ நம்ம தஞ்சாவூர் ஆளுகதான்னு சொல்லுங்க'' என்று சொல்லிக்கொண்டே சோற்றைப் பரிமாறினான் வடிவேலு.

கோபால் சிவாவைப் பார்த்துப் புன்னகை செய்தான்.

''திருவாரூர்லேந்து காலையிலே புறப்பட்டீங்களா?''

''ஆமாம், முதல் பஸ்லே.''

''முதல் பஸ்லியா? அப்படின்னா ஏன் இத்தனை நேரம்!''

''வழியிலே ப்ரேக் டவுன். ரிப்பேர் பண்ணி கிளம்பறதுக்குள்ளே ரெண்டு மணி நேரம் ஆயிடுத்து.''

''எந்த பஸ் இப்போ ஒழுங்காப் போவுது சொல்லுங்க... என்னங்க, குளம்புக்குப் போட்ட சோத்தையே மோருக்கு மிச்சம் வைக்கிறீங்க? சோறு கொண்டாறேன்; சோறு இருக்குது, பயப்படாதீங்க.''

''சோறு வேணாம், இது போறும்.''

''கோபால் சார், பட்டணத்துக்காரங்களே சாப்பிட மாட்டாங்களோ?''

''கெட்ட காத்துதான் எங்களுக்கு ஆகாரம், நல்ல சோறு பிடிக்காது'' என்றான் கோபால்.

''கோபால் சார்தான் ரொம்பக் குறைவா சாப்பிடறாருன்னு பார்த்தா, நீங்களும் அப்படியே சாப்பிடறீங்களே? உங்க மாதிரி கிராக்கிங்களுக்குச் சோறு போட்டுத்தான் பட்டணத்து ஓட்டல்காரங்க காசிலே துள்றானுவ. உங்க ரெண்டு பேருடைய சாப்பாடும் - போறான்களே இப்போ அந்தப் பையன் மாதிரி, அவனோட அரை வவுத்துக்குக் காணும்.''

''உழைக்கிறான், சாப்பிடறான்'' என்றான் கோபால்.

''சார் இங்கே காரியமா வந்திருக்கிங்களா, இல்லாட்டி...''

''கோபால் சார் மாதிரி திண்ணை தூங்கவான்னு கேக்கறீங்க. அப்படித்தானே?'' என்றான் கோபால்.

''சேச்சே... நீங்க என்னங்க? ஒரு பேச்சுக்குக் கேட்டேன்.''

''கோபால் சார் இங்கே ரெண்டு வருஷமா திண்ணைத் தூங்கியாத்தான் இருக்காரா?'' என்று புன்னகையுடன் கேட்டான் சிவா.

''நெசமா சொல்லப்போனா அவரு இங்கே என்ன செய்யறார்னு எனக்குத் தெரியாதுங்க; அவரு இருக்கிறது எங்களுக்கு ஒரு தெம்பா இருக்குது.''

''கடவுள் மாதிரி...''

''கடவுளா?''

''கடவுளும் சும்மா திண்ணைத் தூங்கியாத்தானிருக்காரு, உலகத்திலே நடக்கிற அக்கிரமத்தைப் பாத்திண்டு... ஆனா அவர் இருக்கார்ங்கிற நினைவு நமக்கு ஒரு தெம்பா இருக்கு இல்லியா?''

''கடவுளு பணக்காரங்க வூட்டுத் திண்ணையிலே தூங்கிக்கிட்டிருக்காரோ என்னவோ, இது அவங்களுக்கு ஒரு தெம்பா இருக்கலாம். என் மாதிரி ஏளை பாளைங்களுக்கு என்னங்க அதனாலே?''

''கண்ணையா நாயுடு வீட்டுக்குப் போனா, திண்ணையிலே கடவுளைப் பாக்கலாங்கிறீங்க. அப்படித்தானே?'' என்றான் கோபால்.

''நாயுடுவோட அம்மா திண்ணை மூலையிலே முடங்கிக் கிடப்பாங்க. அவங்களோட பேசிக்கிட்டிருப்பாரு'' என்றான் வடிவேலு.

''அவங்களோட பேசிக்கிட்டிருக்கிறதிலே என்ன பிரயோசனம்?'' என்று கேட்டான் கோபால்.

''ரெண்டு பேரையும் தூக்கி திண்ணையிலே எறிஞ்சாச்சு. யாராலே யாருக்குப் பிரயோசனம் சொல்லுங்க. என்னங்க, சோறு வேண்டாங்களா, கையை களுவப் புறப்பட்டுட்டீங்களே?''

சிவா கையை அலம்பிக்கொண்டு, கோபால் அருகில் வந்து உட்கார்ந்தான்.

''வடிவேலு நாஸ்திகரோ?'' என்று கேட்டான் சிவா.

''நான் நாஸ்திகன், ஆஸ்திகன்னு சொல்லிக்கொள்ற அளவுக்கு எனக்கு ஒரு தகுதியும் கிடையாதுங்க. நான் ஒரு டீக்கடைக்காரன். கடவுள் இருக்காரா இல்லையான்னு யோசிச்சுக்கிட்டு இருந்தேன்னா காசு சம்பாதிக்கிறது எப்படி, சொல்லுங்க?''

கோபால் சோம்பல் முறித்துக்கொண்டே எழுந்தான். ''சரி போகலாமா?'' என்று கேட்டான் சிவாவைப் பார்த்து.

''கண்ணையா நாயுடுவை பார்க்கப்போறீங்களா, என்ன விஷயமா?'' என்று வடிவேலு கோபாலை வினவினான்.

''ஆமாம், பார்க்கப்போறேன். என்ன சொல்றார்னு பார்ப்போமே.''

இருவரும் வெளியே வந்ததும் சிவா சொன்னான்: ''என்ன வெய்யில்?''

''உள்ளே ஒரு தோப்பு இருக்கு. அங்கே போய் உக்காந்தா வெயிலே தெரியாது. டில்லியிலே ரெட்ஃபோர்ட் திவானி காஸ்லே எழுதியிருக்கு பார் - அதே மாதிரி இங்கேயும் எழுதி வைக்கலாம்: 'இதுதான் சொர்க்கம்'னு மூணு தடவை...''

''இவ்வளவு மரங்களை வேறே எங்கேயும் நான் பார்த்ததேயில்லை. இட் ஈஸ் எ ப்யூட்டிஃபுல் வில்லேஜ்.''

இருவரும் மெயின் ரோட்டைத் தாண்டி கிழக்குப்புறமாக கிராமத்துக்குள் புகுந்தனர்.

''திருவாரூருக்கு எப்போ வந்தே?''

‘‘நேத்து சாயந்திரம்... என்னோட அனுபவத்தைப் பத்தி உங்கிட்டே சொல்லணும்.’’

‘‘திருவாரூர்லே ஓட்டல்லே தங்கியிருந்தியா?’’

‘‘ஆமாம்’’

‘‘அங்கே எந்த மாதிரி அனுபவம் ஏற்படும்னு எனக்குத் தெரியும். நீ சொல்ல வேண்டியதில்லே...’’

‘‘அனுபவத்தைப் பத்திச் சொல்லவரலே நான். மை ரியாக்ஷன் டு தி எக்ஸ்ப்ரியன்ஸஸ் - இது இன்னும் முக்கியம். நான் டில்லியிலேந்து கிளம்பினபோது...’’

‘‘ப்ளீஸ்... வீட்டுக்குப் போய் பேசலாம். கிராமத்தை நல்லா பாரு. இதுதான் எல்லைக் காவல் அம்மன் கோவில் - தி சென்டரி காட்ஸ்.’’

தான் இவ்வளவு உற்சாகத்துடன் அவனைப் பார்க்க வந்திருக்கிறபோது, கோபாலின் நிதானப் போக்கு - சிவாவுக்குச் சற்று ஏமாற்றத்தைத் தந்தது. தி கோல்ட் பாஸ்டர்ட் என்று மனத்துக்குள் சொல்லிக்கொண்டான். தெருவில் நின்றுகொண்டிருந்த பெண்களும் குழந்தைகளும், அவனை முறைத்துப் பார்த்தது அவனுடைய ‘தன் உணர்வை’ அதிகமாக்கியது. கோபால் ‘ப்ளீஸ்’ என்று மேலே பேசவிடாமல் தன்னைத் தடுத்திருந்ததாலும் ‘தன் உணர்வு’ உண்டாக்கிய ஒரு நிலைகொள்ளாத் தன்மையினாலும், அவனுக்கு திடீரென்று ஓர் இனம் புரியாத எரிச்சல் ஏற்பட்டு, அந்தக் கிராமத்தை விட்டு அக்கணமே போய்விட வேண்டுமென்று ஒரு வெறியைத் தந்தது.

‘‘இங்கேதான் கொஞ்சம் வசதியான குடும்பம்லாம் இருக்கு. இதுக்கு மேலை வீதின்னு பேரு. இதைத் தாண்டி அந்தப் பக்கம் போனா, குடியானவத் தெரு அதுக்கு...’’

‘‘இங்கே கைடா இருக்கியா நீ?’’ என்று கேட்டான் சிவா.

‘‘கைடா’’

‘‘கிராமத்தை வர்றவங்களுக்குச் சுத்திக்காமிக்க...’’

கோபால் அவனை ஒரு விநாடி உற்றுப்பார்த்தான்.

‘‘ஆர் யு அஃபென்டட்?’’

‘‘நோ... நோ...’’

‘‘சரி சொல்லு, உன்னுடைய ‘ரியாக்ஷனை’ப் பத்தி. டில்லியிலேந்து கிளம்பினபோது, கம்ஆன் சொல்லு.’’

சிவா பதில் கூறவில்லை.

தான் அவனுடைய உற்சாகத்தைப் புரிந்துகொள்ளாமல் மேலே பேச விடாமல் தடுத்தது தப்புதான் என்று நினைத்தான் கோபால். திருவாரூரில் என்ன அனுபவம் ஏற்பட்டிருக்கப் போகிறது? தெரிந்த விஷயந்தான். ஆனால்

இவனுடைய ரியாக்ஷன் முக்கியம் என்று சொன்னானே: 'தமிழ்நாட்டைப் பற்றிய ரியாக்ஷனா அல்லது திருவாரூரில் ஓட்டலில் தங்கியபோது அங்கு ஏற்பட்டிருக்கக்கூடிய அனுபவத்தைப் பற்றிய ரியாக்ஷனா?' தான் ஒன்றும் விசாரிக்காமல் அப்படிப் பேசியது தவறுதான். சிவாவைப் பற்றி எனக்கு நன்றாகத் தெரியும். மத்தியத் தர பிராமணக் குடும்பத்துக்குரிய கோழைத் தனத்தை மனசாட்சியாக எண்ணி மயங்குகிறவன். இந்த இரண்டாண்டுகளில் அவனிடம் மாறுதல் ஏற்பட்டிருக்காது என்று என்னால் எப்படிச் சொல்ல முடியும்? என்னிடம் ஏற்படவில்லையா... வடிவேலு சார்பாக, கண்ணையா நாயுடுவிடம் சென்று பேச வேண்டுமென்ற அளவுக்கு ஏற்பட்டிருக்கிறது.

ராமய்யா வீட்டுத் திண்ணையில் உட்கார்ந்திருந்தார்.

''வாங்க... மாரிப்பய வந்து சொன்னான். சாப்பிட்டீங்களா?''

''சாப்பிட்டாச்சு...''

''வடிவேலு கடையிலயா?''

''ஆமாம். உள்ளே வா சிவா, குனிஞ்சு வா...''

''மனுசங்க கர்வப்படக் கூடாதுங்கிறதுக்காகத்தான் இப்படி வாசப்படி...'' என்றார் ராமய்யா.

உள்ளே சென்று அவர் ஒரு பாயை விரித்தார். மூவரும் உட்கார்ந்தார்கள்.

''தம்பி பேரு என்ன சொன்னீங்க, சிவாவா?''

''ஆமாம்''

''தம்பி டில்லியிலே வேலையாயிருக்கீங்களா?''

''ஆமாம். கோபாலைப் பார்த்து ரெண்டு வருஷமாறது. லீவ் எடுத்திண்டு வந்திருக்கேன்.''

''தம்பியும் உங்க படிப்புதானா?'' என்று கேட்டார் ராமய்யா கோபாலைப் பார்த்து,

''இல்லே... அவன் சயன்ஸ்.''

''இங்கே யாராவது உறவுக்காரங்க இருக்காங்களா?''

''இல்லே... இங்கே என்னோட தங்கலாமான்னுதான் உங்களைக் கேக்க நினைச்சேன். உங்களுக்கு இதிலே ஆட்சேபனை இருந்தா.''

''எனக்கு என்னங்க? நீங்க சொன்னா சரி. உங்க சிநேகிதரு. நானோ ஒண்டிக் கட்டை, எனக்கென்ன சிரமம்?''

''நான் ஒருத்தனே இங்கே போதாதான்னு இன்னொரு ஆளையும் கூட்டிக்கிட்டு...''

''நீங்க ஒண்ணு. இடம் இருக்கிறப்போ எவ்வளவு பேர் இருந்தா என்ன? வந்த விருந்தாளியையும் வச்சிக்கிட்டு இப்படிப் பேசறீங்களே. நல்லாவா இருக்குது?''

ராமய்யா வெற்றிலைப் பெட்டியினின்றும் காய்ந்த வெற்றிலை ஒன்றை எடுத்து கையால் துடைத்தார்.

''வெத்திலே வாங்கியாரணும், மறந்துட்டேன்.''

''வெத்திலை வாங்கிட்டு வரட்டுமா?'' என்றான் கோபால்.

''அக்னி நட்சத்திரம் என்னமா கொளுத்துது. வெத்திலை வாங்கியாரவான்னு கேக்கறீங்களே? இது போதும் இப்போதைக்கு'' என்று கூறிக்கொண்டே சுருள் சீவலை வெற்றிலையில் வைத்து அதை மடித்து வாயில் போட்டுக் கொண்டார் ராமய்யா. ஒரு சிறிய தகர டப்பாவினின்றும், புகையிலையைக் கட்டை விரலாலும் ஆள்காட்டி விரலாலும் எடுத்து இடப்பக்கக் கன்ன ஓரத்தில் அடக்கினார்.

''நீங்க வெத்திலை போடறதுண்டா?''

''இல்லே'' என்றான் சிவா.

''பல்லைப் பாத்தா தெரியுது, போடமாட்டீங்கன்னு. எங்க பல்லைப் பாருங்க.. கம்யூனிஸ்ட்னு உடனே சொல்லிடுவாங்க'' என்று சொல்லிவிட்டு, தம் நகைச்சுவையைத் தாமே ரசிப்பதுபோல் பெரிதாக வாய்விட்டுச் சிரித்தார் ராமய்யா.

''அப்போ உங்க கணக்குப்படி பாத்தா தஞ்சாவூர் ஜில்லாக்காரங்க எல்லோருமே கம்யூனிஸ்டுங்கதான்'' என்றான் கோபால்.

ராமய்யா இன்னும் பலமாகச் சிரித்தார்.

''ராமய்யா சார் கம்யூனிஸ்ட். இங்கே கிஸான் மூவ்மெண்ட்லே இருக்காரு'' என்றான் கோபால் சிவாவிடம்.

''திருவாரூர்லே சொன்னாங்க. இங்கே கிஸான் தகராறு நடந்துண்டிருக் குன்னு. என்னையும் கம்யூனிஸ்ட்டான்னு நான் தங்கியிருந்த அந்த லாட்ஜ்காரரு கேட்டாரு'' என்றான் சிவா.

''பாத்தீங்களா தம்பி. கிஸான் தகராறு நடந்துகிட்டிருக்காமே? எப்படிப் புரளியைக் கிளப்பி விடறாங்க பாத்தீங்களா? எல்லாம் கண்ணையா நாயுடுவோட வேலை.''

''அவரு ஒரு சங்கம் ஆரம்பிச்சிருக்காராமே? வடிவேலுகிட்ட ஆள் சேத்துக் கொடு. கள்ளுக்கடை வைக்க லைசென்சு வாங்கித் தரேன்னு சொல்லியனுப் பிச்சாராம் நாயுடு.''

''யாரு. வடிவேலு சொன்னானா?''

''ஆமாம். வடிவேலு தன்னால் முடியாதுன்னுட்டானேன்னு அவனோட கடையைக் கிளப்பப் பார்க்கிறாங்களாம். நான் நாயுடுவைப் போய்ப் பார்க்கலாம்னுருக்கேன்.''

''எதுக்காக?''

''இத்தனை வருஷமா கடையை வச்சிருக்காரு. ஆட்களைக் கூட்டிக்கிட்டு வந்து மிரட்டிக் கடையை மூடலாம்னு அவர் பார்த்தார்னா ஒரு நியாயம், அநியாயம் வேண்டாங்களா?''

''நாயுடு நியாய அநியாயத்துக்கெல்லாம் கட்டுப்பட்டவர் இல்லே. நீங்க போய் ஒண்ணும் நடக்கப் போறதில்லே.''

''பேசிப் பார்க்கறேன். நடக்காட்டி அப்புறம் பார்த்துக்கலாமே.''

''முதல்லே நீங்க பெரிய பள்ளிக்கூடம் ஒண்ணு கொண்டாற வளி பண்ணுங்க தம்பி. இதெல்லாம், நாங்க பாத்துக்கிறோம்.''

''உங்க பள்ளிக்கூடத்தையே மிடில் ஸ்கூல் ஆக்கிடணும். அவ்வளவுதானே? தஞ்சாவூருக்குப் போய் டி.ஈ.ஓ. வைப் பார்த்து...''

''அவ்வளவு சுலபமில்ல தம்பி... கண்ணையா நாயுடு மிடில் ஸ்கூல் இங்கே வைக்கவிட மாட்டாரு?''

''ஏன்?''

''பறப் பசங்களுக்கு என்ன படிப்பு வேண்டிக் கிடக்குதும்பாரு. வசதியுள்ள வங்க, வெளியூர்லே போய் படிக்கட்டும்; 'பறப்பயலுவ அரிவாள் தூக்க, அரிச்சுவடிப் படிப்பு போது'ங்கிறது அவரோட கட்சி.''

''பறப் பயலுவ எப்போதுமே அரிவாள் தூக்கிட்டுத்தானிருக்கணுமா?''

''அதான் அவருக்குப் பயம். அரிச்சுவடிக்கு மேலே படிக்கத் தொடங் கிட்டாங்கன்னா, யாரு வயல்லே வேலை செய்வான்? சட்டம் பேச ஆரம்பிச் சுடுவானேன்னு பயம்...''

''நான் டி.ஈ.ஓ. வைப் பாத்து...''

''ஆளுங்கட்சி எம்.எல்.ஏ.வைப் பார்த்தாத்தான் ஏதாவது நடக்கும். ஆனா, இவங்க எல்லோருமே கை அரிப்பு எடுத்த பயலுவ. மூட்டைக் கணக்கிலே அளுவணும். எல்லாத்தையும் யோசிச்சுப் பாருங்க.''

சிவா கோபாலைப் பார்த்துக் கேட்டான். ''இதுதான் சொர்க்கம்னு மூணு தடவை எழுதணும்னியே இங்கே தானா?''

''இடத்தைப் பத்திச் சொன்னேன். இடத்தை அசுத்தப்படுத்திக்கிட்டிருக்கிற மனுஷங்களை வச்சு சொல்லலே. ஏன் ரெட்ஃபோர்ட் என்ன வாழ்ந்தது? திவானி காஸ் இடம் சொர்க்கமா இருந்திருக்கலாம் - பட் வாட் அபௌட் தி கிங்ஸ்?''

''நேத்து, எனக்குத் திருவாரூர்லே ஒரு அதிர்ச்சியான அனுபவம்'' என்று தொடங்கிய சிவா, மேலே தொடராமல் நிறுத்தினான்.

''சொல்லுங்க, என்ன நடந்திச்சு?''

''அரசியல், தமிழ்நாட்டைக் குட்டிச்சுவராக்கிடுதுன்னு என்னோட அபிப்பிராயம்...'' என்றான் சிவா.

"தமிழ்நாடு, அரசியலைக் குட்டிச்சுவராக்கியிருக்கலாம்" என்றான் கோபால்.

"என்ன சொல்றீங்க நீங்க?" என்றார் ராமய்யா.

"நாட்டிலே இருக்கிற ஜனங்களுக்கு ஏத்தமாதிரிதான் அரசியலும் இருக்கும். அரசியல் ஜனங்களைக் கெடுத்திடுச்சிங்கிறதைக் காட்டிலும், ஜனங்க அரசியலைக் கெடுத்துட்டாங்கங்கிறதுதான் சரியா எனக்குப் படுது" என்றான் கோபால்.

"ஜனங்க எப்படி அரசியலைக் கெடுக்கமுடியும்? கெடுக்கிறது தலைவர்கள்" என்றார் ராமய்யா.

"ஜனங்க இவங்களை ஏன் தலைவர்களாக ஏத்துக்கொள்றாங்க? அவங்க தகுதிக்கு தகுந்த மாதிரிதானே தலைவர்கள் கிடைக்கிறாங்க?" என்றான் கோபால்.

"உங்க மாதிரி நான் படிச்சவன் இல்லே... ஆனா அடிப்படையா ஒண்ணை மறந்துட்டு நீங்க இப்படிப் பேசறீங்க. ஜனங்களுக்குக் கல்வியைக் கொடுக் காமே, அவங்க முட்டாளுங்க, அவங்க யோக்கியதைக்குத் தகுந்தமாதிரிதான் தலைவருங்க கிடைப்பாங்கன்னு சொல்றீங்களே, இது உங்களுக்குச் சரியாவா படுது."

கோபால் சற்று திடுக்கிட்டான். இதற்குத் தன்னால் பதில் சொல்ல முடியாது. அவர் கூறுவது உண்மைதான். கல்வி அறிவற்ற இந்நாட்டு மக்களை, வாய்ப்பு உள்ளவர்கள் காலம் காலமாகப் பந்தாடி வந்திருக்கிறார்கள். கைகளைக் கட்டிக் கொண்டு ஒதுங்கியிருந்து தீர்ப்பு வழங்குவதுதான், ஒருவேளை இந்நாட்டு இன்டெலக்சுவல் தர்மமோ?

கோபால் பதில் கூறமுடியாமல் திண்டாடுவதை சிவா கவனித்தான். ராமய்யா சொல்வது சரிதான். கல்வியறிவு ஜனங்களுக்கு ஏற்படவில்லை என்பதைவிட, கல்வியறிவு உண்மையைக் காட்டிலும் இன்னமும் ஆபத்தான அரைகுறைப் படிப்பைக் கொடுத்து மக்களைக் கெடுத்துவிடுகிறார்கள். இந்த அரைகுறைப் படிப்பு நிலையில்தான், அரசியல் தலைவர்களை தெய்வங்களாக்கி வழிபடும் அசட்டுத்தனம் ஏற்படுகிறது.

"என்னங்க நான் சொல்றது சரிதானே?" என்று கேட்டார் ராமய்யா சிவாவிடம்.

சிவா புன்னகை செய்தான்.

"சரி, அப்பொ நீங்க நாயுடுவைப் பார்க்கப் போறீங்க?" என்றார் ராமய்யா கோபாலிடம்.

ஒருவேளை அவர் கூற்றினால் தான் பாதிக்கப்பட்டிருப்பது அவருக்குத் தெரிந் திருக்கலாம். பேச்சின் திசையை மாற்ற சமாதானப்படுத்த விரும்புகிறார் என்று நினைத்தான் கோபால்.

"ஆமாம். பள்ளிக்கூட விவகாரம் பத்தியும் அவரைக் கேக்கலாமில்லே..."

"அவரையா?"

"ஆமாம். உங்க பள்ளிக்கூடத்தையே மிடில் ஸ்கூலா ஆக்கினா என்னன்னு கேக்கப்போறேன், இதிலே தப்பில்லையே?"

"செய்ங்க" என்றார் ராமய்யா.

அன்று மாலை, கோபால் கண்ணையா நாயுடுவின் வீட்டை நோக்கிச் சென்றான். அங்குச் சென்றதும் 'யாரு?' என்ற குரலில் கண்ட அதிகாரம் கோபாலை மேலே போகவிடாமல் தடுத்தது.

நன்றாக இருட்டிவிட்டது. தன்னை அதட்டியவர் யாரென்று அவனுக்குத் தெரியவில்லை. அவன் கண்ணையா நாயுடுவின் வீட்டுக்கு அரணாகக் கட்டப்பட்டிருந்த வேலியின் புறத்தே நின்றுகொண்டிருந்தான்.

"நான்தான் கோபால்... நாயுடு இருக்காரா?"

"இருங்க, தோ வாரேன்."

இருட்டினபிறகு நாயுடுவைப் பார்க்க, தான் வந்திருக்க வேண்டாமென்று அவனுக்குத் தோன்றியது. அப்படியொன்றும் நேரமாகி விடவில்லை. ஏழரை எட்டு இருக்கலாம். தோட்டத்திலோ அல்லது வீட்டு வாசலிலோ விளக்கு இல்லாமல் ஏன் இப்படி இருட்டில் அடைந்து கிடக்கிறார் நாயுடு? ஒருவேளை அவர் வீட்டில் இல்லையோ! - வெளியூருக்குப் போயிருக்கக்கூடுமோ?

அரிக்கன் விளக்கை எடுத்துக்கொண்டு ஒருவன் வந்தான். தலையில் முண்டாசு, இடுப்பில் துண்டு.

"இப்படி வாங்க..." அவன் அந்த முள்வேலியின் கேட்டைத் திறந்தான்.

கோபால் உள்ளே நுழைந்தான்.

"பாத்து வாங்க..."

"நாயுடு இருக்காரா?"

"ஐயா இல்லாமயா உங்களை உள்ளாற கூட்டிக்கிட்டுப் போறேன்?"

எதற்காக அசட்டுத்தனமான இந்தக் கேள்வியைக் கேட்டோமென்று அவன் யோசித்தான். தன்னை அவன் உள்ளே அழைத்த போதே அவனுக்கு நாயுடு வீட்டில் இருக்கிறார் என்று தெரிந்துவிட்டது. வடிவேலு விஷயத்தை அவருடன் எப்படி விவாதிப்பதென்ற சிந்தனையில் வாய் இயந்திர ரீதியாக ஏதோ பேசியிருக்கிறது.

அவன் கண்ணையா நாயுடுவை முதல் தடவை சந்தித்தபோது, அவர் வீட்டு வாசலில் சாய்வு நாற்காலியில் உட்கார்ந்து கொண்டிருந்தார். அப்பொழுது அவருடைய வீடு மிகவும் பெரியதாக அவனுக்குத் தோற்றம் அளிக்கவில்லை. ஆனால் இப்பொழுது அந்த வீட்டின் உள்ளே நுழைந்த பிறகுதான், அது எவ்வளவு பெரிய வீடு என்று அவனுக்குத் தெரிந்தது. அடக்கமான முகப்பைத் தாண்டி இடைக்கழி வழியாக உள்ளே சென்றால், ஒரு பிரும்மாண்டமான கூடம். கூடத்திலிருந்த திறந்தவெளி முற்றத்தில் ஏராளமான தேங்காய்களை அடுக்கி

வைத்திருந்தார்கள். இடப்பக்கத்தில் சுவரோரமாக இரண்டு பெரிய நெற்குதிர்கள் இருந்தன. உள்ளே நுழைந்ததும், காய வைத்த நெல்லின் மணம் வீசியது.

கண்ணையா நாயுடு ஊஞ்சலில் உட்கார்ந்து கொண்டிருந்தார். கூடத்தில் குழல்விளக்கு போடப்பட்டிருந்தது. நாயுடு சட்டையணிந்திருந்தார். இது அவனுக்கு ஆச்சரியத்தைத் தந்தது.

''வாங்க தம்பி'' என்றார் நாயுடு, அவனைப் பார்த்தவுடன்.

''இப்படி உட்காருங்க'' அவர் அவனைத் தமக்குச் சமமாக ஊஞ்சலில் உட்காரச் சொன்னது, அவருடைய வேலையாளுக்கு அவன்பால் ஒரு மதிப்பை உண்டாக்கி இருக்கவேண்டும்.

''ஐயாவுக்குக் குடிக்க என்ன கொண்டாற?'' என்று மிகப் பணிவாக நாயுடுவைக் கேட்டான்.

''ஒண்ணும் வேணாம்'' என்றான் கோபால்.

''சாப்பிட்டுட்டீங்களா?'' என்று கேட்டார் நாயுடு.

''இல்லை''

''அப்போ இங்கேயே சாப்பிடுங்களேன். மேலே போய் பானுகிட்டே சொல்லு. ஒரு விருந்தாளி...''

''வேண்டாங்க, நான் போய் சாப்பிட்டுக்கிறேன். ஒரு விஷயமா உங்களைப் பார்க்க வந்தேன்.''

''ஒரு விஷயம் என்ன, ஒன்பது விஷயத்தைப் பத்திப் பேசுவோம். வேண்டாம்னு யாரு சொன்னாங்க? நீங்க இங்கே சாப்பிடறதுக்கும் அதுக்கும் என்ன சம்பந்தம்? விருந்தாளி வந்திருக்குன்னு சொல்றேனே, குட்டிச்சுவரு மாதிரி நின்னுக்கிட்டிருக்கியே...''

''இதோ பாருங்க, நீங்க போய் சொல்ல வேணாம். நான் இங்கே சாப்பிடப் போறதில்லே.''

அந்த வேலையாள் என்ன செய்வதென்று தெரியாமல் நாயுடுவையும் கோபாலையும் மாறி மாறிப் பார்த்தான்.

''என்ன அப்படிக் கண்டிப்பாச் சொல்றீங்க சாப்பிட மாட்டேன்னு?''

''இல்லீங்க, வடிவேலு சாப்பாடு வச்சிருப்பாரு. அது வீணாப் போயிடும், அதுக்காகப் பாக்கறேன்.''

நாயுடு சிரித்தார் - ''தம்பி, டில்லியிலேந்து வந்திருக்கீங்க. தமிள் சுத்தமா நம்ம பக்க ஆளுக பேசற மாதிரி பேசறீங்க, இல்லேன்னு சொல்லலே... ஆனா... கண்ட கண்ட பையனுவளை 'அவர் இவர்'னு சொல்றதுதான் வேடிக்கையா இருக்குது. இதோ இந்த வேலைக்காரப் பய, இந்த கஸுதையைப் போய் 'நீங்கன்னு சொல்றீங்க'... யார் யார்கிட்டே எப்படிப் பேசணும்னு கத்துக்க வேணாம்?''

''என்னைவிட வயசானவங்களுக்கு மரியாதை கொடுத்துப் பேசறது தப்பு இல்லேன்னு நினைக்கறேன்!''

''அப்பொ உங்களைவிட வயசான அத்தனை பறப் பயலுவளுக்கும் மரியாதை கொடுத்துப் பேசுங்க. இந்தக் காலத்துப் புள்ளைகளுக்கு ஏன்தான் இப்படி அறிவு மளுங்கிப் போச்சோ தெரியலே.''

''நீங்க தமிழ்நாட்டை இப்போ ஆண்டுக்கிட்டிருக்குற கட்சியைச் சேர்ந்த வருன்னாங்க. பார்ப்பான் பண்ண அக்கிரமத்தை எல்லாம் தயங்காமெ எடுத்துச்சொன்ன அந்தக் கட்சியைச் சேர்ந்த நீங்க...''

''என்னைவிட ஒசத்தின்னு ஒருத்தன் சொன்னான்னா அதெ எதிர்க் கறேன்கிறதுக்காக என்கிட்டே பரம்பரை பரம்பரையா வேலை செய்துகிட்டு வர்ற பயலுகளை சிம்மாசனத்திலே உக்காத்தி வைக்கணுமா? நல்லா இருக்குய்யா உங்க நியாயம்.''

கோபாலுக்கு அப்பொழுது சில நாள்களுக்கு முன்பு படித்த பத்திரிகைச் செய்தியொன்று நினைவுக்கு வந்தது. ஒரு சமூக நல நிறுவனம் அமெரிக்கப் பொதுமக்களுடைய அபிப்பிராயத்தை அறிவதற்காக ஒரு கேள்வித்தாள் தயாரித்தது. அதில் இரண்டு கேள்விகள்:

1. உலகில் எல்லா மக்களும் சமமானவர்களா?

2. அமெரிக்க நீக்ரோ அமெரிக்க வெள்ளையனுக்குச் சமமானவரா?

முதல் கேள்விக்கு அநேகமாக எல்லாரும் 'ஆம்' என்று பதிலளித்தார்கள். இரண்டாவது கேள்விக்கு 96% மக்கள் 'இல்லை'யென்று பதில் கூறினர். கண்ணையா நாயுடுவின் 'நியாய'த்துக்கும் இதற்கும் என்ன வித்தியாசம்?

கோபால் எழுந்திருந்தான். அவன் எழுந்த வேகத்தில் ஊஞ்சல் சற்று வேகமாக ஆடியது.

''நான் உங்ககிட்டே வடிவேலு விஷயமாகத்தான் பேச வந்தேன்.''

''வடிவேலு விஷயமாகவா?''

''ஆமாம். அவரு ரொம்ப வருஷமா அந்த இடத்திலே கடையை வச்சிருக் காரு. இப்போ நீங்க திடீர்னு அவரை விரட்டப் பாக்கிறது நியாயமில்லே.''

''இதைச் சொல்லத்தான் இங்கே வந்தீங்களா?''

''ஆமாம்.''

''இதோ பாருங்க தம்பி. நீங்க வெளியூர்லேந்து வந்திருக்கீங்க. இது எங்க உள்ளூர் விவகாரம். நீங்க இதிலே தலையிடறது நல்லதில்லே. அதான் என்னாலே சொல்லமுடியும்.''

''பயமுறுத்தறீங்களா?''

''பயமுறுத்தறது என்ன, பயமுறுத்தறது? வடிவேலு ஒளுங்கா கடையை நடத்திக்கிட்டு இருந்தான்னா அவனை யார் போகச் சொல்லப் போறாங்க?

அகராதி புடிச்ச பய, ஊர்லே இருக்கிற கம்யூனிஸ்ட்காரங்களைக் கூட்டிக் கிட்டு விவகாரத்துக்கு அலைஞ்சான்னா, ஊருக்குப் பெரியவன்கிற முறையிலே நான் பாத்துக்கிட்டு சும்மா இருக்கமுடியுமா?''

''நீங்க ஏதோ சங்கம் ஆரம்பிக்கப் போறதாகவும், அதிலே பண்ணையாளு களைச் சேத்துவிடணும்னு சொன்னீங்களாமே அவர்கிட்டே?''

''ஆமாம், சொன்னேன். கம்யூனிஸ்ட்காரங்களை ஒளிச்சுக் கட்டணுங் கிறதுதான் நோக்கம். கொடுத்த கூலியை வாங்கிக்கிட்டு சந்தோஷமா வயல்லே வேலைசெஞ்ச பறப் பயலுவ இன்னிக்கு என்னமா துள்றானுவ. இதுக்கு யார்யா காரணம்? விவகாரமே இல்லாத இந்தக் கிராமத்திலே விவகாரத்தைப் பூத்தி வுட்டு, நிலத்தையெல்லாம் தரிசா அடிச்சுட்டாங்களே தேவடியா மவங்க. வயிறு எரியாமெ என்ன செய்யும்?''

அவர் குரலில் கோபத்தின் சாயல் துளிக்கூட இல்லை. வார்த்தைகளை முன் கூட்டியே தீர்மானித்துப் பேசுகிற மாதிரி ஓர் இயல்பான சொல்லோட்டம் இருந்தது. இதே மாதிரி அவர் பல பேர்களிடம் பேசியிருக்கலாம். அதனால் தான் உணர்ச்சி மரத்துப் போய், ஓர் இயந்திர கதியில் வார்த்தைகளைக் கொட்டித் தீர்க்கிறார் போலிருக்கிறது.

அவர் திடீரென்று ஊஞ்சலிலிருந்து இறங்கினார். கோபால் அருகில் வந்து நின்றார். தன்னைத் தாக்கப் போகிறாரோ என்று அவன் ஒருகணம் நினைத்தான்.

''நீயும் என்ன கம்யூனிஸ்ட்டா, என் வவுத்தெரிச்சலைக் கொட்டிக்க வந்திருக்கே?''

அவர் பேச்சிலே மரியாதை போய்விட்டது என்பதைப் பற்றி அவன் கவலைப் படவில்லை. மிகவும் நிதானமாக அவன் பதில் சொன்னான்: ''நான் எந்த அரசியல் கட்சியையும் சேர்ந்தவன் இல்லே. ஆனா, காலம் மாறிக்கிட்டு வருது, வரணுங்கிறதையும் என்னாலே புரிஞ்சுக்க முடியறது. மனுஷனுக்குப் பகுத்தறிவு ஏற்பட்டிருக்கிறதே, தான் இன்னொருத்தனைவிட எவ்வளவு பலசாலின்னு மிருகம் மாதிரி காட்டிக்கக் கூடாதுங்கிறதுக்காகத்தான். சந்தர்ப்பவசத்தாலே நீங்க சௌகரியமா இருக்கீங்கன்னா, அதுக்காக என்ன வேணுமானாலும் செய்யலாம்னு நினைச்சா அது தப்பு.''

''என்ன வேணுமானாலும் செய்யலாம்னு யார் நினைக்கிறார்கள் - நானா, அவங்களா? என் அப்பன், பாட்டன் காலத்திலெல்லாம் இந்த மாதிரியா குடியானவனுக்கும் மிராசுதாருக்கும் சண்டையெல்லாம் நடந்திச்சி? எல்லோரும் எவ்வளவு சந்தோஷமா இருந்தாங்க! இப்போ அத்தனையும் தலைகீளால்ல நடக்குது! நிலத்திலே விளையற எல்லாத்தையும் பண்ணை யாளுகளுக்கே கூலின்னு கொடுத்துட்டு, மிராசுதாருங்க வவுத்திலே ஈரத் துணியை வைச்சுக் கட்டிக்கணுங்கிறதா நியாயம்?''

''எல்லாத்தையுமா கேக்கிறாங்க?''

''பின்னே என்ன? கூலிக்காரப் பயல்கள் ஒவ்வொருத்தனுக்கும் மூணு படி, நாலு படின்னு அளந்துட்டா, மிச்சம் என்ன இருக்கப்போறது? நிலத்துக்குக் கிஸ்தி யார் கட்டுவாங்க? ராமய்யாவோட பாட்டனா வந்து கட்டப்போறான்?''

கோபாலுக்கு என்ன பதில் சொல்வதென்று தெரியவில்லை. நிலத் தகராறைப் பற்றி அவனுக்கு அரைகுறையாகத் தெரியுமே யன்றி முழு விவரமும் தெரியாது. இந்நிலையில் அவருடன் தன்னால் வாதாட முடியாது என்பதை அவன் உணர்ந்தான். வடிவேலு விஷயமாகத்தான் அவருடன் அவன் பேச வந்தான். ஆனால் பேச்சு திசைமாறிப் போய்விட்டது.

''நீங்க வடிவேலுவை அக்கடையை விட்டுக் கிளப்பறதுன்னு தீர்மானமா இருந்தீங்கன்னா, உங்களோட பேசிப் பிரயோஜனமில்லேன்னு எனக்குப் புரியுது. உங்களுக்கு இருக்கிற வேற என்னவோ கோபத்தையெல்லாம் ஓர் அப்பாவி மேலே காட்டப் பார்க்கிறீங்க?'' என்று கூறினான் கோபால்.

''யாரு அப்பாவி, வடிவேலுவா? என்ன தம்பி, யார் யாரு எப்பேர்ப்பட்டவங் கன்னு ஒரு நிலவரமும் தெரியாமெ பேசறே? கொஞ்சம் அசந்து மறந்து இருந் தீங்கன்னா... சாக்கிரதை, சிகப்பு தோலு, அந்தப் பய சும்மா விடமாட்டான்.''

அப்பொழுது திடீரென்று சிரிப்புச் சத்தம் கேட்டது. கோபால் திரும்பிப் பார்த்தான். நாயுடுவின் ஆள் துணியினால் வாயைப் பொத்திக்கொண்டு சிரித்தான்.

கோபாலின் முகம் சிவந்தது. கோபத்தில் அவனுக்கு என்ன சொல்வதென்று புரியவில்லை. அந்த ஆள் சிரிப்பைக் கண்டதும் நாயுடு அவனைப் பார்த்துச் சென்னார்: ''கழுதப் பயலே என்னடா சிரிக்கிறே? வடிவேலுப் பய உங்கிட்டேயும் அவன் கைவரிசையைக் காட்டியிருக்கானா?''

''வடிவேலுக்கு நீங்க ஒரு வகையிலே உறவுன்னு அவர் சொன்னாரு...'' என்றான் கோபால். முதலில் இதை அவன் சொல்வதாக இல்லை. ஆனால் நாயுடுவுக்கு வேறு எந்த வழியில் பதில் சொல்வதென்று அவனுக்குப் புரியவில்லை.

நாயுடுவுக்குக் கண்கள் சிவந்தன. அவர் திடீரென்று கோபால் அணிந்திருந்த குர்த்தாவை இறுகப் பற்றிக்கொண்டார்.

''என்னோட நயினா, நாயுடு பொண்ணைத்தாண்டா கட்டிக்கிட்டான். பாப் பாத்தியோட ஓடிப்போகலே... அவனுக்கு வப்பாட்டி வச்சுக்க வசதி இருந்தது. வச்சுக்கிட்டான். அதுக்காக அவனோட வப்பாட்டி மவங்கள்லாம் எனக்குக் கூடப் பொறந்தவங்களா? என்னடா மரியாதையில்லாமெ பேசறே நாயே.''

கோபால் தன் வலிமை முழுவதையும் பிரயோகித்துத் தன்னை விடுவித்துக் கொண்டான்.

''இங்கே தனியா வந்தது தப்புன்னு இப்பொத்தான் புரியுது. நான் வரேன்...'' என்று சொல்லிக்கொண்டே வாசலை நோக்கிச் சென்றான் கோபால்.

''இதோ பாரு தம்பி, உன்னோட நயினா நாயுடுங்கிறதினாலே உன்னை இதோட விடறேன். ஆனா ஒண்ணு. நீ இன்னும் ரெண்டு நாள்லே இந்தக் கிராமத்தை விட்டுப் புறப்பட்டாவணும். டில்லிக்குத்தான் போவியோ இல்லாட்டி எமலோகப் பட்டணத்துக்குத்தான் போவியோ அதைப்பத்தி எனக்குக் கவலையில்லை.''

''போகாட்டி என்ன செய்வீங்க?''

''என்ன செய்வேன்னு இப்பவே சொல்லச் சொல்றியா? உன் உடம்பைச் சாக்கிரதையா பாத்துக்க, போய்ச் சேரு...''

''அடிக்கிறது. உதைக்கிறதுங்கிறதைத் தவிர, உங்களுக்கு வேற பாஷையே தெரியாதா?''

''நேத்து மீசை முளைச்ச பய. நீ யார்ரா எனக்கு உபதேசம் செய்யறது. இன்னும் நின்னுக்கிட்டு பேசினே பல்லு உவுந்திடும். போப்போறியா இல்லையாடா படுவாப் பயலே?''

''நீங்க உங்க வீட்லே இருக்கீங்க. ஆள் பலம் இருக்குது. தனியா வந்திருக்கிறவன்கிட்டயா இப்படி உங்க சூரத்தனத்தைக் காட்டணும்? இதுவா ஆம்பிளைத்தனம்? சொல்லப்போனா, வடிவேலுகூட இதைப்பத்திச் சந்தேகப்படறாரு?''

''எதைப் பத்தி?''

கோபால் பதில் கூறாமல் வெளியே சென்றான். ஒரே இருட்டாக இருந்தது. இந்தத் தோட்டத்தைத் தாண்டி வெளியே போயாக வேண்டும். பூச்சிப் பொட்டு இருக்கலாம். பாம்பு இருக்கலாம். நாயுடுவோடு சண்டை போடாமல் இருந்திருந்தால், அவர் சாப்பாடு போட்டு வண்டி கட்டி அனுப்பி வைத்திருப்பார். ஆனால்...

அடுத்த விநாடி என்ன நடந்ததென்று அவனுக்குத் தெரியவில்லை. ஒரு பெரிய மலை அவன்மீது சரிவதுபோல் இருந்தது. பூமிக்குக் கீழே அவன் போய்க்கொண்டேயிருந்தான். இதுதான் மரணமா! தில்லியிலிருந்து புறப்பட்டு, சாவதற்காகவா இங்கு வந்திருக்க வேண்டும். யமுனைக் கரையில் அப்பாவும் அம்மாவும் தூங்கிக்கொண்டிருக்கிறார்கள். தானும் அங்கே போய் தூங்குவதுதான் நியாயம். உலகமே தன்மீது ஏறி உட்கார்ந்து கொண்டு எதற்காக வேடிக்கைப் பார்க்கிறது? ''ஐயோ, அம்மா பொறுக்க முடியவில்லையே வலி'' - அவன் நினைவிழந்தான்.

4

ரா மய்யாவுக்குத் திடீரென்று விழிப்பு ஏற்பட்டது. தொண்டை வறண்டிருந்தது. கொஞ்சம் தண்ணீர் குடித்தால் தேவலையென்று அவருக்குப் பட்டது. தலையணைக்குப் பக்கத்தில் வைத்திருந்த தண்ணீர்ச் செம்பை எடுப்பதற்காக இருட்டில் துழாவினார். வேகமாகத் தொட்டுவிட்டதனால் கீழே விழப்போன செம்பை லாகவமாகப் பற்றிக்கொண்டு எழுந்திருந்தார். தொண்டை நனைந்ததும், வெற்றிலை போட்டுக்கொண்டால் என்னவென அவர் யோசித்தார். வெற்றிலைப் பெட்டி எடுத்துவர உள்ளே போக வேண்டும். அவசியந்தானா? அவருக்கு மிகவும் களைப்பாக இருந்தது.

அப்பொழுது அவரை அந்த நினைவு தாக்கிற்று. கோபால் இன்னுமா வரவில்லை - பக்கத்துப் பாய் காலியாக இருந்தது. அதற்குப் பக்கத்தில் போடப்பட்டிருந்த பாயில் சிவா புரண்டு படுத்தான்.

அவன் அவர் உட்கார்ந்து கொண்டிருப்பதைப் பார்த்தான். அவனுக்குத் திண்ணையும், பாயும் புது அனுபவம். தூக்கம் வரவில்லை. கோபால் ஏன் இன்னமும் வரவில்லை? யாரையோ பார்த்துவிட்டு வருவதாகச் சொன்னான். மணி என்ன இருக்கும்? கையைச் சற்று உயர்த்தி கெடிகாரத்தைப் பார்த்தான்.

"மணி என்னாவது தம்பி?"

"ஒண்ணாகப் போறது..."

"ஒண்ணா?" என்று கேட்டுக்கொண்டே ராமய்யா அவசர அவசரமாக எழுந்திருந்தார்.

அவர் திண்ணையிலிருந்து இறங்கி வாசலில் போய் நின்றார். ஆகாயத்தைப் பார்த்தார், ஒரே இருட்டாக இருந்தது.

"என்ன உங்க சிநேகிதரை இன்னும் காணலே? அந்த அயோக்கியப் பய வீட்டுக்கில்லே போயிருக்காரு?"

சிவா எழுந்து உட்கார்ந்தான். "ஒருவேளை அங்கேயே படுத்துண்டுட்டானோ என்னமோ?"

"அவன் வீட்டிலேயா? ஒருநாளும் செய்யமாட்டாரு. வடிவேலு விஷயமாகப் பேசப்போறேன்னுல்லே சொன்னாரு? முரட்டுப் பய மவன்

என்ன செஞ்சுருப்பானோ தெரியலையே? ரா வேளையிலே இப்படியா ஒண்டிமாப் போவாரு?''

சிவா திண்ணையிலிருந்து இறங்கி அவரருகில் போய் நின்றான்.

''இருக்கீங்களா தம்பி. நான் போய்ப் பார்த்துட்டு வாறேன்.''

''நானும் வரட்டுமா?''

''நீங்க எதுக்கு தம்பி? நான் போய் பாக்கறேன்.''

அவர் கவலைப்படுகின்றார் என்பதை சிவா உணர்ந்தான். கோபால் ஒரு மணி வரையிலா அந்த நாயுடுவுடன் பேசிக் கொண்டிருக்கப் போகிறான்?

ராமய்யா வீட்டுக்குள் நுழைந்து 'டார்ச்' விளக்கை எடுத்துக் கொண்டு வெளியே வந்தார். அவர் கையில் ஒரு கம்பு இருந்தது.

''நானும் வரேனே...'' என்றான் சிவா.

ராமய்யா சிறிது தயக்கத்துக்குப் பிறகு சொன்னார். ''சரி, வாங்க.''

அவர் மறுபடியும் உள்ளே சென்று கதவைப் பூட்டினார். சிவா தலையணையருகில் இருந்த சட்டையைப் போட்டுக் கொண்டான்.

கிராமம் அமைதியில் ஆழ்ந்திருந்தது. மௌனம் ஒரு சுமையாகத் தன்னை அழுத்துவது போல் சிவாவுக்குப் பட்டது.

ராமய்யா பேசாமல் நடந்து வந்தார். திடீரென்று ஒரு நாய் குரைக்கும் சத்தம் கேட்டது. இருட்டில் அது எந்தப் பக்கத்தில் இருக்கிறது என்று அவருக்குப் புரியவில்லை.

''நாயுடுதான் இந்த ஊர்லே பெரிய பணக்காரரா?'' என்று கேட்டான் சிவா.

''ஆமாம்''

''கோபாலைக் கண்டா அவருக்குப் பிடிக்காதா?''

''அவனுக்கு யாரைக் கண்டாத்தான் பிடிக்கும்? - கிராமத்திலே பாதி நிலம் அவனுக்குச் சொந்தம். உச்சவரம்புன்னு பேருக்குத்தான். அடியாள்களுக்கும் வப்பாட்டிகளுக்கும் பிரிச்சுக் கொடுத்திட்டு, 'நான் ஆண்டி'ன்னு சத்தியம் பண்ணான்னா, கையரிப்பு எடுக்கற பயல்களும் இதுக்கு உள்கை. சனங்களுக்கு உண்மையான விளிப்பு வந்தாலொழிய இந்த நாடு உருப்படவே உருப்படாது.''

அவர் இதைச் சொல்லிவிட்டுக் கம்பினால் பூமியில் வேகமாகத் தட்டினார். ''பாத்து வாங்க தம்பி, பூச்சி பொட்டு இருக்கும். அட, செருப்புப் போட்டுக்கிட்டு வல்லே?''

''அவசரமா வந்ததிலே மறந்துபோச்சு'' என்றான் சிவா.

''இன்னைக்கின்னு பாருங்க. மளை பெய்யும்போல இருக்கு. ஆனா, மத்தியானம் தகிச்சதகிப்புக்கு மளை பேஞ்சாத்தான் தேவலை. இந்தப் பக்கம் வாங்க, இங்கே பள்ளம்...''

இந்த இருட்டில் அவரால் எப்படி இவ்வளவு வேகமாக நடக்க முடிகிறது என்று ஆச்சரியப்பட்டான் சிவா. எங்கு பார்த்தாலும் முகத்திலும் உடம்பிலும் வந்து ஒட்டிக்கொள்கிற மாதிரி கருப்பு. காலில் ஏதோ குத்திற்று, அவன் அப்படியே நின்று காலைத் தூக்கிப் பார்த்தான்.

அவர் டார்ச் அடித்து அவன் காலை நோக்கினார். முள் பலமாகக் குத்தியிருந்தது. அதை அவன் எடுத்ததும் இரத்தம் பீறிட்டுக் கொண்டு வந்தது.

''இந்தாங்க, என் செருப்பைப் போட்டுக்கங்க...!''

''பரவாயில்லே''

''என்ன பரவாயில்லே. சும்மா போட்டுக்கங்க, எனக்கு இந்தப் பாதை எல்லாம் நல்லாப் பளக்கம்.''

அவன் அவருடைய செருப்பைப் போட்டுக்கொண்டான்.

''டார்ச் செல் வாங்கி ரொம்ப நாளாச்சுது... நாயுடு வீட்டாண்டே வேலியும் கீலியுமா இருக்கும். அங்கே விளக்கைப் போட்டுக்கலாம்னு பார்த்தேன்... என்ன தம்பி, நடக்க முடியலிங்களா உங்களாலே. நாட்டுப்புறத்தானோட முரட்டுச் செருப்பு, சாக்கிரதையா பாத்து நடங்க.''

''செல் வீக்கா இருக்கு போலிருக்கு, விளக்கை அணைச்சுடுங்க. நாயுடு வீட்டுக்கிட்டே போனவுடனே அணைஞ்சிடப் போறது'' என்றான் சிவா.

ராமய்யா ஒன்றும் பேசவில்லை. அவர் ஏதோ யோசித்துக் கொண்டிருக்கிறார் என்று தெரிந்தது. அவர் விளக்கை அணைக்கவில்லை. மங்கலான ஒளியில் வரிசையாகக் குடிசைகள் புலப்பட்டன. ஒரு குடிசை வாசலில் அவர் நின்றார்.

''பளனி, பளனி'' என்று அவர் இரைந்து கூப்பிட்டார்.

''கூட ஆள்களைக் கூட்டிக்கிட்டு போனா நல்லதுன்னு நினைக்கறேன்'' என்றார் ராமய்யா.

சிறிது நேரம் கழித்து கண்களைக் கசக்கிக்கொண்டு ஒருவன் வந்தான்.

''என்னாங்க, இந்த நேரத்திலே?'' என்றான் அவன். சாராய நெடி வீசியது.

''வடிவேலுவை அடிச்சு வெரட்டப் பார்க்கிறாரல்லே, நாயுடு. அது விஷயமா அவரைப் பார்க்க கோபால் சாரு அவர் வீட்டுக்குப் போனாரு சாயந்திரம். மணி ஒண்ணாயிடுச்சி. இன்னும் அவரைக் காணலே. நாயுடு வீட்டுக்குப் போறேன், வரயா நீ?''

''மத்த ஆள்களையும் கூட்டியாரவா?''

‘‘ஒரு கூட்டமா போனாத்தான், நாயுடு சரியா பதில் சொல்வாரு. சரி, எல்லோரையும் எளுப்பி சீக்கிரம் புறப்படுங்க.’’

பழனி, சிவாவைப் பார்த்துவிட்டு மறுபடியும் ராமய்யாவை நோக்கினான்.

‘‘இவரு கோபால் சாரோட சிநேகிதரு. ஊர்லேந்து இன்னிக்குத்தான் வந்திருக்காரு. நம்மோடதான் தங்கியிருக்காரு. சரி நீ போய் எல்லோரையும் கூட்டிக்கிட்டு வா.’’

‘‘கோபாலுக்கு ஏதாவது ஆபத்து ஏற்பட்டிருக்கும்னு நீங்க நினைக் கிறீங்களா?’’ என்றான் சிவா.

‘‘அந்த நாயுடுப் பயலைச் சொல்லமுடியாது. கொலைக் கஞ்சாதவன்... ‘இவன் யாரு வெளியூர்லேந்து வந்து என்னைக் கேக்க?’ன்னு கோவத்திலே... நாம ஒண்ணும் நினைக்க வேணாம். நல்லபடியா இருக்கட்டும். அந்த கிராதகன்கிட்டே போறப்போ, பக்கபலத்தோட போனா, நல்லதில்லே?’’

சிவாவுக்குக் கோபால் மீது கோபம் ஏற்பட்டது. மடையன். நாயுடுவைப் பற்றித் தெரிந்திருந்தும், எதற்காகத் தனியாகப் போனான்? பாம்பஸ் ஃபூல். இலட்சியவாதிகள் என்று தம்மை பாவித்துக்கொள்கிற எல்லா முட்டாள்களும் இப்படித்தான். அவனுக்கு இப்பொழுது ராமய்யா பயப்படு வதால், ஏதாவது ஏற்பட்டிருந்தால் - இதை எண்ணிப் பார்க்கும்போது சிவாவுக்கு உடம்பு லேசாக நடுங்கிற்று. அவனுக்கு ஒன்றும் ஏற்பட்டிருக்கக் கூடாது, ஏற்பட்டிருக்கக் கூடாது...

பழனி சுமார் பதினைந்து பேர்களைக் கூட்டிக்கொண்டு வந்தான். எல்லோருடைய தலைகளிலும் முண்டாசுகள். கையில் கம்பு.

ராமய்யா சொன்னார்: ‘‘நானும் இந்தத் தம்பியும் உள்ளாற போய் விசாரிக் கிறோம் - நாயுடு சரியா பதில் சொல்லலேன்னா உங்களைக் கூப்பிடறேன். நீங்க வாசல்லே இருங்க. நாம போய் வலுவுலே சண்டையை இழுத்துப் போட்டுக்க வேணாம், தெரிஞ்சதா?’’

ராமய்யா ‘டார்ச்’ விளக்கைக் கையில் ஏந்தியவாறு முன்னே சென்றார். சிவா அவர் பக்கத்தில் நடந்து சென்றான். மற்ற ஆள்கள் உரக்கப் பேசிக்கொண்டு பின்னால் வந்தார்கள். நாயுடு வீட்டில் தகராறு ஒன்றும் ஏற்படாவிட்டால், அவர்கள் ஏமாற்றத்துக்கு உள்ளாவார்களோ என்று சிவாவுக்குத் தோன்றியது. கோபால், அவர் வீட்டில் தூங்கிக் கொண்டிருந்தானானால் பாவம், ராமய்யாவின் நிலைமை பரிதாபமாக இருக்கும். நாயுடு வீட்டில் அவன் தங்கமாட்டானென்று அவர் உறுதியாக நம்புகிறார். அவர் நம்பிக்கை வீண்போகக் கூடாது. அப்படியானால் அவனுக்கு ஏதாவது ஏற்பட்டிருக்க வேண்டுமென்று நான் விரும்புகிறேனா? சே... மை காட். எனக்கு ஒன்றுமே புரியவில்லை.

நாயுடு வீடு அந்தகாரத்தில் ஆழ்ந்திருந்தது.

ராமய்யா வேலிக் கதவைத் தள்ளிக்கொண்டு உள்ளே சென்றார். சிவாவுக்குக் கொஞ்சம் பயமாக இருந்தது. ஆனால் அவ்வளவு பேர்கள் எதிரில் தன்னுடைய பயத்தை வெளிக்காட்டமுடியாத நிலையில் அவனிருந்தான்.

''வாங்க தம்பி, வாங்க'' என்றார் ராமய்யா.

வீட்டருகே சென்றதும், ராமய்யா உரக்கக் கூப்பிட்டார். ''ஐயா - ஐயா...''

பதிலில்லை.

''வீட்லே யாருமில்லே?'' அவர் மிகப் பலமாகவே கேட்டார்.

பதிலில்லை.

அவர் வாசற்படியைத் தாண்டிச்சென்று கதவை வேகமாகத் தட்டினார்; ஓயாமல் தட்டிக்கொண்டே இருந்தார்.

கதவு திறந்து... 'எதுக்குய்யா அர்த்த ராத்திரியிலே வந்து பிசாசு மாதிரிக் கதவைத் தட்றீங்க, என்ன வேணும்?' என்றான் ஒருவன். அவனுக்கு முப்பது வயதிருக்கலாம்.

''நாயுடுவைப் பார்க்கணும்.''

''அவர் ஊர்லயில்லே...''

''ஊர்லயில்லியா? எப்போ போனாரு?''

''ரெண்டு நாளாவுது... ஏன், என்ன வேணும்?''

''என்னய்யா, கதையா விடறே? நேத்து அவரு பூங்காவனம் பயலை, வடிவேலு கடைக்கு அனுப்பி மிரட்டியிருக்காரு. அவரு ஊர்லே இல்லாமத்தான் அந்த அடியாளு பய போனானோ? கூசாமெ பொய் சொல்றியே, நல்லா இருக்குதா? இங்கே வந்த கோபால் சார் எங்கே, வெளியே நூறு ஆளுக காத்துக்கிட்டிருக்காங்க. சாக்கிரதை. ஒளுங்கா பதில் சொல்லிடு.''

''என்னய்யா, மிரட்டறீங்க? நாயுடு ஊர்லே இல்லாதப்போ வந்து கூச்சலா போடறீங்க? போலீஸைக் கூப்பிடுவேன்.''

அந்த ஆளும் ராமய்யாவைவிட இன்னமும் அதிகமாகக் குரலெழுப்பிக் கத்தினான். இவன் இப்படிச் சத்தம் போடுவதைப் பார்த்தால் கோபாலுக்கு ஏதோ ஏற்பட்டிருக்க வேண்டுமென்று அவனுக்குப் பட்டது. நாயுடு இரண்டு நாளாக ஊரிலில்லை என்கிறானே? அப்படியானால்...

திடீரென்று ராமய்யா அந்த ஆளின் கைகளை வேகமாகப் பற்றி முறுக்கத் தொடங்கினார்.

''கோபால் எங்கடா, என்னடா செஞ்சீங்க, படுபாவிகளா. சொல்லப்போறயா இல்லையா?''

அவன் ராமய்யாவைவிட வலிமையானவன். கைகளை உதறி விடுவித்துக்கொண்டான்.

''எனக்குக் கோபாலையும் தெரியாது, கூபாலையும் தெரியாது. இங்கே யாரும் வல்லே.''

''அண்ணாச்சி பொழுது சாயறப்போவோ அதுக்குக் கொஞ்சம் பிந்தியோ, ஜிப்பா போட்டுக்கிட்டு அந்த தில்லிக்காரரு நாயுடுவைத் தேடிட்டு வந்தாரு. நான் நாயுடு ஊர்லே இல்லேன்ன உடனே, போயிட்டாரு...'' என்று சொல்லிக்கொண்டே ஒருவன் அங்கு வந்தான்.

''இதை ஏண்டா என்கிட்டே அப்பவே சொல்லலே. இந்த ஆளு வந்து என் கையை முறுக்கினாரு.''

அப்பொழுது லுங்கி கட்டிக்கொண்டிருந்த ஐந்தாறு பேர் உள் பக்கத்திலிருந்து வெளியே வந்தார்கள். அவர்களுடைய தழும்பேறிய முகத்தையும் மீசையையும் பார்த்தால் பயமாக இருந்தது. அவர்கள் நின்ற தோரணை 'நாங்களும் தயாராக இருக்கிறோமே' என்பதைக் காட்டியது.

''நாயுடு உள்ளே இருக்காரா இல்லையான்னு நான் போய்ப் பாக்கலாமா?'' என்று கேட்டார் ராமய்யா.

''நான் சொல்றேன். நம்பிக்கைப்படாமெ, உள்ளே போறேங்கிறீங்களே, மத்தவங்க வூட்லே உள்ளே நுளைய உங்களுக்கென்ன ரைட் இருக்குது சொல்லுங்க'' என்றான் கதவைத் திறந்தவன்.

''அண்ணாச்சி, அவங்க போய் பாத்துக்கிடட்டுமே. ரைட் இல்லேதான். ஆனா, நம்பிக்கைப்படாட்டி உள்ளே அளைச்சிட்டுப் போய், காமிப்போம். வீண் தகராறு எதுக்கு?'' என்றான் கோபாலைப் பார்த்ததாகச் சொன்னவன்.

''அளைச்சிட்டுப் போய் காமி... நாயுடு வந்தார்னா, நீதான் பதில் சொல்லணும். பாலுதான் உள்ளே கூட்டிக்கிட்டுப் போய் காமிச்சாம்பேன். சரியா?''

ராமய்யா உள்ளே போகும்போது, சிவாவையும் கூப்பிட்டார். ''நீங்களும் வாங்க.''

பாலு வீடு முழுவதையும் காட்டிவிட்டான். நாயுடு வீட்டிலிருந்ததாகத் தெரியவில்லை. அப்படியானால் கோபாலுக்கு என்ன ஆயிற்று?

முகத்தைத் தொங்கப் போட்டுக்கொண்டு ராமய்யா வெளியே வந்தார்.

''சமாதானமாயிடிச்சா?'' என்றான் பாலு.

ராமய்யா ஒன்றும் பேசவில்லை; மௌனமாக நடந்தார்.

வேலியைத் தாண்டி வந்ததும், பழனி கேட்டான்: ''என்னாங்க என்ன ஆச்சுது?''

''கோபால் சார் வந்தாராம். நாயுடு ஊர்லே இல்லேன்ன உடனே போயிட்டா ராம். நாயுடு ஊர்லே இல்லேன்னு சாதிக்கிறான். எனக்கு ஒண்ணும் விளங்கலே. ஒரே குளப்பமா இருக்குது. கோபால் சார் எங்கே போயிருப் பாரு? உங்ககிட்டே ஏதாவது சொன்னாரா, தம்பி... ஞாபகப்படுத்திப் பாருங்க.''

''நாயுடு வீட்டுக்குப் போகப் போறேன்னுதான் சொன்னான். வேறே ஒண்ணும் சொல்லலே'' என்றான் சிவா.

''நாங்க உள்ளே வந்து பார்க்கவா'' என்று கேட்டான் பழனி.

''வேணாம். அவரு நெசமாவே ஊர்லே இல்லாட்டி, போலீஸ் கேஸா பூடும். அதோட, அவரும் நாம வருவோம்னு தயாரா இருக்கிறமாதிரி ரவுடிப் பசங்களை உள்ளே வச்சிக்கிட்டிருக்காரு. இதெப் பார்க்கிறப்போதான் சந்தேகமா இருக்குது.''

''உள்ளே போய் நீங்க பாக்கலிங்களா?'' என்றான் பழனி.

''பார்த்தோம். வீட்டுக்குள்ளாற நல்லாப் பார்த்தாச்சு. நாயுடு இருக்கிறதா தெரியலே. ஆமாம் எனக்கு இப்போ இன்னொரு சந்தேகம். அந்தப் பாலுப் பய இருக்கானே, அவன் 'உள்ளே வந்து நல்லா பாத்துக்கிடுங்க'ன்னு உபசாரம் பண்ணிக் கூட்டிக்கிட்டுப் போனானே - நாயுடு அவனை அப்படிச் சொல்லாமலா அவன் செய்வான்? கம்மனாட்டிப் பயலுவ, நாடகமா ஆடறாங்க.''

சிவாவுக்கு ராமய்யா நினைப்பது சரிதான் என்று பட்டது. சிந்தித்துப் பார்க்கும்போது நாயுடு வீட்டில் நடந்தது ஒரு நாடகக் காட்சிபோல் தோன்றியது. முன்னேற்பாடாகச் செய்திருக்கிறார்கள். அப்படியானால், கோபால் எங்கே? இந்தக் கேள்வி இப்பொழுது விசுவரூபம் எடுக்கத் தொடங்கியது. நான் இங்கு வந்த அன்றா இது நிகழவேண்டும்? - என்ன நிகழ்ந்துவிட்டது? ஏன் நாயுடு வீட்டில் இப்படி நாடகமாடுகிறார்கள்?

''என்ன செய்யலாம், தம்பி?'' என்றார் ராமய்யா.

''போலீஸுக்கு ரிப்போர்ட் பண்ணினா...'' என்று சிவா சொல்வதற்குள், பழனி குறுக்கிட்டான். ''போலீஸாவது கீலீஸாவது, எல்லாரையும் நல்லாத் தெரியும். ஒவ்வொரு தேவடியா மவனுக்கும் வாய்க்கரிசி போட்டு வச்சிருக் கான் நாயுடு. குத்தவாளியை விட்டுட்டு, குத்தம் சொன்னவனைத் தூக்கிலே போடற காட்டுத் தர்பார்லே வேறென்ன நடக்கும், சொல்லுங்க?''

''அப்பெ என்ன செய்யலாங்கிறெ, நீ?'' என்றார் ராமய்யா.

''இன்னும் கொஞ்சம் ஆட்களைக் கூட்டிக்கிட்டு, அவன் வூட்டு உள்ளாற பூந்து...''

''இப்பொ வேணாம், காலையிலே பார்த்துப்போம்'' என்றார் ராமய்யா.

''பளனி சொல்றதுதாங்க, நல்ல யோசனை. இப்பொவே ரெண்டிலே ஒண்ணு பாத்துடறதுதான் நல்லது. ஆறிப் போச்சுன்னா...'' என்று இழுத்தான் வந்த ஆட்களில் ஒருவன். இளைஞன், இருபது வயது இருக்கலாம்.

''ஏன்யா, கோபால் சாரைக் காணலே. அவருக்கு என்ன ஆச்சுன்னு பார்க்கிறது முக்கியமா? இல்லாட்டி இந்தச் சந்தர்ப்பத்தைப் பயன்படுத்திக்கிட்டு, நாயுடு வோட அடியாள் பட்டாளத்தை ஒதைக்கிறது முக்கியமா? சொல்லுங்க... நாம அப்படித்தான் செய்வோம்னு அவன் எதிர்பார்க்கிறான். வகையா லாக்-அப்லே தள்ளி, தற்கொலை செஞ்சுக்கிறதா புத்திசாலித்தனம்? நிதானமா யோசிச்சு, செய்யவேண்டியதைக் காலையிலே செய்வோம். பளனி, விடியற துக்குள்ளாற நான் வந்துடறேன், நீயும் எல்லோரையும் கூட்டிக்கிட்டு தயாரா இரு'' என்றார் ராமய்யா.

''அப்பொ கோபால் ஐயா என்ன ஆனார்னு தெரியலியா. அதுக்கு வளி சொல்லுங்க'' என்றான் பழனி.

''ஒருவேளை அவரு திடீர்னு ஏதாவது காரியமா வெளியூருக்குப் போயிருந்து காலையிலே வந்தார்னா அதெயும் யோசிக்கணுமில்லே? ஆனா அப்படி சொல்லிக்காமெ கில்லிக்காம போகமாட்டாரே, அவரோட சிநேகிதரு ஊர்லேந்து வந்திருக்கிறப்போ?''

''ஏங்க நீங்களே ஒண்ணு சொல்லிட்டு, அதுக்கு மாறா இன்னொன்னு சொல்றீங்க. நாயுடு வீட்டு உள்ளாற பூந்து பாத்தாத்தான் என்னென்னு கேக்கறேன்?''

''சரி என்னைப் போட்டுக் குளப்பாதே. காலையிலே நான் வரேன்'' என்று சொல்லிக்கொண்டே வேகமாக நடந்தார் ராமய்யா.

அப்பொழுது ஒருவன் அங்கு மிக விரைவாக ஓடிவந்தான்.

''அங்கே வந்து பாருங்க. அக்கிரமத்தைப் பாருங்க'' என்று மூச்சிறைக்கக் கத்தினான்.

''நல்லா சொல்லுடாலே, என்னடா நடந்திச்சு?''

''பாப்பாத்தி ஆட்டாண்டே பின்புறமா கோபால் ஐயாவை அடிச்சுப் போட்டிருக்காங்க.''

''எங்கேடா, எங்கே?'' என்று கேட்டுக்கொண்டே வேகமாக ஓடினார் ராமய்யா. எல்லோரும் அவரைத் தொடர்ந்தார்கள்.

'நீ பயந்தது நடந்துவிட்டது. யார் அடித்திருப்பார்கள், நாயுடு ஊரில் இல்லை யென்றால்?' - சிவாவுக்குத் தெளிவாக விளங்கியது, ராமய்யாவின் யூகம் சரிதான். நாயுடு வீட்டில் நாடகமாடி இருக்கிறார்கள்.

கோபால் தலைக்குப்புறக் கிடந்தான். ராமய்யா மூக்கில் விரலை வைத்துப் பார்த்தார். மண்டையின் பின்புறத்தில் அடி. இரத்தம் ஒழுகி உறைந்திருந்தது.

"எலே பளனி, தேவூருக்குப் போய் டாக்டர் ஐயாவைக் கூட்டிக்கிட்டு வா, உசிரு இருக்குது. பின்னாலேந்துதான் அடிச்சிருக்காங்க, திருட்டு பேமானி மவங்க. கொஞ்சம் தண்ணி கொண்டாங்க. நான் படிச்சுப் படிச்சு சொன்னேன். 'அவன் கொலைகாரன். நீங்க போய் என்ன சொன்னாலும் கேட்க மாட்டான்னு...' டேய்! வடிவேலுவைக் கூட்டியாலே, அவனுக்கு வக்காளத்து வாங்கப்போய் தலையிலே வாங்கிக் கட்டிக்கிட்டிருக்காரே. அவன் வந்து பாக்கட்டும். கட்சியிலே அவன் விவகாரத்தைக் கவனிச் சிக்கிட்டிருக்கறப்போ, எதுக்காக இவர்கிட்டே போய் சொன்னான்? நாயுடுவை ஒரு தனி ஆளு சமாளிக்க முடியுமா?''

அவர் தொடர்ந்து பேசிக்கொண்டே போனார். கோபாலின் குர்த்தா சிகப்பில் தோய்ந்திருந்தது. ராமய்யா உயிர் இருப்பதாகச் சொல்கிறார். கோபால் உயிருடன்தான் இருக்கிறான், தூங்குகிறான். எனக்கு, அவன் மூக்கில் விரலை வைத்துப் பார்க்கத் தைரியமில்லை. ராமய்யா சொல்வது உண்மையாக இருக்க வேண்டும் - அனுபவப்பட்டவர். அவர் சொல்வது தப்பாக இருக்காது.

கோபால், அடிபடுவதற்கென்றா நீ தில்லியிலிருந்து இந்தக் கிராமத்துக்கு வந்தாய்? உண்மையான சமூக அறிவு பெறுவதற்கு நடைமுறை ஞானம் வேண்டுமென்று இரண்டு ஆண்டுகளாக இங்கு உட்கார்ந்து கொண்டிருந் தாயே. நடைமுறை ஞானத்தினால் நீ பெற்ற ஆராய்ச்சிப் பட்டம் இதுதானா? - கிராமங்களை எட்டிப் பார்க்காமலேயே பல்கலைக்கழக நூல் நிலையங் களில் மின் விசிறிகளின் கீழே உட்கார்ந்துகொண்டு சமூக இயல் ஆராய்ச்சி செய்யும் பட்டினத்துக்காரர்கள் எவ்வளவு புத்திசாலிகள். புத்தகங்களில் வருகிற கிராமங்கள் - இலட்சியபூர்வமானவை, மானசீகமானவை. கொள்கை களை வகுத்துக் கொண்டு அவற்றின் அடிப்படையில் இந்த மானசீக கிராம வாசிகளை வரையறைப்படுத்திக் காண முயலும் ஏட்டறிவோடு நின்றுவிடக் கூடாதா? இத்தனை விலை கொடுத்தா நீ யதார்த்தம் எது என்று அறியவேண்டும்? உன்னை இப்படி அடித்துப் போட்டுவிட்டு போய் விட்டானே, அந்த நாயுடு. அவனிடம் பட்டினத்து ஆசாமிகள் மூளைக்குப் பிச்சை வாங்கவேண்டும் - சுதந்தரம் பெற்று இத்தனை ஆண்டுகளுக்குப் பிறகும், வல்லான் வகுத்ததுதான் வாய்க்காலாக இருக்கிறது. தடியெடுத் தவன்தான் தண்டல்காரன்... காலத்துக்கு ஏற்ற மாதிரி, தங்களுடைய எதிரி களிடமிருந்து கோஷங்களைத் திருடிக்கொண்டு ஏமாற்றுகிறார்கள்! அன்று முதல் இன்றுவரை ஆள்வது ஒரே வர்க்கந்தான்; இந்நாட்டுக்கு எதிர்காலமே கிடையாதா?'

''வழியை விடுங்க, டாக்டர் வந்துட்டாரு'' என்றார் ராமய்யா.

டாக்டர் கோபாலை நேராகப் படுக்கவைத்து பரிசோதனை செய்தார். தலையில் கையை வைத்துப் பார்த்தார். கைப் பெட்டியைத் திறந்து ஊசியில் மருந்தை ஏற்றி, இடது கையில் குத்தினார். கோபால் 'அம்மா' என்று லேசாக முனகினான். தலையில் ஒரு துணியைப் போட்டுக் கட்டினார்.

''தலையிலே நல்ல அடி. நான் கார்லே திருவாரூருக்கு எடுத்துகிட்டுப் போறேன். ராமய்யா, நீங்க கூட வாங்க.''

''என் பேரு சிவா. நான் இன்னிக்குத்தான் இவனைப் பார்க்க வந்தேன். வீ வேர் க்ரேட் ஃப்ரெண்ட்ஸ் இன் டெல்லி. ஈஸ் ஹி ரியலி பாட்?''

டாக்டர் அப்பொழுதுதான் சிவாவைக் கவனித்தார். சிவாவிடம் அவர் ஆங்கிலத்தில் சொன்னார். ''பழனி எல்லாவற்றையும் என்னிடம் சொன்னான். நாம் இவரை முதலில் ஆஸ்பத்திரிக்கு எடுத்துச் செல்ல வேண்டும். இவர் நாயுடு வீட்டுக்குப் போனது தெரியும். இங்கே இப்படி அடிபட்டுக் கிடப்பதும் உண்மை. நாயுடுவின் அலிபியை உடைத்தெறிய இதுவே போதுமானது. போலீஸ் கேஸ் என்பதினால்தான் ஆஸ்பத்திரிக்குப் போவது நல்லது என்பது என் அபிப்பிராயம். உயிருக்கு ஆபத்தில்லை. பயப்படாதீர்கள். உங்கள் பேர் என்ன சொன்னீர்கள்? என் பேர் கனகசபை.''

''சிவா, நானும் வரட்டுமா?''

''வாங்க''

கனகசபையின் காரில் கோபாலைத் தூக்கிக்கொண்டுபோய் பின் சீட்டில் படுக்கவைத்தார்கள்.

''இதோ பாருங்க. நீங்க ஒண்ணும் நாயுடு வீட்டுக்குப் போய் கலாட்டா செய்ய வேண்டாம். தகராறு செஞ்சீங்கன்னா கேஸ் 'வீக்'காயிடும். நாயுடுவை மாட்டவைக்க இதுதான் சரியான சந்தர்ப்பம், புரிஞ்சுதா? இவரோட உசிருக்கு ஆபத்தில்லே. நான் எல்லாத்தையும் கவனிச்சுக்கிறேன்'' என்றார் கனகசபை அங்கிருந்த மற்றவர்களிடம். பழனி ராமய்யாவைப் பார்த்தான். அவர் ஒன்றும் பேசாமல் இருந்தார்.

கார் புறப்பட்டுச் சிறிது தூரம் சென்றதும், ராமய்யா சொன்னார்: ''ஏங்க. நாயுடுக்குப் பணபலமும், கட்சி பலமும் இருக்குதே, போலீஸா நமக்கு நியாயம் வளங்கப்போவுது. அந்த திருட்டுப்படவா மவனை நாமதான் கவனிச்சுக்கணும்.''

''போலீஸ் என்ன செய்யறாங்க, பாப்போம். அப்புறம் மேலே என்ன செய்யலாம்னு யோசிக்கலாமே. நீங்க என்ன சொல்றீங்க, மிஸ்டர் சிவா?''

''முதல்லே நான் போலீஸுக்குப் போறதுதான் நல்லதுன்னு நினைச்சேன். ஆனா ராமய்யா சொல்வதுதான் சரின்னு இப்போ படறது. போலீஸ் நியாயம் வழங்கும்னு தோணலே. நமக்குப் பழிவாங்கின திருப்தியாவது இருக்கும்'' என்றான் சிவா.

''இது நாயுடுங்கிற தனி மனிதர் கோபால்ங்கிற தன் மனிதரைத் தாக்கின பிரச்னை மட்டுமல்ல, மிஸ்டர் சிவா. வடிவேலுங்கிற வசதியில்லாத ஒரு அப்பாவிக்காக வாதாடப் போனவரை, பொருள் வசதியும் அரசியல் சலுகைகளும் அனுபவிச்சிட்டிருக்கிற ஒரு அயோக்கியன் தாக்கியிருக்கான்.

போலீஸ் நியாயம் வழங்கப்போறதுன்னு நானும் நினைக்கலே. ஆனா சட்டம் யார் பக்கம் இருக்குன்னு ஜனங்களுக்கு இப்பொ வெளிப்படையா தெரியுமில்லே? பை தி வே, கோபாலும் நானும் க்ரேட் ஃப்ரெண்ட்ஸ். கிராமத்திலே பொழுதுபோகாட்டி தேவூருக்கு வந்து என்னோட பேசிக்கிட்டிருப்பாரு. நிறைய டிஸ்கஸ் பண்ணுவோம். ரியலி, எ வெரி வெல்ரெட் மேன்.''

''இப்படி திடுதிப்புனு வடிவேலு விஷயமா நாயுடு வீட்டுக்குப் போவார்னு நான் எதிர்ப்பார்க்கவேயில்லே'' என்றார் ராமய்யா.

''படிச்சவங்கல்லாம் எத்தனை நாளைக்கு இப்படி ஒதுங்கியிருக்க முடியும். சுத்தி நடக்கிற அக்கிரமத்தைப் பார்த்துகிட்டு? ஏதானும் ஒரு சந்தர்ப்பத்திலே, இன்வால்வ்மெண்ட் வந்துதான் தீரணும், இல்லையா. மிஸ்டர் சிவா? எல்லா லெவல்லேயும், லஞ்சம், சின்ன புத்தி, சுயநலம், அதிகார ஆசை, ஜாதிவெறி... மை காட். திஸ் ஈஸ் எ ரெச்சட் கன்ட்ரி...'' என்றார் கனகசபை. அவர் குரல் ஓங்கிக்கொண்டே போயிற்று.

சிறிது நேரம் அங்கு அமைதி நிலவியது. டாக்டர் மறுபடியும் தொடர்ந்தார். ''போன வாரந்தான்னு நினைக்கிறேன். கோபால் இந்த ஜாதி மனப்பான்மையைப் பத்தி என்கிட்டே பேசிக்கிட்டிருந்தாரு. வி ஆர் பேசிக்கலி எ ட்ரைபல் பீபில்ங்கிறது அவரோட அபிப்பிராயம். ஜாதியை ஒழிக்க எப்பொ நாம முழுமனசோட முயற்சி பண்ணோம்னு கேட்டாரு. 'பறையனை நெருப்பிலே தூக்கிப்போட்டு அவனுக்குப் பூணூலை மாட்டி விட்டாத்தான் கடவுளும் அவனை ஏத்துக்கிறார்ங்கறாங்களே. இந்த நாட்டிலே ஜாதி ஒழியுமான்னு?' அவர் கேட்டப்போ எனக்கு அது நியாயமாத்தான் பட்டது. முன்னே ரிலிஜன் பண்ண அக்கிரமத்தை இப்பொ அரசியல் பண்ணிக்கிட்டிருக்குங்கிறது அவரோட கட்சி. அவர் சொல்றது உண்மைதான். நம் நாட்டிலே இவ்வளவு தேர்தல் நடந்திருக்குல்லே. ஜாதி உணர்வைக் கிளப்பிவிடாமெ எவ்வளவு பேர் ஜெயிச்சிருக்காங்க, சொல்லுங்க. ஏங்க மிஸ்டர் சிவா, வடநாட்டிலே ஜாதி வேறுபாடு எப்படி, தமிழ்நாடு மாதிரிதானா?''

பேசிக்கொண்டேயிருந்தவர் திடீரென்று தன்னைக் கேள்வி கேட்பாரென்று சிவா எதிர்பார்க்கவில்லை. பின்னால் கோபால் முனக ஆரம்பித்தான்.

''ஹி ஈஸ் கமிங் அரௌன்ட்...'' என்றார் கனகசபை. அவர் பின்னால் திரும்பிப் பார்த்தார். ''காம்ரேட், கொஞ்சம் தலையைத் தூக்கி விடுங்க.'' என்றார் ராமய்யாவிடம்.

ராமய்யா தலையைத் தூக்கித் தன் மடியில் வைத்துக்கொண்டார்.

''இப்போ மூச்சுவரது கொஞ்சம் பரவா இல்லிங்க'' என்றார் ராமய்யா.

''எல்லாம் சரியாப் போயிடும். அதெப்படி, நாயுடு வீட்டுக்குப் போனவர் சேரிக்குப் பின்னாலே கிடந்தார்?'' என்றார் டாக்டர்.

''அங்கே அடிச்சுட்டு, சேரிக்கிட்டே தூக்கியாந்திருப்பாங்க.'' அப்பொழுது தான் ராமய்யாவுக்கு இன்னொரு நினைவு வந்தது. 'ஏன் அந்தக் கூட்டத்தில்

பாப்பாத்தியைக் காணவில்லை? - அவள் குடிசையருகே நிகழ்ந்திருக்கிறது. அவள் எங்கே போயிருப்பாள். அவள் வராமலிருக்க மாட்டாளே?'

''நான் கேட்ட கேள்விக்கு நீங்க பதில் சொல்லலியே. வட நாட்டிலே எப்படி?'' என்றார் டாக்டர்.

''அங்கேயும் தமிழ்நாடு மாதிரிதான். இந்த விஷயத்திலே வி ஆர் ஒன் நேஷன், ஒன் பீபில். அவ்வளவு ஒத்துமை. ஆனா அங்கே பிராமணங்க - பொருளாதார ரீதியாகவும் சரி. பண்பாட்டு ரீதியாகவும் சரி, பேக்வேர்ட்'' என்றான் சிவா.

''அது எப்படி?'' என்று ஆச்சரியத்தோடு கேட்டார் கனகசபை.

''இங்கிலீஷ்காரன் வந்தபோது - அவன் படிப்பைப் படிச்சுட்டு, எல்லா உத்தியோகங்களையும் நம்மூர் பிராமணங்க கார்னர் பண்ண மாதிரி அந்தூர் பாப்பான் பண்ணலே... மத்த ஜாதிக்காரங்க செஞ்சாங்க... இதனாலே உத்தரப் பிரதேசம், டில்லி, பஞ்சாப் இங்கெல்லாம் வெத்திலைப்பாக்குக் கடைக் காரங்க எல்லோரும் பாப்பான். பிராமணங்கிறது, பாக்கப் போனா, எ கைன்ட் ஆஃப் இன்டெலக்சுவல் இன்ஸ்டிடியூஷன். உலகம் பூரா இப்படியொரு ஜாதி இருந்திருக்கு. ஆனா தமிழ்நாட்டுப் பாப்பான், ஜாதி ரீதியா சமூகச் சலுகைகளைக் கொண்டாடிண்டு, அரசியல் ரீதியா லௌகீக சௌகரியங் களையும் தேடிண்டதுதான், மத்தவங்களோட பொறாமைக்குக் காரணம்னு நினைக்கிறேன். சூட்டும் கீட்டும் போட்டுண்டு, குடுமியை மறைக்க டர்பன், நெத்தியிலே நாமம், இல்லாட்டா விபூதி... திஸ் கம்ஸ் எபவ் எவரிதிங்.''

கனகசபை சிரித்தார். ''கோபாலும் நீங்களும் க்ரேட் ஃப்ரெண்ட்ஸ்னீங்களே, இதிலே ஆச்சரியம் ஒண்ணுமில்லே. அவரும் இப்படித்தான் பேசுவாரு. ரெண்டு பேருக்கும் கோபம்.''

''எங்க மாதிரி இன்னும் ரொம்ப பேர் கோபமா இல்லியேங்கிறதுதான் என் கோபம்.''

''கோபப்பட்டு என்ன பிரயோசனம்?'' என்றார் டாக்டர்.

''நீங்க சொல்றது வாஸ்தவம்தான். கோபப்படறவங்களை அவதாரமாக் கிடறது நம்ம ட்ரெடிஷன். இப்பொ எதிர்க்கட்சிக்காரங்களை மந்திரியாக் கிடறாங்க...'' என்றான் சிவா.

''எதிர்க் கட்சியென்ன, சொந்தக் கட்சியிலேயே 200 எம்.எல்.ஏ. இருந்தாங்கன்னா, அவங்க முணுமுணுக்காமே இருக்க எல்லோருக்கும் வாய்க்கரிசி. இப்பெல்லாம் வாய்க்கரிசின்னா, ஒரு பிடி இல்லே, மூட்டைக் கணக்கு. விலைவாசி ஏத்தமில்லே? இந்த ஜில்லாவையே எடுத்துக்கங்க. எல்லா எம்.எல்.ஏ.வும், நாயுடுவோட பாக்கெட்லேயிருக்காங்க. மந்திரி வந்தார்னா, நாயுடு வீட்லத்தான் தங்குவாரு'' என்று சொல்லிக்கொண்டே காரை நிறுத்தினார் கனகசபை.

திருவாரூர் அரசினர் ஆஸ்பத்திரி வந்துவிட்டதென்பதை உணர்ந்தான் சிவா.

5

ராமய்யா வீட்டுத் திண்ணையில் கோபால் உட்கார்ந்திருந்தான். ஆஸ்பத்திரியிலிருந்து வந்து மூன்று நாள்களாகின்றன. உடம்பு வலி குணமாகி விட்டாலும், மனவலி அடங்கவில்லை.

ஆஸ்பத்திரியில் அவன் இரண்டு நாள்கள் பாதி விழிப்பு, பாதி நினைவு நிலைகளில் இருந்தான். முழு பிரக்ஞையும் மூன்றாம் நாள்தான் வந்தது. ராமய்யா அவனுக்கு எல்லாவற்றையும் விளக்கமாகச் சொன்னார். பிறகு அவர் கேட்டார்: ''ஆமாம்... நீங்க எப்படிச் சேரியாண்டே அடிபட்டுக் கிடந்தீங்க? உங்களை அங்கே கூட்டிக்கிட்டுப் போய் அடிச்சாங்களா. இல்லாட்டி?''

அவன் நாயுடு வீட்டுக்குத் தான் போனதிலிருந்து தோட்டத்தில் அடி வாங்கியதுவரை, நிதானமாக நடந்தவற்றைச் சொன்னான்.

''நீ நாயுடு வீட்டுக்கு வந்தது வாஸ்தவம், ஆனா நாயுடுவைப் பாக்கலே. அவர் அப்போ ஊர்லே இல்லேங்கிறது அவங்க கட்சி...'' என்றான் சிவா.

கோபால் திடுக்கிட்டான்: 'நான் நாயுடுவைப் பார்க்கவில்லையா? அப்பொழுது நான் சந்தித்தது அவருடைய உருவெளித் தோற்றமா? பாதுகாப்புக்காக அசல் ஹிட்லரைப் போல், இன்னும் பல ஹிட்லர்கள் இருந்தார்களே? அதே மாதிரி நாயுடுவும் பல போலிகளைத் தயார்செய்து வைத்திருக்கிறாரோ? - என்ன பச்சைப் பொய்? என்னைக் கண்டு பேசவே இல்லை என்று சாதிக்கிறானே? - பணபலம், கட்சி பலத்துக்கு முன்னால் நிச்சயம் என் வார்த்தை எடுபடப் போவதில்லை.'

''உங்களைக் காணலியேன்னு நானும் உங்க சிநேகிதரும் அன்னைக்கி ராத்திரி நாயுடு வூட்டுக்குப் போய் விசாரிக்கிறப்போ, நாயுடுவோட அடியாள் கூட்டமே அவன் வூட்லே இருந்தது. அவங்க சத்தியம் பண்றாங்க, நாயுடு ரெண்டு நாளா ஊர்லே இல்லேன்னு. என்ன சொல்றீங்க இந்த அநியாயத்துக்கு? உங்களை அவனோட தோட்டத்திலே அடிச்சிட்டு, பாப்பாத்தி வூட்டான்ட கொண்டுபோட்டிருக்கான். ஊர்லே புரளியைக் கிளப்ப'' என்றார் ராமய்யா.

''புரளியா?''

''ஆமாம். நீங்க பாப்பாத்தி வூட்டுக்குக் குடிச்சுட்டுப் போனதாகவும் வரப்போ இதெ யாரோ ஆளுக பாத்துட்டு, 'பட்டணத்துக்காரன் பறச்சி கிட்டே பண்ற வம்பைப் பாருடா'ன்னு அடிச்சுப் போட்டதாகப் புரளி... பாப்பாத்தியையும் அன்னிக்கு ராவிலேந்து காணலே... உங்களுக்கும் அவளுக்கும் நடந்த வெவகாரத்தினாலே வெக்கப்பட்டுக்கிட்டு ஓடிட்டான்னு பேச்சு. அவ எங்கே போய் தொலைஞ்சாளோ, கட்டய்யன் மவன் கத்திக்கிட்டே இருக்கான்.''

''பாப்பாத்தியைக் காணலியா? நாயுடுப் பய எதுக்கும் துணிஞ்சவன். உங்க பேரிலே புரளியைக் கிளப்பி உட்டுட்டு, அந்தக் குட்டியை எங்கே கடத்திக் கிட்டுப் போய் வச்சிருக்கானோ தெரியலே. ஒரே குளப்பமா இருக்குது.''

கோபாலுக்கு இப்பொழுது எல்லாம் தெளிவாகப் புரிந்தது. நாயுடு சாமர்த்தியமாக இதைச் செய்திருக்கிறார்!

''நானும் டாக்டர் கனகசபையுமா போய் போலீஸ்லே, கம்ப்ளெய்ண்ட் கொடுத்திருக்கோம். இன்ஸ்பெக்டர் 'நேத்திக்கி வந்தார்... நீ தூங்கிண்டி ருந்தே', அநேகமாக இப்போ வரலாம் மறுபடியும். யு டெல் ஹிம் எவரிதிங். என்ன நடக்கிறதுன்னு பார்ப்போம்'' என்றான் சிவா.

''ஆமாம், போலீஸ் பிடுங்கிடப் போறாங்க. அந்த நாயுடுப் பயலெ நாமதான் கவனிக்கணும். ஊர்லே பண்ணையாளுக துடிச்சுக்கிட்டிருக்காங்க, பளிவாங் காமெ விடறதில்லேன்னு...'' ராமய்யா, மருந்து வைப்பதற்காகப் பக்கத் திலிருந்த அலமாரியில் இருந்து ஃப்ளாஸ்கை எடுத்துக் கொண்டே, இவ்வாறு சொன்னார். ''என்ன தம்பி, காப்பி குடிக்கிறீங்களா?'' என்று அவர் கேட்டார்.

''வேணாம், அப்புறம் குடிக்கிறேன். இதோ பாருங்க. ராமய்யா சார், இது கோபால்ங்கிற ஒரு தனிப்பட்ட ஆளை கண்ணையா நாயுடுங்கிற இன்னொரு தனிப்பட்ட ஆசாமி ஆள்வச்சு அடிச்ச வெவகாரம். இதை ஒரு அரசியல் பிரச்னையா ஆக்கிடலாமா?'' என்றான் கோபால்.

''வடிவேலுப் பயலுக்காக நீங்க பேசப் போயிருக்கீங்க, அப்பொ அடிச்சிருக்கான். இது எப்படி உங்க தனிப்பட்ட வெவகாரங்கிறீங்க? நாமும் நம்ம ஆளுகளுக்குச் சமாதானம் சொல்லணுமில்லே?''

''நாயுடுவோட கோபம் எனக்குப் புரியுது. நானும் நாயுடுவா இருந்துகிட்டு அவரை சப்போர்ட் பண்ணல. அப்புறம், வடிவேலுங்கிற ஒரு வப்பாட் டிக்குப் பொறந்த மவனை, நாயுடு இனத்தைச் சேர்ந்த அவருக்கு உறவான்னு கேட்டது அவரோட குலப் பெருமை மேலே கல்லெறிஞ்ச மாதிரி. ஒருவேளை இது ஒரு சமூகப் பிரச்னையாகவும் இருக்கலாம். வாட் டு யு திங்க் சிவா?''

சிவா புன்னகை செய்தான். பதில் சொல்லவில்லை.

''எதுக்குச் சிரிக்கிறே?''

''வடிவேலு அவருக்கு உறவான்னு நீ எதுக்காகக் கேட்டே? உனக்கு உண்டான கோபத்திலே, அவரை அவமானப்படுத்தணும்னுதானே கேட்டே?''

''ஆமாம்... ஐ வான்டட் டு புட் ஹிம் இன் ஹிஸ் ப்ளேஸ்.''

''ஒரு வப்பாட்டிக்குப் பொறந்த மகன் ஒருத்தருக்கு உறவான்னு கேக்கிறது, அவரை அவமானப்படுத்தற மாதிரின்னு நீயே நினைச்சிண்டா, உனக்கும் நாயுடுவுக்கும் என்ன வித்தியாசம்?'' என்றான் சிவா.

கோபால் சிவாவை சிறிதுநேரம் உற்றுப்பார்த்தான். பிறகு சிரித்துக்கொண்டே சொன்னான்: ''எஸ் யு ஆர் ரைட். மத்தியத் தர மனப்பான்மைங்கிறது, நம்ம ரத்தத்திலே ஊறிக் கிடக்குது... நாயுடுவைக் குத்தம் சொல்ல எனக்கு எந்தவித உரிமையும் கிடையாது.''

''அதெல்லாம் கிடக்கட்டும் தம்பி. போலீஸ்காரன் வரப்படி வந்து விசாரிச்சுக்கிடட்டும். நாம...'' என்று ராமய்யா சொல்லிக்கொண்டிருந்தபோதே, ஒரு சப்-இன்ஸ்பெக்டர் டாக்டருடன் அங்கு வந்தார்.

கோபால் டாக்டரைப் பார்த்துப் புன்னகை செய்தான். அவருக்கு நாற்பது வயதிருக்கலாம். அதற்குள் தலை முக்கால்வாசி வழுக்கையாகிவிட்டது. முகமும் இளமையாக இருந்தது.

''எப்படி இருக்கீங்க? சப்-இன்ஸ்பெக்டர் உங்களோட பேசலாம்னு வந்திருக்காரு'' என்றார் டாக்டர்.

சப்-இன்ஸ்பெக்டருக்கு மிகவும் பெரிய சரீரம். ஆறடி உயரம், அதற்குத் தகுந்த பருமன். முகத்தில் அடர்த்தியான மீசை. உள்ளங்கைகள் முறம்போலிருந்தன.

சப்-இன்ஸ்பெக்டர் ராமய்யாவையும் சிவாவையும் மாறி மாறிப் பார்த்தார். தாம் கோபாலுடன் பேசும்போது அவர்கள் அங்கிருப்பதை அவர் விரும்பவில்லை போல் தெரிந்தது.

''என்ன நடந்ததுன்னு உங்களுக்கு நினைவு வந்தவரைக்கும் சொல்லுங்க'' என்றார் சப்-இன்ஸ்பெக்டர். அவர் ஒரு ஸ்டூலில் உட்கார்ந்தார். சட்டைப் பையிலிருந்த ஒரு குறிப்புப் புத்தகத்தையும் பால்-பாயிண்ட் பேனாவையும் எடுத்து கையில் வைத்துக்கொண்டார்.

''நான் என்ன சொல்லணும்!''

''நடந்ததைச் சொல்லுங்க... இவர் உங்க ஃப்ரண்டா. இவரும் டாக்டர் கனகசபையும், கண்ணையா நாயுடு, உங்களை ஆள் வச்சு அடிச்சிருக்கிறதா கம்ப்ளெயிண்ட் கொடுத்திருக்காங்க. அவங்க ஸ்டேட்மெண்ட்டை ரெக்கார்ட் பண்ணியிருக்கேன்; அடிபட்டவரு நீங்க. என்ன நடந்தது. எப்படி நடந்ததுன்னு நீங்க சொல்லவேண்டாமா? நீங்க சொல்றதைக் கேட்டுகிட்டப்புறம், நாயுடு வீட்டுக்குப் போய் அவரை விசாரிக்கணும்'' என்றார் சப்-இன்ஸ்பெக்டர்.

''அவனை விசாரிச்சா என்ன சொல்லப்போறான், எனக்கு ஒண்ணுமே தெரியாதுன்னு சாதிக்கப் போறான்? இதுவே ஏளையா இருந்தா என்ன செய்வீங்க? லாக்-அப்லே போட்டு நல்லா உதைச்சு, அவன் செய்யாத குற்றத்தையும் செய்ததா ஒப்புக்க வைப்பீங்க. இப்பொ நாயுடு வூட்டுக்குப் போய், அவன் கொடுக்கப்போற தீனியையும் துன்னுட்டு...'' என்று பேசிக்கொண்டே போன ராமய்யாவை சப்-இன்ஸ்பெக்டர் இடைமறித்தார். ''எப்படி விசாரிக்கணும்னு நீங்க எனக்குச் சொல்லித்தர வேண்டியது அவசியமில்லே. நாங்க போலீஸ்காரங்க. சட்டப்படிதான் போவோம். ஒருத்தரை மட்டும் விசாரிச்சுட்டு, அவர் பழி சுமத்துகிற ஆளை உள்ளே தள்ள எங்களுக்கு அதிகாரமில்லே.''

''நல்லா தெரியும்யா உங்க சட்டமும் திட்டமும். கண் மண் தெரியாமெ அடிச்சுப் போட்டிருக்கான். அவன் வூட்டுக்குப் போய் விசாரிக்கப் போறாராம். அவனைப் போலீஸ் ஸ்டேஷனுக்குக் கூட்டியாந்து விசாரிச்சா என்னய்யா, வூட்லே தான் போய் விசாரிக்கணுமா? அங்கே அவன் வூட்லே என்ன நடக்கப் போவுதோ, யார் கண்டாங்க?'' என்று கோபத்தில் பொரிந்து தள்ளினார் ராமய்யா.

''இந்த மாதிரி அரசாங்க உத்தியோகஸ்தர்களைப் பத்திப் பேசறத் தப்புக்கே உங்களை உள்ளே தள்ளலாம் தெரியுமா?'' என்றார் சப்-இன்ஸ்பெக்டர்.

''நல்லாத் தெரியுமே! வசதியுள்ளவர்களுக்குத் தானே இந்த நாட்டிலே சட்டம், திட்டமெல்லாம். உரிமை கிரிமைன்னு பேப்பர்ல எளுதிப் போட்டுட்டு, ஊரை ஏமாத்திக்கிட்டுத் திரியறீங்க.''

''டாக்டர் இந்த ஆளைக் கொஞ்சம் வெளியிலே போகச் சொல்லுங்க. அப்பொத்தான் என்னாலே இவரோட பேச முடியும்'' என்றார் சப்-இன்ஸ்பெக்டர்.

''என்னங்க இளநீரு வேணுங்களா?'' என்ற குரல் கேட்டதும், சிந்தனையில் ஆழ்ந்திருந்த கோபால் திரும்பிப் பார்த்தான். ராமய்யாவுக்கு சிறு பணிவிடை புரியும் மாரி - அந்தப் பையனுக்குக் கோபால் மீது அலாதி பிரியம். அதுவும் கோபால் ஆஸ்பத்திரியிலிருந்து வந்தபிறகு, அவனை இடையறாமல் கவனித்துக்கொண்டு சிசுருட்சைகள் செய்துவந்தது மாரிதான்.

''கொண்டா...''

சிவாவும் ராமய்யாவும் டாக்டர் கனகசபையைப் பார்க்கப் போனார்கள். இன்னமும் வரவில்லை. ராமய்யா சொன்னபடிதான் நடந்தது. சப்-இன்ஸ்பெக்டர் நாயுடு வீட்டுக்குப் போய் விசாரித்துவிட்டு, நாயுடு அன்றிரவு கிராமத்திலிருந்ததாக நிரூபணம் ஆகவில்லை என்று சொல்லிவிட்டார். அவன் நாயுடுவைப் பார்த்ததற்கு சாட்சிகளே இல்லை. ஆனால் நாயுடுவை அன்று கும்பகோணத்தில் பார்த்ததாக முப்பது சாட்சிகள்! - நாயுடு என்னை முட்டாளாக்கி விட்டார். பாப்பாத்தி விவரம் தெரியவில்லை.

பாப்பாத்தி எங்கே? வடிவேலு சொன்னது உண்மைதான். அவன் சொன்ன தகவலை வைத்துக்கொண்டு நாயுடுவின் அந்தரங்க பலஹீனத்தைதான் சுட்டிக்காட்டியதுதான், அவருக்குத் தன்மீது அவ்வளவு கோபம் ஏற்படு வதற்குக் காரணமாக இருக்க வேண்டும். இயற்கை விளைவித்துவிட்ட குறைதான், நாயுடுவின் ஒவ்வொரு செயலையும் நிர்ணயம் செய்கிறது. இது ஒரு தனி மனிதன் சமூகத்தின்மீது கொண்ட ஆத்திரம். இத்தகைய ஆத்திரம் கொண்டவர்கள் என்ன வேண்டுமானாலும் செய்யத் தயங்கமாட்டார்கள், பாப்பாத்தியை நாயுடு கடத்திக்கொண்டு போய் வைத்திருப்பது உண்மை யானால். இது, ஊரில் தன்னைப் பற்றிப் புரளியைக் கிளப்பிவிட வேண்டு மென்பதற்காக மட்டுமல்ல, அவன் சுட்டிக்காட்டிய பலஹீனம் தம்மிடம் இல்லை என்று அவனுக்கு நிரூபித்துக் காட்டுவதற்காகவும் இருக்கலாம்.

''போதுங்களா இளநீரு'' என்று கேட்டான் மாரி.

''போதும். நீயும் போய் அவங்களோட கோலி விளையாடு...'' என்றான் கோபால். சற்று தொலைவில் சில குழந்தைகள் கோலி விளையாடிக் கொண்டிருந்தன.

மாரி குதித்துக்கொண்டே ஓடினான்.

அப்பொழுது ராமய்யாவும் சிவாவும் மிக வேகமாக வந்து கொண்டிருப் பதை கோபால் கவனித்தான். ஏன் இவ்வளவு விரைவாக வருகிறார்கள்? என்ன நடந்துவிட்டது? ராமய்யா கோபமாக இருக்கிறார் என்பது அவர் முகத்தினின்றும் வெளிப்படையாகத் தெரிந்தது.

''பாத்தீங்களா அக்கிரமத்தை?'' என்று சீறிக் கொண்டே வந்தார் ராமய்யா.

''ஏன், என்ன?''

''டாக்டரைப் பாத்திட்டு வரப்பொ சப்-இன்ஸ்பெக்டர் ஜீப்லே போயிட்டி ருக்கிறதைக் கண்டேன். அந்தப் பய ஜீப்பை நிறுத்தி என்னைப் பார்த்துச் சொல்றான்: 'ஏன்யா நாயுடு அடிச்சார்னு புரளியைக் கிளப்பிவிட்டுக் கிட்டிருக்கே? அந்த ஆளு கோபாலு சொல்றது பூரா பச்சைப் பொய். மிராசு தாருக்கெதிரா, பண்ணை ஆளுகளைக் கிளப்பிவிட இப்படி சதியா பண்ணிகிட்டு திரியறீங்க? 'தொலைச்சுப்புடறேன் உங்களை தொலைச் சு'ன்னு வீறாப்பா சொல்லிட்டு படக்குன்னு பூட்டான்...'' என்றார் ராமய்யா.

வேகமாக நடந்து வந்ததினாலும் படபடப்பாகப் பேசியதாலும் அவருக்கு மூச்சிறைத்தது.

கோபாலுக்கு அசாத்திய கோபம் ஏற்பட்டது. இதை எதிர்த்துப் போராடாம லிருப்பது கோழைத்தனம். ஆனால், யாரோடு எப்படிப் போராடுவது? கண்ணையா நாயுடுவோட நான் போராடுவதின் மூலம் இது முடிந்து விடுகிறதா? இது ஒரு குறியீட்டுப் பிரச்னை, அவ்வளவுதான். நாடெங்கும் எவ்வளவு கண்ணையா நாயுடுகள் அநியாயம் செய்துவிட்டுத் தப்பித்துக் கொண்டிருக்கிறார்கள்! - இது ஒரு சமூகப் பிரச்னையா அல்லது அரசியல்

பிரச்னையா அல்லது இயற்கையினால் விளைந்த மனோதத்துவப் பிரச்னையா அல்லது இயற்கையினால் குறையுண்ட ஒரு தனிப்பட்டவன் சமூகத்தின் மீது பழிவாங்க மேற்கொண்ட நடவடிக்கையினால் விளைந்த மனோதத்துவப் பிரச்னையா என்று புத்திச் சாதுரியமாக ஆராய்ந்து கொண்டிருப்பதில் என்ன பயன்? ஒதுங்கியிருந்து, ஒரு பார்வையாளனாக இனி என்னால் இருக்கமுடியாது.

''நம்ம சனங்க ரொம்பக் கோபமா இருக்காங்க. சப்-இன்ஸ்பெக்டர் இப்படிச் சொன்னான்னு அவங்ககிட்டே சொன்னாப் போதும். உடனே என்ன ஆகுமோ தெரியாது'' என்றார் ராமய்யா தொடர்ந்து.

திடீரென்று கோபாலை ஓர் அடக்க உணர்வு ஆட்கொண்டது. தன் பொருட்டு ஒரு கிளர்ச்சி ஏற்படவேண்டியது அவசியந்தானா? -

''நான் ஒரு தனி ஆளு, வெளியூர்லேந்து வந்திருக்கிறவன். நான் அடிபட்டதை ஒரு பெரிய அரசியல் விவகாரமாக்கிடாதீங்க?''

''நீங்க அடிபட்டது மட்டுமல்லீங்க, இதைத் தவிர வேறு எத்தனையோ பிரச்னை இருக்குது. வடிவேலுவை அந்த இடத்திலேந்து கிளப்பப் பாக்குறான். முதலாளிங்க எல்லாம் கூடிக்கிட்டு ஒரு சங்கம் வச்சு, அதிலே நம்ம ஆளுக சேரணும்னு கட்டாயப்படுத்திக்கிட்டிருக்கான். நம்ம ஆளுக சேராட்டி, வெளியூர்லேந்து கூலிக்கு ஆளுகளை அளைச்சிக்கிட்டு வந்து வயல்லே வேலை செய்யச் சொல்வேன்னு பயமுறுத்திக்கிட்டில்லெ திரியறான்? இந்தப் பயலுக்கு ஒரு பாடம் சொல்லித் தர வேணாம்?''

கோபாலுக்கு, தனக்கு அந்த உணர்வு ஏற்பட்டிருக்கவேண்டிய அவசிய மில்லை என்று தோன்றிற்று. நீ அடிபட்டதைப் பற்றி யார் கவலைப்படு கிறார்கள்? என்பது போலிருந்தது அவர் பேச்சு. ஆனால் அவர் கவலைப் படவில்லை என்று சொல்ல முடியுமா? அடிபட்ட அன்றே என்னை ஆஸ்பத்திரிக்குக் கொண்டுபோய் சேர்த்திருக்கிறார்.

எனக்கு நினைவு வரும்வரை என்னருகிலேயே உட்கார்ந்து கொண்டு கண்விழித்துக் கட்டிக் காத்திருக்கிறார். ஆனால் ராமய்யா என் அந்தரங்கமான நண்பர் என்பதோடு மட்டுமல்லாமல், அவர் ஒரு கட்சித் தோழர். கட்சி நலனுக்கு பிறகுதான் மற்றவை எல்லாம். நான் அடிபட்டதைக் கட்சிப் போராட்டத்துக்குச் சாதகமாகப் பயன்படுத்திக்கொள்ள வேண்டுமென்று அவர் தீர்மானித்திருப்பதில் தவறு ஒன்றுமில்லை, இது ஒரு 'சந்தர்ப்பம்'. ராமய்யாவின் பதில் - அதாவது, இந்தச் 'சந்தர்ப்பத்தை'ப் பயன்படுத்திக் கொள்ள வேண்டுமென்பது - அவர் இவ்வாறு சொன்னவுடன், என் மனத்தில் ஏன் ஒருவிதமான ஏமாற்ற உணர்வைத் தோற்றுவித்திருக்க வேண்டும்? இது ஒரு பெரிய விவகாரமாக்கப்பட்டுத் தனக்கு ஒரு முக்கியத்துவம் ஏற்பட வேண்டுமென்பதுதான் உள் நினைவா? - அப்படியானால், ஒரு ஸ்தா பனத்தோடு கொள்கைரீதியாகப் போராட வேண்டுமென்ற நினைவு சமூக நோக்கு என்ற இலட்சியப் பார்வையின் அடிப்படையில் பிறந்ததல்ல...

தனக்கு இழைக்கப்பட்ட சிறுமை என்ற சுயநலத்தில் விளைந்த குறிக்கோளா? தன் அண்ணன் அரசாங்கத்தால் கொல்லப்பட்டது கண்ட லெனினின் கோபந்தான், ரஷ்யப் புரட்சிக்குக் காரணம் என்று சர்ச்சில் கூறியிருப்பது நினைவுக்கு வருகிறது. சீ...! எல்லாவற்றையும் இப்படிக் கொச்சைப்படுத்திக் காண்பது மனோதத்துவ ஆராய்ச்சியினால் ஏற்படும் வக்கிரப் பார்வை. இது அவசியந்தானா? எது எப்படி இருந்தால் என்ன? - காரண காரியத் தொடர்பு என்ற அளவில் இதற்கு ஒரு யதார்த்த மதிப்பு உள்ளதேயன்றி காரியத் தினின்றும் காரணத்தை வேறுபடுத்தி, அதைக் கண்டுபிடித்த அல்லது கண்டு பிடித்தது போன்ற - மயக்க சுகத்தில் ஆழ்வதில் என்ன அர்த்தம் இருக்கிறது?

''என்ன யோசிச்சுக்கிட்டிருக்கீங்க?'' என்றார் ராமய்யா.

''உங்க விருப்பப்படிச் செய்யுங்க...'' என்றான் கோபால்.

''என்ன செய்யறது?''

''நாயுடுவுக்கு ஒரு பாடம் கற்பிச்சாகணும். இதுக்காக நாம என்ன வேணுமானாலும் செய்யலாம். என்ன சிவா பேசாமெ இருக்கே, நீ என்ன சொல்றே?''

சிவா அவர்களிருவரும் பேசுவதை மௌனமாகக் கேட்டுக் கொண்டிருந் தான். ஒரு பெரிய போராட்டத்தில் பங்குகொள்ள வேண்டும் என்ற எண்ணத் துடன் நான் தில்லியிலிருந்து வரவில்லை. சொல்லப்போனால், எனக்கு இதுவரை அரசியலில் அக்கறை இருந்ததே கிடையாது. ஆனால் திருவாரூர் அனுபவம் என் அடி மனத்தில் ஒரு சலனத்தை ஏற்படுத்தியிருக்க வேண்டும். எஸ்... எவிரிதிங் ஈஸ் ராட்டன் இன் தி ஸ்டேட் ஆஃப் டென்மார்க். நான் கோபாலைப் பற்றி இதுவரை நினைத்துக் கொண்டிருந்ததெல்லாம் தவறோ? 'சமூக மதிப்புகளின் பாதிப்பினால்தான், அதாவது இவற்றை ஏற்றுக்கொள் வதினாலோ அல்லது எதிர்ப்பதினாலோதான் ஒரு தனி மனிதனின் மனோ தத்துவப் பிரக்ஞை உருவாகிறது' என்று அடிக்கடி வாதாடுகிறவன் - அதாவது, தான் எந்த நிகழ்ச்சியாலும் இதுவரை பாதிக்கப்படாமலிருந்ததாக, 'அகடெமிக்' ரீதியாக வாதாடியவன் - இப்பொழுது 'நான் ஒரு தனி ஆள், நான் ஒரு தனி ஆள்' என்று ஏன் இப்படிப் பேசுகிறான்? - சமூகச் சூழ்நிலைகளின் விளைவுதான் ஒரு தனி மனிதன் என்ற உறுதியான கொள்கை அவனுக் கிருக்குமென்றால், தன்னைச் சமூகத்தினின்றும் வேறுபடுத்திக்கொண்டு 'ஒரு தனி ஆளாகத் தன்னைப் பற்றி அவன் சொல்லிக்கொள்ள வேண்டிய அவசியமில்லை'. ஆனால் இங்கு ஏற்பட்டுக்கொண்டிருக்கும் இந்நி கழ்ச்சிகள், நான் அடிப்படையாகக் கொண்டிருந்த சில அபிப்பிராயங்களைப் பற்றிக் கேள்விக் குறிகள் எழுப்பியுள்ளன என்பதை மறுக்க முடியாது. 'தனித் தன்மையைத் தியாகம் செய்த மனிதர்களால்தாம் சமூகம் உருவாக முடியும்' என்பதை நான் இதுவரை எதிர்த்து வந்திருக்கிறேன்... ஆனால் சமூகப் பொதுநலம் என்று வரும்போது, ஏன் நம் நாட்டுப் பெரிய கலைஞர்களைப் பற்றியும் சமயத்துறைச் சிந்தனையாளர்களைப் பற்றியும் முறையான சரித்திரம் ஏதும் கிடையாது என்பதே இக்கருத்தை வற்புறுத்தவில்லையா?

''என்ன பேசாமெ நிக்கறெ, சொல்லேன்'' என்றான் கோபால்.

''என்னைப் பற்றி உனக்குத் தெரியும். ஆகவே, இந்நாட்டின் - நம் சமூகத்தின் - சாபக்கேட்டை மாற்ற நாம் எந்தவிதமான நடவடிக்கைகளை மேற் கொண்டாலும் தவறில்லை என்று நினைக்குமளவுக்கு இந்நிகழ்ச்சிகள் எனக்கு மனமாற்றத்தை ஏற்படுத்தி இருக்கின்றன என்பது உனக்கு ஆச்சரியத்தைத் தரலாம்'' என்றான் சிவா ஆங்கிலத்தில்.

''நீ என்னைப் பார்க்கவேண்டுமென்று வந்தாய். ஆனால் இந்தச் சூழ்நிலையில் நீயும் அகப்பட்டுக் கொண்டு...'' என்று கோபால் தொடர் வதற்குள் சிவா இடைமறித்துக் கேட்டான். ''தாமஸ் மானின் மாஜிக் மௌண்டன் படித்திருக்கிறாயா?''

''இல்லை.''

''க்ஷயரோக வியாதியஸ்தர்கள் தங்கியிருந்த விடுதிக்குத் தன் உறவினனைக் காணப் போனவன் நிரந்தரமாகத் தங்கிவிடும்படி ஆகிவிடுகிறது. இந்த நாட்டின் வியாதி - நாயுடுவும், நாயுடு போன்றவர்களுந்தான். இந்தக் கிராமத் தில்தான் என்னால் இதைப் பிரத்யட்சமாகக் காணமுடிகிறது. தாமஸ் மானின் விரக்தி எனக்குக் கிடையாது. இவ்வியாதியினால் பீடிக்கப்படாமல், இதை எதிர்த்துப் போராடுவதில்தான் இந்நாட்டின் எதிர்காலம் இருக்கிறது என்பதை நான் நம்புகிறேன்.''

அவர்களிருவரும் ஆங்கிலத்தில் பேசிக்கொண்டிருப்பதினின்றும் ஏதோ ஒரு முக்கிய விஷயத்தைப் பற்றி விவாதிக்கிறார்கள் என்று ராமய்யாவால் ஊகிக்க முடிந்தது. ஏன் திடீரென்று அவர்கள் ஆங்கிலத்தில் பேசிக்கொண்டிருக்க வேண்டுமென்று ஒருவிதமான எரிச்சல் அவருக்கு ஏற்படாமல் இல்லை.

''எதெப் பத்திப் பேசறீங்க?'' என்றார் அவர் பொறுமை இழந்தவராக.

''நம்ம சிநேகிதரும் போராட்டம் அவசியந்தாங்கிறாரு'' என்றான் கோபால்.

''அதான் என்கிட்டே அப்பொவே சொல்லிட்டாரே. டாக்டரும் இதெத்தான் சொல்றாரு. நாம ஏதாவது இப்பொ செய்தாவணும். பாப்பாத்தியை வேறக் காணலே...''

''போலீஸ்லே என்ன சொல்றாங்க? இதெப்பத்தியும் பிராது கொடுத் திருக்காங்கல்லே?''

''நாயுடு வூட்லே பூந்து பாத்தாத்தான் தெரியும். ஆனா அவ அங்கே இல்லாட்டி... அந்தக் குட்டியைப் பத்தி யார் என்ன சொல்லமுடியும்? சின்ன வயசிலேயே புருஷனைத் தொலைச்சிட்டு பாப்பாரச் சாமிகளைக் கும்பிட்டுகிட்டிருக்கிற பொண்ணு'' என்றார் ராமய்யா அலுப்புடன்.

பாப்பாத்தியைப் பொருத்தவரையில் இவர் அடிமனத்தில் ஒரு சலனம் ஏற்பட்டிருக்க வேண்டுமென்று கோபாலுக்குத் தோன்றியது. பாப்பாத்தி ஒருவனுடன் ஓடிவிட்டாள் என்று எண்ணிப் பார்க்கும்போது, ஒரு

வக்கிரமான சந்தோஷம். கணவன் இறந்த பிறகு, 'பாப்பாரச் சாமிகளை'க் கும்பிட்டுக் கொண்டு. 'உங்களைவிட நான் எவ்வளவு புனிதமானவள்' என்று காட்ட முயன்ற இவளுடைய மனப்பான்மை இதற்குக் காரணமாக இருக்கலாம்.

''நாயுடு வீட்டுக்குத்தான் அன்னிக்குப் போய் பார்த்தோமே. அன்னிலேந்து தான் அவளைக் காணோம். அந்த வீட்டிலே அன்னிக்கு அவ இருந்ததாத் தெரியலே. வேற எங்கேயாவதுதான் அவளைக் கொண்டுபோய் வச்சிருப்பார்'' என்றான் சிவா.

''கட்டய்யன் வீட்லே ஒருவேளை... கட்டய்யன் அவரோட அடியாள் பட்டாளத்திலே ஒருத்தன் இல்லே?''

''கட்டய்யனுக்கு வூடு ஏது? காசு கெடச்சா தண்ணி போட்டுட்டு, வரப்பாண்டே உருண்டுக்கிட்டுக் கிடக்கிறப் பய... பூங்காவனம் பய வூட்லே கொண்டு வச்சிருக்கானோ என்னவோ. கட்டய்யன் மவன் ஒரேயடியா அளுது கிட்டிருக்கான். இப்போ அஞ்சலை வூட்டிலே இருந்துகிட்டிருக்குது. குழந்தையைப் பார்க்கக்கூட கட்டய்யன் வல்லே...''

அப்பொழுது பழனி மூச்சிறைக்க அங்கு ஓடிவந்தான்.

''வடிவேலு கடையை நாயுடுவோட ஆளுக இடிச்சுத் தள்ளிக்கிட்டிருக்காங்க. போலீஸு பாத்துகிட்டு நிக்குது. வாங்க, புறப்பட்டு வாங்க.''

''வடிவேலு எங்கே?''

''அவரைக் காணலே. பாப்பாத்தியைக் கடத்திக்கிட்டுப் போன மாதிரி அவரையும் கடத்திக்கிட்டுப் போயிட்டாங்களோ என்னவோ தெரியலே.''

கோபால் எழுந்திருந்தான்.

''நீங்க இருங்க, நாங்க போயிட்டு வர்றோம்'' என்றார் ராமய்யா.

''இல்லே நானும் வரேன்'' என்றான் கோபால் தீர்மானமாக.

ராமய்யா பாதி நடையும், பாதி ஓட்டமுமாக விரைவாகச் சென்றார். கோபால், அவரைப் போல் அவ்வளவு வேகமாக நடக்க முடியவில்லை. கால் கொஞ்சம் வலித்துக்கொண்டிருந்தது.

''நீங்க ரெண்டு பேரும் மெதுவா வாங்க. நான் முன்னாலே போறேன்'' என்றார் ராமய்யா.

சிவாவும் கோபாலும் அங்கு சென்றபோது ராமய்யா மிகுந்த கோபத்துடன் உரத்த குரலில் பேசிக்கொண்டிருந்தார். ஆனால் கடையை இடித்தவர்களோ அல்லது போலீஸ்காரர்களோ இதுபற்றிக் கவலைப்பட்டதாகத் தெரியவில்லை.

''வாங்க தம்பி, பாருங்க. சாமானை எப்படித் தூக்கிப் போட்டிருக்காங்க. வடிவேலு பய எங்கே போயிருக்கானோ தெரியலியே! ஏண்டா

பாப்பாத்தியைக் கடத்திக்கிட்டுப் போயிருக்கிற மாதிரி வடிவேலையும் கடத்திக்கிட்டுப் போயிட்டீங்களா... கருங்காலிப் பயல்களா?'' என்று அவர் புலம்பினார்.

அங்கு நின்றுகொண்டிருந்த சப்-இன்ஸ்பெக்டரை கோபால் கேட்டான். ''இதை இடிக்க உங்களுக்கு 'அத்தாரிட்டி' இருக்குதா?''

''எங்களுக்கு இல்லே. அத்தாரிட்டி உள்ளவங்க இடிக்கிறப்போ, அவங்களுக்கு 'ப்ரொட்டக்ஷன்' கொடுக்க 'அத்தாரிட்டி' இருக்குது.''

''நாயுடு ஆளுகன்னா இடிக்கிறாங்க''

''அவரோட ஆளுகன்னு யார் சொன்னாங்க. எல்லோரும் இந்த இடத்தைவிட்டுக் காலி பண்ணுங்க.''

''ஏன் கொஞ்சம் மரியாதையா பேசினா அது தப்பாப் போயிடுமா?'' என்று கேட்டான் சிவா.

''இங்கே நாலு பேருக்கு மேலே கூடினா சட்ட விரோதம். 144 போட்டிருக்குது.''

''144 போடும்படியா இங்கே என்ன நடந்துடுத்து?'' என்றான் சிவா.

''சர்க்காரைக் கேளுங்க, எனக்குத் தெரியாது. சட்டத்தைக் காப்பாத்த வேண்டியது எங்க வேலை.''

''சர்க்கார் யாரு, நாயுடுவா?'' என்றான் கோபால்.

கோபாலின் கேள்வி அக்கூட்டத்தில் ஒரு சிரிப்பலையை எழுப்பியது.

சப்-இன்ஸ்பெக்டருக்குக் கோபம் ஏற்பட்டது என்று அவருடைய அடுத்த நடவடிக்கையினின்றும் தெரிந்தது. அவர் போலீஸ்காரர்களைப் பார்த்து சைகை செய்தார். அவர்கள் திடீரென்று கையிலிருந்த தடிகளைச் சுழற்றிக்கொண்டு அங்குக் கூடியிருந்தவர்களைப் பின்னால் தள்ளினார்கள்.

ராமய்யாவை வேண்டுமென்றே ஒரு போலீஸ்காரன் கழுத்தைப் பிடித்துக் கீழே தள்ளினான். அவர் தலைகுப்புற விழுந்தார்.

6

ராமய்யா இன்னும் விழிக்கவில்லை. அவர் லேசாக முனகிக் கொண்டிருந்தார். முதல் நாள் மாலை அவர் போலீஸ்காரரால் கீழே தள்ளப்பட்டு விழுந்ததின் அசதி, அம்முனகல் மூலம் வெளிப்பட்டுக் கொண்டிருந்தது. சிவாவும் கோபாலும் அவரருகே திண்ணையில் அமர்ந் திருந்தனர். வாசற்படியில் பழனி நின்று கொண்டிருந்தான்.

''ஏதேனும் செய்தாகணுங்க. சும்மா இருந்துக்கிட்டிருந்தா சனங்களை ஏமாத்தற மாதிரி ஆயிடும். நேத்து போலீஸ்காரங்க திடீர்னு இப்படிக் கண்ணு மண்ணு தெரியாமெ தடிக் கம்பைச் சுளட்டிக்கிட்டு அடிக்கப் புறப் பட்டாங்களே, இது என்ன நியாயம் சொல்லுங்க? அந்த நாயுடுப் பய விட்டெறியற காசுக்குக் கூலி வேலை செய்யறானுவ இந்தப் போலீஸ் காரங்க. நாம இப்போ நம்ம பலத்தைக் காமிக்கலே, பேசாம வேட்டியை அவுத்தெறிஞ்சிட்டு சேலையைக் கட்டிக்கலாம். வடிவேலுவை வேறக் காணலே? என்னங்க இது அக்குறும்பு?''

பழனியின் குரல் ஓங்கிக்கொண்டே போயிற்று. அவன் கோபம் சிவாவுக்குப் புரிந்தது. ஆனால் என்ன செய்யமுடியும்? செயலற்ற நிலையில் விளைந்த தார்மீகக் கோபத்தால் என்ன சாதித்துவிட முடியும்? 'செயலற்ற நிலை' என்று ஒப்புக்கொள்ள மறுக்கிற பிடிவாதந்தான் ஏதாவது செய்துகாட்ட வேண்டு மென்ற ஆவேசமாக மாறிவிடுகிறது. ஆங்காங்கே அப்பொழுதைக்கப் பொழுது ஏற்படுகிற ஆவேசங்களினால் பயன் இருக்கிறதா? ஊழிக் கூத்து நிகழ இவை வழிகாட்டலாம். இந்நாட்டின் அடிவேராகிய பண்பாட்டைப் பற்றி உலுக்க வேண்டும். காய்ந்து பட்டுப்போன மரங்கள் சூழ்ந்த இவ்விடத்தை நிழல்தரும் சோலைகளாக எண்ணி மயங்கும் முட்டாள்தனம் மறைவதற்கு வேறு வழியே இல்லையா?

எண்ணுவதினால் மட்டும் புரட்சிகள் ஏற்பட்டு விடுவதில்லை. இந்நாட்டின் சாபக்கேடு, இப்படி 'எண்ணுகிறவர்கள்' தாம் நிறைய இருக்கிறார்கள்.

'இந்தியாவில் புரட்சியே ஏற்படாது. இப்படி ஏற்படும் என்று நினைப் பதற்கு அதன் பாரம்பரியச் சரித்திரமே எதிராக இருக்கிறது' என்று எப்பொழுதோ படித்தது சிவாவுக்கு ஞாபகம் வந்தது. இதற்கு என்ன காரணம்?

எந்தவிதமான துன்பம் ஏற்பட்டாலும், அத்துன்பத்தைப் போக்க முயலாமல், அந்தத் துன்பத்துக்குக் காரணம் கண்டுபிடித்துத் திருப்தி அடைந்துவிடுகிற மனப்பான்மை நம் இரத்தத்தில் ஊறிக் கிடக்கிறது. கஷ்டம் ஏற்பட்டாலும் அதனுடனும் சமரசம் செய்துகொண்டு எப்படிச் சிரிக்கவேண்டுமென்ற தவறான பாடங்களைப் போதித்துவரும் நம் கலாசாரம்!

'வடிவேலு எங்கே!' - கோபாலின் அடிமனத்தை இக்கேள்வி புழுவாகத் துளைத்துக் கொண்டிருந்தது. நாயுடுவின் மிக அந்தரங்கமான சினத்துக்கு அவன் பலியாகிவிட்டானோ? அவனுடைய கடையை இடித்துத் தரை மட்டமாக்கி விட்டார்கள். அங்கு கடை இருந்ததற்கு இப்பொழுது சுவடே கிடையாது. பழனி கூறியதுபோல் நாம் ஆண்கள் என்று இப்பொழுது நிரூபித் தாக வேண்டும். பந்து நம்முடைய கோர்ட்டில் இருக்கிறது. நாயுடு வெற்றி மதர்ப்புடன் புன்னகை செய்து கொண்டிருக்கிறார். நாயுடுவை ஒழித்துக்கட்டி விடுவதனால் பிரச்னை தீர்ந்துவிடுமா? ஒருவேளை நாம் அதைத்தான் செய்ய முயலுவோம் என்று அவர் எதிர்பார்க்கிறார் போலிருக்கிறது. ஆட்களை அழைத்துக்கொண்டு அவர் வீட்டை நோக்கிச் சென்றால் அங்கு அனை வரையும் வரவேற்க போலீஸ் காத்துக் கொண்டிருக்கும்.

பாப்பாத்தி எங்கே? - நாயுடு கட்டிவிட்ட புரளியை அனைவரும் நம்ப வில்லையென்று என்னால் உறுதியாகச் சொல்லமுடியுமா? - கிராம மக்களுடைய நம்பிக்கைக்குப் பாத்திரமாக இருப்பது என்பது ஒரு சுலபமான விஷயமல்ல. தப்பித் தவறி ஏதேனும் ஓரிடத்தில் மாறான தந்தியை மீட்டி விட்டால் போதும், வீணையே சுக்கு நூறாகிவிடும். நாயுடு கட்டிவிட்ட புரளி அப்பொழுது ஏன் விசுவரூபம் எடுக்காது?

ராமய்யா கண்களைத் திறந்தார். பழனி அவரருகே சென்று தான் முன்பு கூறிக்கொண்டிருந்ததையெல்லாம் திருப்பிச் சொன்னான். அவர் கண்களைப் பாதி மூடிய நிலையில் மௌனமாகக் கேட்டுக் கொண்டிருந்தார்.

''என்னைத் தூக்கிலே வேணுமானாலும் போட்டுக்கிடட்டும். அந்த நாயுடுப் பயலை கண்டந்துண்டமா வெட்டிப் போட்டாத்தான் என் மனசு ஆறும்.''

''இந்த மாதிரியெல்லாம் பேசிக்கிட்டுத் திரியாதீங்க. நாயுடு வேற காரணத் தினாலே அப்படிப் போயிட்டாலும் பழியை உங்க பேரிலேதான் போடுவாங்க'' என்றான் கோபால்.

ராமய்யா மெதுவாக எழுந்து உட்கார்ந்தார்.

''வடிவேலுப் பய சேதி என்ன?'' என்று அவர் ஈனஸ்வரத்தில் கேட்டார்.

''இதுவும் நாயுடுவோட வேலைதான். எனக்கு நல்லாத் தெரியும். அந்தத் தறிகெட்ட தாயாளி கிராமத்தையே சூறையாடப் போறான்; பாத்துக்கிட்டே இருங்க...'' என்றான் பழனி.

''கோபால் சார், நீங்க என்ன சொல்றீங்க?'' என்றார் ராமய்யா.

''எனக்கும் அப்படித்தான் படுது...'' என்றான் கோபால்.

''இப்பொவே ஆளுகளைக் கூட்டிக்கிட்டுப் போய் நாயுடு வூட்லே உள்ளாற பூந்து பாப்போம் வாங்க, பாப்பாத்தியும் வடிவேலுவும் அங்கேதான் இருப்பாங்கங்கிறது என் சம்சயம்'' என்றான் பழனி.

''நாயுடு ஒண்ணும் முட்டாளில்லே. தன் வீட்டிலேயே காணாமப் போன வங்களை வச்சுக்க'' என்றான் சிவா.

''பெறகு எங்கேதான் வச்சிருப்பாருங்கறீங்க?''

''பதட்டப் படாமெ பேசு... இதெல்லாம் கொஞ்சம் யோசிச்சி செய்ய வேண்டிய வெவகாரம்...'' என்று ராமய்யா பழனியை லேசாகக் கண்டித்தார். அவன் மிகுந்த கோபத்துடன் சிவா இருந்த பக்கம் திரும்பிப் பேசியது அவருக்குப் பிடிக்கவில்லை.

''நாம யோசிக்கிறதுக்குள்ளாற வெள்ளம் ஆளுகளை அடிச்சிகிட்டுப் போயிடும்'' என்று முணுமுணுத்தான் பழனி.

அப்பொழுது அங்கு ஓர் ஆள் அவசர அவசரமாக ஓடி வந்தான்.

''பாத்தீங்களா அக்கிரமத்தை. நாயுடு வயல்லே வேலை செய்ய வெளி ஆட்களைக் கொண்டாந்திருக்கான். நம்ம ஆளுகளுக்கு வேலையில்லே...'' என்று மூச்சிறைக்க அவன் சொல்லி முடிப்பதற்குள் ராமய்யாவுக்கு எங்கிருந்துதான் தெம்பு வந்ததோ தெரியவில்லை, அவர் திண்ணையில் இருந்து கீழே குதித்தார்.

''வாங்க, போய்ப் பார்க்கலாம்.''

அந்த ஆள் சொன்னது உண்மைதான். வயலில் வேலை செய்து கொண்டிருந்த அனைவரும் புதிய பண்ணையாள்கள். அவர்களுக்குப் பாதுகாவலாக போலீஸ் நின்றுகொண்டிருந்தது. கிராமத்துப் பண்ணையாள்கள் என்ன செய்வதென்று அறியாமல் ஓரமாக நின்று கொண்டிருந்தனர்.

அவர்களில் பாதிப்பேர் பெண்கள். அழுகையும் கெஞ்சலுமாகக் கூப்பாடு போட்டுக்கொண்டிருந்தனர்.

வயல் மேட்டருகே நாயுடு நின்று கொண்டிருந்தார். அவருக்கு ஒருவன் குடை பிடித்துக் கொண்டிருந்தான். நல்ல வெய்யில் இல்லாவிட்டாலும், காலை வெய்யில்கூடத் தன் உடம்பில் விழுவதை நாயுடு விரும்பவில்லையென்று தெரிந்தது.

ராமய்யாவும் மற்றவர்களும் அங்கு வருவதைக் கண்டதும், நாயுடு மிக விரைவாக அவர்களருகே வந்தார்.

''ஏதானும் கலாட்டா பண்ணீங்க, ஈவிரக்கம் இல்லாமெ போலீஸ்காரங்க சுட்டுத் தள்ளுவாங்க. சாக்கிரதை, மரியாதையா போயிடுங்க...'' என்றார் நாயுடு, ராமய்யாவிடம்.

''போலீஸை விடுடா, உனக்கு இருக்காடா ஈவிரக்கம்?'' என்றான் பழனி.

நாயுடு அவன் பக்கம் திரும்பினார். முகத்தில் இரத்தம் குபீரென்று பாய்ந்தது.

''பறப் பய மவனே, உனக்கு இவ்வளவு திமிராடா?'' என்று திடீரென்று அவன் மீது பாய்ந்தார். ராமய்யாவும் கோபாலும் அவரை இறுகப் பற்றித் தடுத்ததும், அவர் சினம் இன்னும் அளவு கடந்து போயிற்று.

''பள்ளப் பயலுவ இன்னைக்கி இப்படிப் பேசறாங்கன்னா இதுக்கு யார்ரா காரணம்? மாடு திங்கற சாதிக்கு கொளுப்பு ஏற்பட்டிருக்கிறதே உங்களால் தானேடா, கம்யூனிஸ்ட்கார நாய்களா?''

அவர் கோபத்தில் இன்னும் ஏதேதோ கத்திக்கொண்டே போனார். உடம்பு வேகமாக ஆடியது. இதற்குள் போலீஸ்காரர்கள் அங்கு வந்துவிட்டார்கள்.

''அவரை விடுய்யா...'' என்று சொல்லிக்கொண்டே நாயுடுவை ராமய்யாவின் பிடியினின்றும் விடுவித்தான் ஒரு போலீஸ்காரன்.

''நீங்க செய்யறது நல்லா இருக்குதா? கோவப்படாம சொல்லுங்க. ஊர் பண்ணையாளுகளை விட்டுட்டு, வெளியிலேந்து ஆட்களைக் கொண்டாந் திருக்கீங்களே. இவங்களைப் பட்டினி போட்டுக் கொல்றதுதானே உங்க எண்ணம்'' என்றான் கோபால் நாயுடுவிடம்.

''உனக்கும் இந்தக் கிராமத்துக்கும் என்னடா சம்பந்தம்? பாப்பாத்தியைக் கட்டிக்கிட்டு ஊரைவிட்டுப் போனவன் மவன்தானே நீ. பள்ளச்சிக்குப் பாப்பாத்தின்னு பேர் இருந்தாலே போதும். சேலையை உருவப் பாக்கறே. நீ யார்ரா எனக்கு வந்து நல்லது கெட்டது சொல்ல?''

''இந்த வயசிலே நாக்கிலே நரம்பில்லாமே பேசறீங்களே, வெக்கமா இல்லே? நான் அன்னிக்கு உங்க வீட்லே உங்களைப் பார்க்கவேயில்லேன்னு சாதிக்கிறீங்களே. நான் அன்னைக்கிப் பார்த்தது உங்களையா, இல்லாட்டி, உங்க நயினாவோட இன்னொரு வைப்பாட்டி மவனா, சொல்லுங்க. அச்சா உங்க மாதிரியே இருந்தாரே..!'' என்றான் கோபால்.

நாயுடு தன் மீது பாய்வார். அவரைச் சமாளிக்கவேண்டுமென்று அவன் காத்திருந்தான். ஆனால் அது நிகழவில்லை. அவர் அவன் எதிர்பார்த்ததற்கு மாறாகப் புன்னகை செய்தார்.

''எங்கப்பனுக்கு இந்த ஜில்லா மூச்சூடும் வைப்பாட்டியாவே இருந்துட்டுப் போகட்டும். சேப்புத் தோலை கண்டு மயங்கி உங்கப்பன் இளுத்துக்கிட்டு ஓடினானே அவ ஒழுங்கா இருந்தாளா? உன்னைப் பார்த்தா நாயுடுவுக்குப் பொறந்த மவனா தெரியலியே!''

''யாரு யாருக்குப் பொறந்த மவங்கிறது இப்பொ பிரச்னை இல்லே... கோபாலை உங்க வீட்டுத் தோட்டத்திலே அடிச்சுப் போட்டீங்க. பாப்பாத்தியையும் வடிவேலுவையும் கடத்திக்கிட்டுப் போய் வச்சிருக்கீங்க. ஊர் ஆளுகளை விட்டுவிட்டு வெளியூர் ஆளுகளைக் கூட்டியாந்து சாகுபடி

செய்றீங்க. இதுக்கெல்லாம் நீங்க பதில் சொல்லியாகணும்'' என்றார் ராமய்யா.

''யாருக்குடா நான் பதில் சொல்லணும், கள்ளப் பயலே? கோபாலு பாப்பாத்தி ஊட்டுக்குப் போய் சனங்ககிட்டே ஒதைவாங்கிட்டான்னா, அதுக்கு நானாடா பொணை?''

''எந்த சனங்ககிட்டே ஒதை வாங்கிட்டாரு சொல்லு... மருவாத கொடுத்து மருவாதை வாங்கணும். எடுத்த எடுப்பிலேயே, அடா, புடா, கள்ளப் பய, பறப் பயன்னு என்னடா பேச்சு?'' ராமய்யா உரக்கப் பேசமுயன்றாலும், சோர்வின் காரணமாக குரல் மேலே எழும்பவில்லை.

''போங்கடா தீவட்டித் தடியன்களா, பொல்லாத மரியாதை... டேய் பறப் பயல்வளா, இப்பொ சொல்றேன் கேளுங்க, இந்தக் கள்ளப் பய பேச்சை நம்பிக்கிட்டிருந்தீங்க, உங்க வவுத்திலே ஈரத்துணிதான். எல்லோரும் பேசாமெ என் சங்கத்திலே சேருங்க, கூலி கூடப் போட்டுத்தாரேன். அப்படிச் செய்யாமெ, சேப்புக் கொடியைப் பிடிச்சுக்கிட்டு அலைஞ்சீங்க, ஒளிச்சுப் புடுவேன் ஒளிச்சு. வடக்கேலேந்து பாப்பாத்திக்குப் பொறந்த மவன் ஒத்தன் வந்து உங்க சாதிப் பொண்ணைக் கெடுத்துப்புட்டான். அது எந்தக் குட்டையிலே விளுந்து செத்துப்போயிடுச்சோ தெரியலே. ஏண்டா பரதைப் பயல்வளா, சாதி ஒத்துமை வேணாம் உங்களுக்கு?''

அந்தக் கிராமத்துப் பண்ணை ஆட்களில் வயசான ஒருவர் நாயுடுவைக் கேட்டார். ''பாப்பாத்தியே, பாப்பாரப் பொண்ணு மாதிரிதான் நடந்திட்டிருந்தது. அது எவனை இளுத்துகிட்டு எங்கே ஓடிப்போச்சோ, ஏன் இவர் மேலே பளியைப் போடறீங்க?''

''இவனை அந்த ஊட்டாண்டே பாத்து ஒதைச்சவங்க இருக்காங்களே, அவங்க பொய்யா சொல்றாங்க? டேலே இங்கே வாங்கடா, பாத்ததைச் சொல்லுங்க.''

நாயுடு இவ்வாறு சொன்னதும் நாலைந்து பேர் அங்கு வந்தார்கள். குள்ளமாக, மிகத் தடியாக, கருப்பாக இருந்த ஒருவன் சொன்னான். ''நாந்தான் இவனை அங்கு ஒதைச்சேன். என் மவன் பாப்பாத்திக்கிட்டே வளர்ந்துக்கிட்டிருந்தான். என் மவன் அளுவ அளுவ, இந்தப் பய பாப்பாத்திகிட்டே வம்பு பண்ணிகிட்டிருந்ததைப் பாத்ததும் எனக்குப் பொறுக்கலே, நல்லா அடிச்சிட்டேன். என்கூட பூங்காவனம், மருதை எல்லோரும் இருந்தாங்க.''

''போதுமா, இவன் பாப்பாத்திகிட்டே என்ன வம்பு பண்ணான்னு விவரிச்சுச் சொல்லணுமா?'' என்று கேட்டார் நாயுடு.

''இது உண்மையா, பச்சைப் பொய்யான்னு பாப்பாத்தி இருந்தாத்தான் சொல்லமுடியும். அவளை எங்கு மறைச்சு வச்சிருக்கீங்க சொல்லுங்க'' என்றான் கோபால்.

''எனக்கென்னடா தெரியும், பாப்பாத்தி சேதி... நீ பண்ண வம்பு பொறுக்காமெ, அவ குளத்திலே விளுந்து செத்தாளோ என்னமோ யாருக்குத் தெரியும்?'' என்றார் நாயுடு.

''கொன்னுட்டீங்களா?''

''அடச் சீ... நான் ஏண்டா கொல்லணும்?'' - சேப்புத் தோலைக் காட்டி ராமய்யாவை மயக்கின மாதிரி பாப்பாத்தியையும் மயக்கி இருப்பே, எனக்கென்ன தெரியும்?''

''அடப்பாவி பய மவனே, இது வேற புது வம்பா?'' என்று சீறினார் ராமய்யா.

''அனாவசியமா பேச்சு எங்கெங்கோ போயிண்டிருக்கு மிஸ்டர் நாயுடு. நான் சொல்றதைக் கேளுங்க. இந்த ஊர் ஆளுகதான் இந்தக் கிராமத்திலே சாகுபடி செய்யணும். அடுத்தபடியா நீங்க 24 மணி நேரத்துக்குள்ளே பாப்பாத்தி, வடிவேலு இவங்க ரெண்டு பேரையும் எங்கே கடத்திண்டு போய் வச்சிருக்கீங்கன்னு சொல்லியாகணும். இதை ரெண்டையும் செய்யாட்டா, அப்புறம் நடக்கிற விவகாரத்துக்கெல்லாம் நாங்க பொறுப்பாளியாக முடியாது. என் பேர் சிவா.''

நாயுடு அவனை உற்றுப் பார்த்தார். சிறிது நேரம் பேசாமலிருந்தார். சிவா இப்படித் திடீரென்று பேசியது கோபாலுக்கே ஆச்சரியத்தைத் தந்தது.

''நீ யார்ரா புது நாட்டாமை?'' என்றார் நாயுடு.

''நான் யாருங்கிறது இப்பொ பிரச்னை இல்லே - நான் சொல்றதுக்கு நீங்க ஒப்புத்துக்கலேன்னா அப்புறம் பின்னாலே நீங்க வருந்தக்கூடாது.''

''நீயும் பட்டணத்திலேந்து வந்திருக்கிற கம்யூனிஸ்டாடா, தேவடியா மவனே? பேச்சைப் பாத்தா பாப்பாரப் பய மாதிரி தெரியுது.''

இதுவரை எல்லாவற்றையும் பொறுமையாகக் கேட்டுக் கொண்டிருந்த பழனிக்கு இதற்குமேல் பொறுத்துக்கொள்ள முடியவில்லை. கண்ணிமைப் பதற்குள் அவன் நாயுடுவின்மீது பாய்ந்து முகத்திலும் மார்பிலும் இரண்டு மூன்று குத்துக்கள் விட்டான். போலீஸ்காரர்கள் அவனைப் பிடிக்க முயன்றபோது திமிறியவாறு வயற்காட்டில் விழுந்தடித்துக்கொண்டு ஓடி னான். ''அவனைப் பிடியுங்க, பிடியுங்க'' என்று கத்தினார் நாயுடு. ஆனால் வயலில் வேலை செய்து கொண்டிருந்தவர்கள் திகைத்து நின்றனர்.

பழனி ஓடிவிட்டான்.

''எல்லோரும் போகப் போறீங்களா இல்லையாடா, நாய்களா? கலாட்டாவா செய்யறீங்க? உங்க ஒவ்வொத்தன் கை, காலையும் தனித்தனியா ஒடிச்சிப் போடாட்டி என் பேர் கண்ணையா இல்லை. எந்த மசிருக்குடா உங்களைக் கேட்டுக்கிட்டு எங்களோட நிலத்தை நாங்க சாகுபடி செய்யணும்! பறப் பய ஒருத்தன் என்னைக் கைநீட்டி அடிக்கிறதை எல்லோரும் பாத்துக்கிட்டா நிக்கறீங்க? - நான் ஆம்பிளேன்னா, இந்தப் பறப் பயலுவங்க எல்லாமே

துடிதுடித்துச் சாகறதை நான் பாக்கணும். நான் ஆம்பிளே இல்லேன்னா வடி வேலு சொன்னான்? ஏண்டா? நான் ஆம்பிளையா இல்லையான்னு பாத்துக்கிடுங்க.''

நாயுடு கோபத்தில் புலம்பிக்கொண்டே போனார். அவருடன் பேசுவதினால் ஒரு பலனும் ஏற்படப்போவதில்லை என்று சிவாவுக்குப் பட்டது.

''வாங்க நாம போகலாம். மேலே ஆகவேண்டிய காரியத்தைக் கவனிப் போம்'' என்று அவன் சொன்னதும் நாயுடு சீறினார். 'என்னடா செய்யப் போறீங்க? மறுபடியும் இந்தப் பக்கம் ஆளை-கீளை கூட்டிக்கிட்டு வந்தீங்க, பன்னியைச் சுடற மாதிரி சுட்டுடுவோம்; சாக்கிரதை...''

இவ்வாறு சொல்லிவிட்டு நாயுடு வயல் மேட்டுக்குப் போய்விட்டார்.

ராமய்யா ஒன்றும் பேசாமல் நடந்தார். அவரைக் கோபாலும் சிவாவும் தொடர்ந்தார்கள்.

''இதைப் பத்தி என்ன நினைக்கறே?'' என்றான் கோபால்.

''ரெண்டு வருஷமா இந்தக் கிராமத்திலே இருக்கியே. எப்படி இது வரையிலும் ஒண்ணும் நடக்காமெ, திடீர்னு நான் வந்தவுடனெ. எனக்கு ஒண்ணும் புரியலே'' என்றான் சிவா.

''தீஸிஸ் அண்ட் ஆண்டி தீஸிஸ். ஒவ்வொரு காரியத்துக்கும் காரணம் அதற்குள்ளே இருக்குது. தனித்தனியா பிரிச்சு ஆராய வேண்டிய அவசிய மேயில்லை. நீ வந்ததுக்கும் இது ஏற்படறதுக்கும் சம்பந்தமே கிடையாது. காக்கா உட்கார்ந்ததும் பனம்பழம் விழுந்தது, அவ்வளவுதான். இது நடக்கத்தான் போறதுன்னு எனக்கு நிச்சயமாத் தெரியும்'' என்றான் கோபால்.

''அறிவுபூர்வமா எல்லாத்தையும் அலசி, எல்லாம் ஒரு தவிர்க்க முடியாத ஒரு முடிவுக்கு வந்தாகணும்னு நிச்சயிக்கிறது எனக்கு அலுப்பைத் தருது... இன்ஃபாக்ட், ஐ வான்ட் டு ஸே டாம்ன் யுவர் இன்டெலக்ட்'' என்றான் சிவா.

கோபால் அவனை ஆச்சரியத்துடன் பார்த்தான். திடீரென்று இவனுக்கு ஏன் இத்தனை கோபம்?

''அறிவுபூர்வமா எந்தப் பிரச்னையையும் அணுகறது தப்புங்கிறதா உன் கட்சி? ஒரு சயன்டிஸ்ட் இப்படிப் பேசறது எனக்கு ஆச்சரியமா இருக்குது.''

''டெகார்த், கணக்கிலே சூரப்புலி - டார்வின் சயன்டிஸ்ட். டெகார்த்தின் பதினெட்டாம் நூற்றாண்டு கார்ட்டீஷியன் இன்டெலக்ட்டுக்கும் டார்வினோட பத்தொன்பதாவது நூற்றாண்டு வில்(Will)லுக்கும் ஏற்பட்டிருக் கிற மோதலுக்குத்தான் நாம வாரிசா இருக்கோம். உணர்ச்சியே இல்லாத குரூரமான தர்க்கத்தை வச்சிண்டு, மாளிகை கட்டறது சரியா? இல்லாட்டா இப்பொழுதைய பிரச்னைக்கு இந்த உணர்ச்சி வயப்பட்ட நிலையிலேயே தீர்வு காணறது சரியா? ஐ வான்ட் டு கில் தட் பாஸ்டர்ட் நாயுடு.''

கோபால் சிவாவின் தோள்களைத் தொட்டுப் புன்னகை செய்தான்.

''உனக்கும் பழனிக்கும் என்ன வித்தியாசம்? நீ ஏதோ டெகார்ட்டே, டார்வின்னு சொல்லி நாயுடுவைக் கொல்லணுங்கிறே. அவன் மனசுக்கு நாணயமாப் படறதை நேரடியா சொன்னான். ஓ.கே., நாயுடுவை கொல்ற தினாலே பிரச்னை தீர்ந்து போச்சா?''

''பிரச்னை தீராது, ஒத்துக்கறேன். ஆனா பிரச்னைன்னு ஒண்ணு இருக்கு. அதைத் தீர்க்கிற பொறுப்பு நம்முடையதுதான்னு ஜனங்களுக்கு ஒரு விழிப்பும், அவசர உணர்வும் ஏற்படறதுக்கு இது உதவி செய்யலாம்.''

''ஒரு நிரந்தரப் பிரச்னையை ரொம்பத் தாற்காலிகமான முறையிலே தீர்க்க முயற்சி செய்வது சரியா...''

''இதை ஒரு நிரந்தரப் பிரச்னைன்னு சொல்றதே, இட் டிஃபீட்ஸ் யுவர் பர்ப்பஸ் அண்ட் லைஃப் ஆன் எர்த் இன் தி ப்ரெஸன்ட் ஏஜ் ஈஸ் ஸ்கான்ட லஸ்லி ப்ரொவிஷனல்...'' என்றான் சிவா மிகுந்த உஷ்ணத்துடன்.

''யு ஆர் எ பண்டில் ஆஃப் காண்ட்ரடிக்ஷன்ஸ்... உணர்ச்சி வயப்பட்டிருக்கிற இந்நிலையிலே நான் என்ன சொன்னாலும் நீ ஏத்துக்கப் போறதில்லே. அன்ட் ஐ ஸ்டில் பிலீவ் இன் அஸ்ட்ராலஜி.''

இருவரும் ஆங்கிலத்திலும் தமிழிலும் காரசாரமாக விவாதித்துக் கொண்டு வருவதில் ராமய்யா குறுக்கிட விரும்பவில்லை. பார்ப்பதற்கு மிக சாது வாய்க் காணப்பட்ட சிவாவின் தீவிரப் போக்கு அவருக்கு வியப்பை அளித்தது. அரசியல் பிரக்ஞை அவனுக்கு இருக்கக்கூடும் என்பதை அவர் முதலில் எதிர்பார்க்கவே இல்லை. டாக்டர் கனகசபையிடம் அவன் பேசிக் கொண்டிருந்தபோதுதான் சிவாவைப் பற்றி அவர் நன்கு அறியத் தொடங்கினார்.

சிவாவினால் இப்படி உணர்ச்சிவயப்பட முடியும் என்பது கோபாலுக்கும் ஆச்சரியமாக இருந்தது. கூச்சமுள்ள, ஒதுங்கிய சுபாவமுள்ள இளைஞனா கத்தான் சிவாவை அவன் அறிவான். ஆனால் இங்கு வந்த இரண்டு மூன்று நாள்களில் இவன் எப்படி மாறிவிட்டான்? இதற்கு என்ன காரணம்? உரக்கப் பேசுகின்றவர்களைக் காட்டிலும் ஒதுங்கி இருப்பவர்களுக்குத்தான் உணர்ச்சிச் செறிவு அதிகமாக இருக்கமுடியுமென்று தோன்றுகிறது. தமிழ் நாட்டுக் கிராமங்களை இலட்சியப்படுத்திக்கொண்டு வந்த அவன் எதிர் பார்ப்புக்கு ஏற்பட்ட ஏமாற்றந்தான் அவனை இத்தனைக் கோபத்துக் குள்ளாக்கியிருக்கலாம்.

அவர்கள் ராமய்யா வீட்டை அடைந்தபோது அங்கு அவர்களுக்காக வாசலில் ஒருவன் காத்திருந்தான்.

''தெரியுங்களா, வடிவேலுவும் பாப்பாத்தியும் திருமலை நாயுடு வூட்லெ இருக்காங்களாம். இப்பொத்தான் சேதி வந்தது'' என்றான் அவன்.

"நல்லா உறுதியா தெரியுமாடா?" என்றார் ராமய்யா.

"என்கிட்ட சொன்னவன் மாரியாத்தா பேரிலே சத்தியம் பண்ணா(ன்)ங்க. போய் பாத்துடுவமே."

"ஆளுங்களைக் கூட்டிக்கிட்டுப் போறதுதான் நல்லது" என்றான் கோபால்.

"இப்பவேவா" என்று கேட்டார் ராமய்யா.

"இப்பொ வேணாம், பொழுது சாய்ந்தப்புறம் போவோம். அப்பொத்தான் போலீஸ் இருக்காது" என்றான் கோபால்.

இது ஒரு நல்ல யோசனையாக ராமய்யாவுக்குப் பட்டது.

7

திருமலை நாயுடுவின் வீடு சற்று ஒதுக்குப்புறமாக இருந்தது. அவருடைய தந்தை இருந்த சொத்தையெல்லாம் 'ஆடித்' தீர்த்துவிட்டார். திருமலை நாயுடு சிறு வயதில் சிங்கப்பூருக்கு ஓடிப்போனவர். தந்தை இறந்த பிறகுதான் வந்தார். திரும்பி வரும்போதும் வெறும் ஆளாகத்தான் வந்தார். கல்யாணமா யிற்று. குழந்தைகள் உண்டா என்று யாருக்கும் தெரியாது. அவர் தந்தை விட்டுப்போன சொத்துக்களில் எஞ்சியது வீடு ஒன்றுதான். சிறு வயதிலேயே கல்யாணமாகி 'வீட்டுக்குத் திரும்பிய' அவருடைய மகள் என்ன செய்வ தென்றறியாமல் தவித்துக்கொண்டிருந்த சமயத்தில்தான், திருமலை நாயுடு சிங்கப்பூரிலிருந்தோ அல்லது எங்கிருந்தோ வந்தார்.

அவர் திரும்பி வந்ததும் செய்த, அதாவது - தமக்குச் செய்துகொண்ட உபயோகமான காரியம், கண்ணையா நாயுடுவின் நட்பை சம்பாதித்துக் கொண்டதுதான். இது அவருடைய சாப்பாட்டுப் பிரச்னையைத் தீர்த்தது. அதுவரை விதவைக் கோலம் பூண்டு ஊராருடைய அநுதாபத்தின் மூலம் வாழ்ந்து வந்த அவருடைய சகோதரி பங்கஜம், திடீரென்று புதுப்புது அலங் காரங்களுடன் நகைகள் அணிய ஆரம்பித்தாள்.

கோபால் அவளை இரண்டு மூன்று தடவைகள் பார்த்திருக்கிறான். கன்னி கழிவதற்கு முன்பே கைம்பெண்ணான அவளுக்கு, நடுத்தர வயது ஒரு புதுப்பொலிவைத் தந்தது. நடுத்தர வயது கடந்த ஆடவர்களை ஆக்ரமித்து, அவர்களை அடிபணியச் செய்யும் ஓர் அழகு. வீட்டுக்கு வரும்படி கோபாலை அவள் பார்த்தபோதெல்லாம் அழைத்திருக்கிறாள். அவன் போகவில்லை.

செய்தி உண்மையாக இருக்கலாம். திருமலை வீட்டில் வடிவேலுவும், பாப் பாத்தியும் இருக்கக்கூடும். திருமலை, கண்ணையா நாயுடுவுக்காக எது வேண்டுமானாலும் செய்யத் தயங்க மாட்டான். வடிவேலுவைக் கடத்திக் கொண்டு போய் அங்கு வைப்பதற்குக் காரணம் என்ன? ஒருவேளை வடி வேலுவும் பாப்பாத்தியும் அந்த வீட்டிலிருப்பதாகச் செய்திகளைப் பரப்பிய வரே கண்ணையா நாயுடுதானா? அப்படியானால் அவர்களை விடுவிக்க ஆட்களை கூட்டிக்கொண்டு அங்கு போகும்போது, அத்துமீறி நுழைந்ததற் காகக் கைது செய்யலாமென்றா? போலீசோ அவர் பக்கம்...

ராமய்யாவும் சிவாவும் டாக்டர் கனகசபையைப் பார்க்கச் சென்றிருந்தார்கள். ராமய்யாவின் சிகிச்சைக்காகவும், அவரைக் கலந்து ஆலோசிக்கவும் போயிருந்தார்கள். இன்னமும் வரவில்லை. தான் திருமலை நாயுடுவின் வீட்டுக்குப் போய்ப் பார்த்தால் என்ன என்று அவன் யோசித்தான். கண்ணையா நாயுடுவின் வீட்டில் நடந்த மாதிரி ஆகி விட்டால்?

பழனி ஓடிப்போனானே, எங்கே போயிருப்பான்?- அவன் கண்ணையா நாயுடுவைத் தாக்கியது நல்லதுதான். இதனால் தனக்கு ஓர் உண்மை புலப் பட்டது. இது ஒரு பொருளாதாரப் பிரச்னை என்பதைக் காட்டிலும், சமுதாயப் பிரச்னை என்பதுதான் முக்கியம். 'பறப் பய ஒருத்தன் என்னைக் கைநீட்டி அடிக்கிறதை எல்லாரும் பாத்துக்கிட்டா நிக்கறீங்க?' நாயுடுவின் ஆவேசம் அவரை ஒரு 'பறப் பய' அடித்ததுதான். பழிவாங்க அவர் என்ன செய்யத் திட்ட மிட்டிருக்கிறார்? வடிவேலு சொன்னது உண்மையாகத்தானிருக்க வேண்டும். தம் ஆம்பிளைத் தன்மை'யை நிரூபித்துக்காட்ட அவருக்கு எவ்வளவு வெறி? வக்கிரப் புத்தி உள்ளவர்கள் பழிவாங்க வேண்டுமென்று தீர்மானித்தால் தங்களுடைய செய்கையின் எல்லைகளைப் பற்றி அவர்கள் கவலைப்பட மாட்டார்கள்.

அப்பொழுது சிவா, ராமய்யா, கனகசபை ஆகிய மூவரும் வந்துகொண்டி ருப்பதை அவன் பார்த்தான். டாக்டரையும் அழைத்துக்கொண்டு வருகிறார்கள். அவர் இந்தச் சமயத்தில் வருகிறாரென்றால், ஏதாவது முக்கிய விஷயம் பற்றிப் பேசத்தானிருக்க வேண்டும். இன்று இரவு திருமலை நாயுடுவின் வீட்டுக்குப் போவது அவ்வளவு உசிதமில்லை என்று சொல்ல இருக்கலாம். அப்படியானால், பழனி போன்றவர்களை அடக்கிவைப்ப தென்பது ஒரு சாமான்ய காரியமல்ல. சிவாவே எப்படி மாறிவிட்டான்?

''எப்படி இருக்கீங்க?'' என்றார் கனகசபை.

''வாங்க... உட்காருங்க... கார் எங்கே?''

''மெயின் ரோட்லே நிறுத்தியிருக்கேன்... உங்களைக் கூட்டிட்டுப் போக வந்தேன்.''

''எங்கே?''

''தேவூருக்கு ஒரு மந்திரி வந்திருக்காரு, ஏதோ கூட்டமாம். அவரை, உங்களையும் அழைச்சிக்கிட்டுப் போய் இந்த வெவகாரம் பத்திப் பேசலாம்னு பாக்கறேன்.''

''ராமய்யா என்ன சொல்றாரு?''

''நான் சொல்றதுக்கு என்ன இருக்குது? மந்திரியும் குந்திரியும் என்ன செய்யப்போறாங்க? எல்லாப் பயல்களையும் இந்த மலை முளுங்கி ஜேப்பியிலே போட்டுக்கிட்டிருக்கான். காசு வர்ற பக்கம் அவன் தலையாட்டு வானா, அன்னக்காவடிக சொல்லை அவன் கேட்கப்போறானா?''

''சிவா, நீ என்ன சொல்றே?''

''நான் இதுவரையிலும் ஒரு மந்திரியையும் கிட்ட இருந்து பார்த்ததில்லே... ஐ ஆம் க்யூரியஸ்.''

''அவருக்கு ஒரு அகெடமிக் இன்ட்ரெஸ்ட். அவ்வளவுதான்... மந்திரியைப் பார்க்கிறதினாலே தப்பு ஒண்ணுமில்லே... பின்னாலே ஏற்படப்போற விளைவுகளுக்கு நாம பொறுப்பில்லேன்னு அவருக்கு விளக்கிடலாமில்லே?''

''நாலு பேரும் போகலாங்கிறீங்களா?''

''நாலு பேருந்தான்... அரை மணியிலே வரேன்னு சொல்லியிருக்கேன். அப்பாய்ன்ட்மெண்ட் ஃபிக்ஸ் ஆயிடுச்சி. இப்பொ கூட்டத்திலே பேசிக்கிட்டிருப்பாரு.''

''சரி, போவோம்.''

கோபால் சட்டையை மாட்டிக்கொண்டு வெளியே வந்தான்.

''காலையிலே ஒரே ரகளையாமே?'' என்றார் கனகசபை.

''ஹூம்... நீங்க என்ன நினைக்கிறீங்க. இன்னி ராத்திரி திருமலை நாயுடு வீட்டுக்குப் போய் பார்க்கலாம்னு இருக்கோம்.''

''மந்திரிகிட்டே விவரமா எல்லா விஷயங்களையும் சொல்லுவோம். அந்த ஆளு எப்படி ரியாக்ட் பண்றார்னு பார்த்துக்கிட்டு, மேலே ஆகவேண்டிய காரியத்தைப் பார்ப்போம்.''

''அந்த ஆளு நாயுடு சொல்றபடிக் கேப்பானா. நாம சொல்லப் போறதைக் கேக்கப் போறானா. என்னங்க நீங்க, விவரம் தெரியாம பேசறீங்க?'' என்றார் ராமய்யா.

''வெளிப்படையா நாயுடு சொல்றபடி அவனாலே ஆட முடியுமா? சனங்ககிட்டே அவன் ஓட்டுக்கு வந்தாகணுமில்லே?''

''மந்திரி சம்பந்தப்பட்ட ஃபைல்களே காணாமே போயிண்டிருக்கிற காலமிது. ஜனங்ககிட்டே மந்திரிக பயப்படவாப் போறாங்க?'' என்றான் சிவா.

''அப்பொ அவரைப் பார்க்க வேணாங்கறீங்க, அப்படித்தானே?'' என்றார் கனகசபை.

''பார்ப்போம்... அந்த ஆளைப் பார்த்தா எனக்குக் கோபம் ஜாஸ்தியாகலாம். அப்படிக் கோபம் அதிகமாகணுங்கிறதுதான் என் விருப்பம்'' என்றான் சிவா.

கனகசபை சிரித்தார். கோபாலிடம் சொன்னார். ''எங்கேயோ ஓய்வுக்கு வந்துட்டுப் போகலாம்னு வந்தவருக்கு என்ன இன்வால்வ்மென்ட் பாருங்க. பார்க்கப் போனா, நீங்களும் வேற ஏதோ காரணத்துக்காக வந்தீங்க...''

''ஒரு காரணத்துக்காகவும் வரல்லே.. காரணமில்லாமலேயே வந்தேன். இப்பொத்தான் காரணம் புரியுது'' என்றான் கோபால்.

''உங்க மாதிரி இந்த நாட்டிலே இருக்கிற படிச்சவங்களே 20 சதவிகிதம் ஃபீல் பண்ணி நேர்மையா செயலாற்ற வந்தாப் போதும். இந்த நாட்டுக்கு எதிர் காலம் இருக்குன்னு நம்பலாம். ஆனா இப்பொ நாம பாக்கறது அதிகா ரத்திலே இருக்கிறவங்க வீசற ரொட்டித் துண்டுக்காக, புத்தியை விபசாரம் செய்துகிட்டிருக்கிறவங்களைத்தான்...'' கனகசபை சற்று உஷ்ணமாகவே பேசினார்.

அவர்கள் தேவூரைச் சென்றடைந்தபோது கோயிலுக்கெதிரே போடப் பட்டிருந்த ஒரு தாற்காலிகப் பந்தலில் ஒரு பொதுக்கூட்டம் நிகழ்ந்து கொண்டிருந்தது. மந்திரி அந்தப் பக்கம் வந்திருக்கிறாரென்று திடீரென்று ஏற்பாடான கூட்டம். கண்ணையா நாயுடு இதற்குக் காரணமாக இருக்கலா மென்று தோன்றிற்று. அவர்தாம் தலைமை தாங்கிக் கொண்டிருந்தார். அவர் அமைச்சரைப் பாராட்டித் தலைமை உரை நிகழ்த்திவிட்டு, அவர்கள் போன சமயத்தில்தான் தம்மிடத்தில் போய் உட்கார்ந்தார்.

''பெரியோர்களே, தாய்மார்களே'' என்று ஆரம்பித்தார் மந்திரி.

சிவாவுக்கு வேடிக்கையாக இருந்தது. உலகத்தில் வேறு எங்கேனும் இப்படிக் கூட்டத்தை விளிக்கும் மரபு இருக்க முடியுமா? இத்தகைய வேஷ தாரித்தனம் நிச்சயமாக எங்குமே இருக்க முடியாது.

'தாய்மார்களே!' இந்தியாவில் வேறு எந்த மொழிக்காரர்களும்கூட இப்படி விளிப்பதில்லை. பேசுகின்றவன் தன்னுடைய அடக்கத்தையும் (பெரி யோர்களே) கற்பையும் (தாய்மார்களே) இப்படிப் பறை சாற்றிக் கொள்கிறான். ஏன், சகோதரிகளே என்றால் என்ன, கற்புக்கு என்ன பங்கம் ஏற்பட்டுவிடப் போகிறது? சகோதரி என்பதைக் காட்டிலும் 'தாய்' இன்னும் வலிமையான சொல். கற்புக்கு நிச்சயம் பங்கம் ஏற்படாது. 'தாந்திரிக மரபு' இதற்குக் காரணமாக இருக்கலாமோ? - ஒரு மரபுமில்லை. இது தமிழர் களுடைய சுபாவமானப் போலிப் பண்பாட்டு வேஷந்தான். சந்தேகமில்லை.

நால்வரும் கோயில் பக்கமாக இருந்த ஒரு பஸ் நிலையத்தில் உட்கார்ந்து கொண்டனர்.

''ஏன் இவர் இப்படி ஒவ்வொரு வார்த்தையும் இழுத்து இழுத்துப் பேசறார்? இவங்கள்லாம் நல்லா பேசுவாங்கன்னு கேள்விப்பட்டிருக்கேனே'' என்றான் சிவா.

''ஹி ஈஸ் வெரி ஹை'' என்றார் கனகசபை.

''நல்லாத் தெரியுது. கூட்டத்துக்கு வரப்போ கூடவா இப்படித் தண்ணி போட்டு வர்றாங்க'' என்றான் கோபால்.

''ஒரு நாளைக்கு ஏழெட்டு கூட்டத்திலே பேசணும்னா வேற என்ன செய்யமுடியும்? சுய நிலையிலே இருந்தா இது என்ன பைத்தியக் காரத்தனம்னு படும். இல்லையா?''

''இது ஓரளவு சென்ஸிடிவிட்டி உள்ளவங்களுக்குத்தான். அரசியல்லே இருக்கிறவங்க இம்யூனா ஆயிடுவாங்க'' என்றான் சிவா.

''நீங்களும் அரசியல்வாதியா ஆகிக்கிட்டிருக்கீங்க, நினைவு வச்சுக்கங்க'' என்றார் கனகசபை புன்னகையுடன்.

''நோ ஸ்டில் ஐ ஆம் ஆன் இன்டிவிஜுவல்.''

''தனியா இருந்துகிட்டு உங்களாலே என்ன செய்யமுடியும்? பேப்பர்லே ஆசிரியருக்குக் கடிதம் எழுதலாம். கட்டுரை எழுதலாம். ஆனா, இதைப் பத்திரிகைக்காரங்க போடணுங்கிற அவசியமுமில்லே'' என்றார் கனகசபை.

''உலகத்திலே பெரிய புரட்சியெல்லாம் தனிப்பட்ட ஆட்களால்தான் ஏற்பட்டிருக்கு. தெரியுமா?''

''தனி ஆளுகதான், ஒப்புத்துக்கிறேன். ஆனா சனங்களைத் தங்களோட கூட்டிக்கிட்டுத்தான் அவங்க புரட்சி செஞ்சாங்க'' என்றார் ராமய்யா.

''நான் சொல்றதை நீங்க புரிஞ்சுக்காமெ விவாதம் செய்யறீங்க. கூட்டத்திலே என்னை நானே கண்டுபுடிச்சுக்கணும்னுதான் நான் சொன்னேன். சமயப் புரட்சியா இருந்தாலும் கூட்டம் சேர்க்காமெ யாரும் செய்யலே. புத்தர், ஏசுகிறிஸ்து, நபிநாயகம்... யாராயிருந்தாலும் கூட்டம் ஏற்படறதைத் தவிர்க்க முடியாது. நான் தனி ஆளு, கூட்டமே வேண்டாம்னு சொன்ன ஜே.கே.வுக்கு இப்பொ எவ்வளவு அடியார் கூட்டம்!'' என்றான் சிவா.

''ஜே.கே.ங்கிறவர் யாரு?'' என்று கேட்டார் ராமய்யா.

''உங்களுக்குப் புதுக் குழப்பம் வேண்டாம்'' என்றான் கோபால்.

கூட்டத்தில் பாதிக்குமேல் போலீஸ்காரர்கள். போலீஸ் உடையில் இல்லாத மற்றவர்கள் 'மப்டி'யிலிருந்த போலீஸ்காரர்களாக இருக்கலாம் என்று பட்டது. 'தாய்மார்'களுக்குப் பிரதிநிதியாக ஏழெட்டுப் பெண்கள் இருந் தார்கள். மந்திரி பேசி முடித்ததும் எல்லாரும் கைதட்டினார்கள்.

கூட்டம் முடிந்ததும் கனகசபை மந்திரியை நோக்கிச் சென்றார். மற்ற மூவரும் அவரைப் பின்தொடர்ந்தார்கள்.

''வணக்கம் நான்தான் கனகசபை. இவர் கோபால். இவர் சிவா... இவர் தான் ராமய்யா... நாங்கள் உங்களைத் தனியாப் பார்க்க விரும்பறோம்.''

''ஆமாம். பார்க்கறேன்னு சொல்லியிருக்கேன் இல்லே. கன்னையா நாயுடு வீட்டுக்குப் போகலாமா?''

''எங்க வீட்டுக்கு வாங்க, போகலாம்'' என்றார் கனகசபை.

மந்திரி நாயுடுவைப் பார்த்தார்.

''இன்னிக் காலையிலே கலாட்டா பண்ணவங்க இவங்கதான். ஒண்ணும் தெரியாத சனங்களை முட்டாளாக்க கிராமத்தையே தரிசா ஆக்கிட்டு வர்றாங்க'' என்றார் நாயுடு.

''சனங்களை முட்டாளாக்கிறது நாங்களா, நீயா?'' என்று கேட்டார் ராமய்யா.

''கோபப்படாம சொல்லுங்க என்ன விஷயம்?'' என்றார் மந்திரி.

''அப்பொ நீங்க தங்கியிருக்கிற இடத்துக்கு நாங்க வர்றோம். நாயுடு வீட்லே பேச முடியாது'' என்றார் கனகசபை.

அப்பொழுது கூட்டத்தில் ஒரு சலசலப்பு ஏற்பட்டது. 'நாயுடு ஒழிக' என்ற கூச்சல் கேட்டது. போலீஸ்காரர்கள் சுறுசுறுப்பானார்கள்.

மந்திரியின் முகத்தில் கலவரம் பரவியது. ''சரி, நான் தங்கி இருக்கிற இடத்துக்கு வாங்க. ஒரு அரை மணிதான் அங்கே இருப்பேன்'' என்று கூறிக் கொண்டே அவர் போலீஸ் பாதுகாப்புடன் விரைந்தார்.

மந்திரி தங்கியிருந்த இடம் இன்னொரு பண்ணையார் வீடு. கண்ணையா நாயுடுதான் ஏற்பாடு செய்திருந்தார்.

நால்வரும் போய்ச் சேர்ந்தபோது மந்திரி கூடத்தில் உட்கார்ந்து கொண்டிருந் தார். கண்ணையா நாயுடுவைத் தவிர இன்னமும் நாலைந்து மிராசுதாரர்கள் அங்கே உட்கார்ந்து கொண்டிருந்தார்கள்.

''உங்களுடன் தனியாகப் பேசணும்'' என்றார் கனகசபை.

''உட்காருங்க, பேசலாம்''

மந்திரியின் எதிரே விஸ்கி பாட்டிலும் நாலைந்து கண்ணாடித் தம்ளர்களும் இருந்தன.

''கொஞ்சம் தாகத்துக்கு'' என்று கேட்டுவிட்டுக் கண்சிமிட்டினார் மந்திரி.

''வேணாம், உங்க 'பார்ட்டி'யை அப்புறம் வச்சுக்கங்க. நாங்க பேசிட்டுப் போறோம்'' என்றார் கனகசபை.

''இவங்க இங்கே இருந்தா என்ன, நீங்க சொல்றதைச் சொல்லுங்க'' என்றார் மந்திரி.

''பொய் சொல்லப் பயப்படறாங்க'' என்றார் நாயுடு.

''பயம் என்ன? உன்னைக் கண்டு பயந்தா நான் இந்தக் கிராமத்திலே இருந்துக்கிட்டிருப்பேனா?'' என்று சீறினார் ராமய்யா.

''பயம் இல்லாட்டி சொல்லுங்க'' என்றார் மந்திரி.

கனகசபை கோபாலைப் பார்த்தார். அவன், வடிவேலு விவகாரத்திலிருந்து முக்கியமான தகவல்களை விவரமாகச் சொன்னான். மந்திரி ஒன்றும்

பேசாமல், தம்ளரில் விஸ்கியை ஊற்றிக்கொண்டு, சோடாவைக் கலந்து பருகியவாறே அவரைக் கேட்டார். நடுநடுவே நாயுடு குறுக்கிட முயன்ற போது கையமர்த்தினார் மந்திரி.

''இதான் விஷயம். நாங்க கேக்கறது ஒண்ணும் அதிகப்படியா இல்லே... அதாவது நாயுடு செய்திருக்கிற அக்கிரமத்தை எண்ணிப் பார்க்கிறபோது, அதிகப்படியா இல்லே. வயத்துக்கில்லாத ஜனங்களை ஏமாத்தி ஒரு புதுச் சங்கம் ஆரம்பிக்கப்போறேன்னு அவர் சொல்லிக்கிட்டிருக்காரே, முதல்லே அதை அவர் நிறுத்தியாகணும். இங்கே இருக்கிற பண்ணையாளுகதான் நிலத்தைச் சாகுபடி செய்யணும். வடிவேலு, பாப்பாத்தி இவங்களை அவர் எங்கே கடத்தி வச்சிருக்காருன்னு சொல்லணும். வடிவேலுவுக்கு ஒரு புதுக்கடை கட்டித் தரணும்''

''இது அதிகப்படியா இல்லியா?'' என்று கேட்டுவிட்டுச் சிரித்தார் மந்திரி. அவர் கூட இருந்த மற்றவர்களும் சிரித்தார்கள்.

''அவர் செய்திருக்கிற அக்கிரமத்தைப் பற்றி ஏன் ஒண்ணும் சொல்ல மாட்டேங்கறீங்க?'' என்றான் கோபால்.

''அக்கிரமம்னு நீங்க சொன்னாப் போதுமா? நான் விசாரிக்க வேணாமா?''

''ஒரு ஏழையோட கடையை இடிச்சுத் தள்ளினது அக்கிரமம் இல்லியா? இவரை அடிச்சுப் போட்டது அக்கிரமம் இல்லியா? பாப்பாத்தியைக் கடத்திக் கிட்டுப் போய் வச்சிருக்கிறது அக்கிரமம் இல்லியா?'' என்றார் ராமய்யா.

''பாப்பாத்திங்கிறது யாரு?'' என்றார் மந்திரி.

''அது ஒரு பறக் குட்டிங்க. கருப்பா இருந்தாலும் நல்லா ஷோக்கா இருக்கும். பாப்பாரக் குட்டி தோத்துப் போயிடுவா, அது செய்யிற மினுக்குக்கு புருஷன் பாம்பு கடிச்சு போயிட்டான். இவர் இருக்கிறாரே, இந்த டெல்லி ஆளு, அதுகிட்டே போய் வம்பு பண்ணி, பற சனங்க கூடி இவரை ஒதைச்சுப் போட்டிருக்காங்க. இவரு அதை மறைக்க ஏதேதோ கதை பண்ணிக்கிட்டுத் திரியறாரு. அந்தக் குட்டியைக் காணலேன்னா நான் என்ன செய்ய முடியும்?''

''அந்தப் பொண்ணு இப்போ எங்கே?'' என்று கேட்டுக் கொண்டே தம்ளரைக் காலி செய்தார் மந்திரி.

மந்திரியின் அக்கறை வேறு திசையில் போய்க் கொண்டிருப்பதைக் கவனித்தான் சிவா.

''அந்தப் பொண்ணை இவங்க எங்கே கொலை பண்ணிப் போட்டான்களோ, யாருக்குத் தெரியும்?'' என்றார் நாயுடு.

மந்திரி தம்ளரில் இன்னும் கொஞ்சம் ஊற்றிக்கொண்டார். ''கொலை பண்ணிட்டாங்களா? அடப்பாவமே...''

''பெரிய சீர்திருத்தவாதி நீங்க. பாவ புண்ணியத்தைப் பத்திப் பேசறீங்களே?'' என்றான் சிவா.

''ரத்தத்திலே இருக்கிற பளக்கம் எங்கே போவும்? பாவமாவது? புண்ணிய மாவது? எல்லாம் பாப்பான் கட்டிவிட்ட கதை. ஆனா என் கவலையெல்லாம், இப்பொ பாப்பாத்தி எங்கேன்னுதான்?'' மந்திரி பெரிதாகச் சிரித்தார்.

''சரிங்க, இவங்களைப் போகச் சொல்லலாமா'' என்று நாயுடு மந்திரியைக் கேட்டார்.

''அதுக்குள்ளாறவா? பாப்பாத்தி எங்கேன்னு அவங்க சொல்லட்டும்.''

''இது ஒரு கிஸான் பிரச்னைன்னு உங்ககிட்ட விவாதிக்க வந்தோம். நீங்க இதெ ஒரு பாப்பாத்தி பிரச்னையா ஆக்கிட்டீங்களே?'' என்றார் கனகசபை.

''ஒலகத்திலே இந்தப் பிரச்னை ஒண்ணுதான் முக்கியமான பிரச்னை, இல்லீங்களா நாயுடு? அவருக்கு எல்லாம் தெரியும்.''

''சரி, நீங்க போயிட்டு வாங்க'' என்று எழுந்திருந்தார் நாயுடு.

''நாயுடுவுக்கு எல்லாம் தெரியும்னா. பாப்பாத்தி இருக்கிற இடம்கூட அவருக்குத் தெரியும்கிறீங்களா'' என்று கேட்டான் சிவா.

மந்திரி தம்ளரைக் காலி செய்தார். ''நிச்சயமா அவருக்குத் தெரியாதது ஒண்ணுமில்லே. அப்புறம் என்கிட்டே தனியா சொல்லுவாரு.''

''என்னங்க இது, பாப்பாத்தியைப் பத்தி எனக்கென்ன தெரியும். நீங்க எழுந்திருங்க. அவரு ஏதோ உளறிக்கிட்டிருக்காரு. நீங்களே போறீங்களா, இல்லாட்டி போலீசைக் கூப்பிடணுமா?''

''நானா உளர்றேன்? நாயுடு, வாயை அடக்கிப் பேசுங்க. ஒரு மந்திரியைப் பார்த்து உளர்றேங்கிறானே, இவனெ என்ன செய்தா தேவலாம்?'' மந்திரியின் உடம்பு ஆடத்தொடங்கிவிட்டது.

நாயுடுவின் சைகையைப் புரிந்துகொண்ட இரண்டு மூன்று போலீஸ்காரர்கள் அங்கு வந்தார்கள்.

''சரி புறப்படுங்க'' என்று அதட்டினான் ஒரு போலீஸ்காரன்.

நால்வரும் எழுந்திருந்தார்கள். மந்திரி பின்னால் சாய்ந்தார். அவர்கள் வெளியே வரும்போது 'பாப்பாத்தி எங்கே?' என்று மந்திரி முனகிக் கொண்டிருந்தது காதில் விழுந்தது.

8

வீட்டுக்கு வந்ததும் கோபால் சிவாவைக் கேட்டான். ''என்ன, கோபம் ஜாஸ்தியாச்சா?''

''ஜாஸ்தியாச்சு. ஆனா யார் மேலேங்கிறதுதான் புரியலே'' என்றான் சிவா.

''யார் மேலேன்னு ஏன் புரியலே? கழுத்து முட்ட தண்ணியை ஊத்திக்கிட்டு 'பாப்பாத்தி எங்கே'ன்னு கேட்டுக்கிட்டிருக்கானே, அவன் கழுத்தை நெரிச்சுப் போடவேணாம்?'' என்று சீறினார் ராமய்யா.

''அவன் இன்னைக்கித் தேர்தல்லே ஜெயிச்சு மந்திரி ஆனதுக்கு நாமதானே காரணம்? நாமன்னா சனங்களைச் சொல்றேன். கோபம் சனங்க பேரிலேயும் இருக்கலாம். என்னங்க, சரிதானே?'' என்றார் கனகசபை.

சிவா இதற்குப் பதில் சொல்லவில்லை. யார்மீது கோபம் என்பதா இப்போதையப் பிரச்னை. பார்க்கப்போனால், மந்திரி மீது எனக்குக் கோபம் வரவில்லை. மந்திரியைப் பார்த்தால் பரிதாபமாக இருந்தது. பலஹீனமாக இருப்பவர்கள் மீது கோபமடைவதைக் காட்டிலும் கோழைத்தனம் வேறு எதுவும் இருக்க முடியாது.

இப்படிப் பலஹீனமானவர்கள் கையில் இருக்கும் அதிகாரத்தையே தன் பலமாகக் கொண்டு கொழுந்துவிட்டு வருகிறதே, இந்தப் பரம்பரை ஸ்தாபன அமைப்பு. இதுதான் என்னுடைய முதல் எதிரி. கல்வி அறிவற்ற மக்களுக்கு கோஷங்களையே உணவாகத் தந்து ஜனநாயகத்தைக் கேலிக் கூத்தாக்கும் நாடகம் எப்பொழுது முடிவடையப் போகிறது?

கோபால், சிவா ஏதோ தீவிரமாகச் சிந்தித்துக் கொண்டிருக்கிறான் என்பதை உணர்ந்தான். மந்திரியைப் போய்ப் பார்த்த நேரம் வீண்தான். மந்திரியினுடைய இலட்சியத்தின் எல்லை 'பாப்பாத்தி'. இதுவரை அவன் சமூகப் புரட்சி வேண்டியதெல்லாம் இதற்காகவே இருக்கலாம். இந்த மந்திரி ஏதோ கொஞ்சம் படித்தவன் என்று சொல்கிறார்கள். ஆனால் படிப்பு, இவனைச் சிறிதளவும் 'பாதித்ததாக'த் தெரியவில்லை. தண்ணீரில் 'மூழ்கியதும்' இவனுக்குத் தேவை ஒரு பெண். தமிழ்நாட்டில் என்ன மாபெரும் 'சமூகப் புரட்சி' ஏற்பட்டிருக்கிறது. இந்தக் கட்சியின் சரித்திரமே இப்படித்தான். இவனைக் குற்றம் சொல்லிப் பயனில்லை.

டாக்டர் கனகசபை அங்கு நிலவிய மௌனத்தின் சுமையைக் குறைத்தார். ''மேலே என்ன செய்யப் போறீங்க, சொல்லுங்க. இப்படிப் பேசாம உட்கார்ந்துகிட்டிருந்தா?''

''இன்னை ராவு போய் திருமலை வூட்லே பூந்து பார்த்துக்கிட வேண்டியது தான்.''

ராமய்யா இதைச் சொல்லிவிட்டு நிதானமாக வெற்றிலை போட ஆரம்பித்தார்.

''அவங்க அந்த வீட்டுலே இல்லேன்னா ட்ரெஸ்பாஸிங்னு எல்லாரையும் உள்ளே தள்ளப் பார்ப்பாரே நாயுடு?'' என்றார் கனகசபை.

''அவங்க அந்த வூட்லே இருக்கிறதா உறுதியாச் சொன்னான் அந்த ஆளு'' என்றார் ராமய்யா.

''இப்பொ நாம போய் மந்திரியைப் பாத்திட்டு வந்ததினாலே இதெ எதிர்பார்த்து, அவங்களை நாயுடு வேறு இடத்துக்கு அப்புறப்படுத்தியிருந் தார்னா?'' என்று கேட்டான் கோபால்.

''பாப்பாத்தியை ஒருவேளை மந்திரிக்காகக் கூட்டிண்டு வந்திருப்பார்'' என்றான் சிவா.

''அவன் போட்டிருக்கிற தண்ணிக்குக் கூட்டியாந்தா என்ன, இல்லாட்டி என்ன, அந்த ஆளு சவங்கணக்கா, ராப்பூரா படுத்துக் கிடக்கப் போறான்'' என்றார் ராமய்யா.

கனகசபை சிரித்துக்கொண்டே சொன்னார், ''மந்திரிக்காகக் காம்ரேட் கொஞ்சம் வருத்தப்படறார் போலிருக்குது''

''என்னங்க, இப்படிச் சொல்றீங்க? என்ன அந்தக் குட்டிகிட்டே படுத்துக் கிட்டா என்ன, படுத்துக்காட்டி என்ன? அதைப் பத்தி எனக்கென்ன வந்தது? - பாப்பாத்தியைக் கூட்டிக்கிட்டுப் போயிருக்க மாட்டாங்கங்கிறதுக்காகச் சொன்னேன்'' என்றார் ராமய்யா.

''அந்த பங்கஜத்தம்மாவை நான் ரெண்டு மூணு தடவை பார்த்திருக்கேன். 'வீட்டுக்கு வாங்கன்னு கூப்பிட்டிருக்காங்க. நான் வேணும்னா இப்பொ அவங்க வீட்டுக்குப் போய்...'' என்று கோபால் சொல்லி முடிப்பதற்குள் ராமய்யா இடைமறித்தார்: ''என்ன மறுபடியும் ஆசுபத்திரிக்குப் போகணும்னு ஆசையா இருக்குதா?''

''அந்த அம்மா நாயுடுகிட்டே சொல்லமாட்டாங்கன்னு தோணுது. அவங்க என்னைக் கூப்பிட்டதும் நாயுடுவுக்குத் தெரியாம இருக்கலாம்'' என்றான் கோபால்.

''பங்கஜத்தம்மாங்கிறது யாரு?'' என்றான் சிவா.

''நாயுடுவோட வப்பாட்டி. திருமலையோட கூடப் பொறந்தது. அந்தக் கழுதைக்கு முப்பத்தஞ்சி வயசிருக்கும். ஆனா அது போடற வேசம் - சின்னக் குட்டியெல்லாம் தோத்துடுச்சி போங்க'' என்றார் ராமய்யா.

''பங்கஜத்தம்மாவுக்கு உன் பேரிலே ஒரு கண்ணுன்னு நீ நினைக்கிறியா?'' என்று கோபாலைக் கேட்டான் சிவா.

''என்னங்க இப்படிக் கேக்கறீங்க?'' என்று சிரித்துக்கொண்டே சொன்னார் ராமய்யா. அவர் சிரிப்பதிலிருந்து அவர் இந்தக் கேள்வியை ரசிப்பது போல் சிவாவுக்குப் பட்டது. 'அது போடுகிற வேசம்' ராமய்யாவின் அடிமனத்திலும் ஒரு சபலத்தை உண்டுபண்ணியிருக்கலாம்.

''என்னைப் பாராட்டிக்கிறதுக்காக நான் அப்படி நினைக்கலே. ஆனா அந்த அம்மாவோட பார்வை அப்படித்தானிருந்தது'' என்றான் கோபால்.

''சில பொண்ணுகளோட பார்வை அப்படித்தாங்க. எ கைண்ட் ஆஃப் இன்விடேஷன் டு பெட் அண்ட் இட் மே மீன் நத்திங்'' என்றார் கனகசபை.

''லுக் ஹியர்... பிரச்னை வேற எங்கேயோ போயிண்டிருக்கு. 'பங்கஜத்தம்மா கோபாலைப் பார்த்த பார்வைக்கு என்ன அர்த்தம்'ங்கிறது அவ்வளவு முக்கியமான பிரச்னையா எனக்குப் படலே. அது அவன் தனக்குத்தானே தீர்த்துக்கவேண்டிய விவகாரம்'' என்றான் சிவா.

''நான் எதுக்காக இதைச் சொன்னேங்கிறதைப் புரிஞ்சுக்காம படபடன்னு பேசிக்கிட்டே இருக்கிறே! அந்த அம்மாவுக்கு அப்படி ஒரு பலவீனம் இருந்ததுன்னா, அதெ நான் ஏன் பயன்படுத்திக்கிட்டு உளவறியக்கூடாதுன்னு பாக்கறேன். இப்பொ புரியுதா?'' என்றான் கோபால்.

''ஒரு கல்லுலே ரெண்டு மாங்காய்'' என்றார் கனகசபை.

''ஒரு மாங்கா என்னன்னு புரியறது. இன்னொன்னு மாங்காயா, இல்லாட்டா தியாகமான்னு அந்த அம்மாவைப் பாத்தாத்தான் என்னாலே சொல்ல முடியும்'' என்றான் சிவா.

''உங்க சிநேகிதரோட ரசனையைப் பத்தி உங்களுக்கு இன்னும் நம்பிக்கை ஏற்படலே!'' என்றார் கனகசபை.

கோபால் பங்கஜத்தைப் பற்றிச் சொன்னது சிவாவுக்கு ஓரளவு அதிர்ச்சியாகத்தானிருந்தது. பங்கஜத்தின் வீட்டுக்கு இவன் முன்னமேயே போயிருக்கக் கூடுமோ? அவள் நாயுடுவிடம் சொல்லமாட்டாளென்று எத்தனைத் தன்னம்பிக்கையுடன் கூறுகிறான். அழகாக இருக்கக்கூடிய நடுவயதுக்காரியின் சாகஸத்துக்கு எந்த இளைஞனும் பலியாவதில் ஆச்சரியமில்லை. பர்ஹாப்ஸ் மதர் இமேஜ்! இது என்ன பைத்தியக்காரத்தனம். இதற்கெல்லாம் 'லேபிள்' ஒட்டிப் பார்ப்பதினால் என்ன பயன் விளைந்துவிடப் போகிறது!

இது உண்மை. மந்திரியின் நடவடிக்கை, கோபாலை ஓரளவு பாதித்திருக்கக் கூடுமென்று தோன்றுகிறது. இவனைப் பொருத்தவரையில் இப்பொழுது

எது 'வாய்ப்பு?' பாப்பாத்தியும் வடிவேலுவும் பங்கஜத்தம்மாள் வீட்டில் இருக்கின்றார்களா என்று அறிய முயல்வது 'வாய்ப்பா' அல்லது பங்கஜத்தம் மாளின் பலஹீனத்தைப் பயன்படுத்திக் கொள்ள முயல்வது 'வாய்ப்பா?' கோபால்தான் இதற்குப் பதில் சொல்லமுடியும். ஒரு வேளை அவனுக்கே இது புரியாமலிருக்கலாம். பாப்பாத்தியை அவனுடன் இணைத்து இப்படி ஒரு புரளி கிராமத்தில் பரவியிருக்கும்போது இவன் பங்கஜத்தம்மாள் வீட்டுக்குப் போவது உசிதமாக எனக்குப் படவில்லை. நாயுடுவுக்கு இது தெரிந்துவிட்டால், இவனைப் பற்றி அவர் பரப்பியிருக்கும் 'வதந்தி' உறுதியாகிவிடும்.

''நீ அங்கு போவது எனக்குச் சரியென்று படவில்லை'' என்றான் சிவா, கோபாலிடம் ஆங்கிலத்தில்.

''ஏன்?''

''பங்கஜத்தம்மாள் மீது உனக்கிருக்கும் சபலம், உன்னைப் பொருத் தவரையில் இரண்டாம்பட்சமாக இருக்கலாம். ஆனால் நாயுடு உன்னைப் பற்றி இவ்வூரில் பரப்பியிருக்கும் வதந்தியோடு இதை இணைத்துப் பார்க்கும்போது நீ பங்கஜத்தம்மாள் வீட்டுக்குப் போவது, நம்முடைய பிரச்னையைக் குழப்பி விடுகிற அளவுக்கு முக்கியத்துவம் அடைந்துவிடும். பங்கஜத்தம்மாள் நாயுடுவிடம் இதைப்பற்றிச் சொல்லாமலிருக்கலாம். ஆனால் நான் வந்திருக்கின்ற சில நாள்களுக்குள் நான் புரிந்துகொண்டது என்னவென்றால் நாயுடுவுக்கு இக்கிராமம் முழுவதும் கண்கள். நீ செய்யப் போவதை யோசித்துச் செய்ய வேண்டும் என்பதுதான் என் வேண்டுகோள்.''

''சிவா சொல்வது எனக்குச் சரி என்றுதான் படுகிறது'' என்றார் கனகசபை.

பங்கஜத்தின் வீட்டுக்குப் போகவேண்டுமென்ற எண்ணம் என் மனத்தில் ஏன் இப்பொழுது விசுவரூபம் எடுக்கவேண்டுமென்று யோசித்தான் கோபால். பங்கஜத்தை முதல் தடவை பார்த்தபோதே, எண்ணமற்ற பிரக்ஞைப் பெரு வெளியில், இக்கருத்து திருடனைப் போல் வந்து வேரூன்றியிருக்கலாம். ஆனால் இப்பொழுது நாயுடு எனக்குச் செய்திருக்கக்கூடிய சிறுமைக்காக அவரைப் பழிவாங்க வேண்டுமென்ற உணர்வு மேலோங்கியதால் அவருடைய உடைமைப் பொருள் ஒன்றை ஆண்டுவிட வேண்டுமென்ற வெறி, ஏற்கெனவே குடிபுகுந்துள்ள இன எழுச்சித் தூண்டுதலை, விருட்ச மாக்கிக் காட்டுகிறதோ? ஒரு வம்புக்கும் போகாமலிருக்கும்போதே பாப் பாத்தியுடன் என்னைச் சம்பந்தப்படுத்தி அவதூறுகளைப் பரப்பியிருக் கிறான் இந்த அயோக்கியன் - எனக்குள்ளே இருந்த புலியை சிலிர்த்தெழச் செய்துவிட்டார்கள். இரையைச் சாப்பிட்டால்தான் புலி அடங்கும். அயோக்கியர்களுடன் போராடும்போது தர்மயுத்தத்தின் நடைமுறைகளை எதற்காகப் பின்பற்ற வேண்டும்? அவர்கள் பின்பற்றினால்தானே நாமும் அவற்றுக்கு மதிப்பளிக்க வேண்டுமென்பது அவசியமாகிறது? - சமீபத்தில் சில நாள்களாக ஏற்பட்டு வரும் நிகழ்ச்சிகள் என்னை மிகவும் பாதித்து, என்னுடைய உணர்ச்சிச் செறிவின் நிகழ்ச்சிக்குத் தேவையான ஒரு

விடுதலைக் குறியீடுதான் பங்கஜத்திடம் நான் பெற விழைகின்ற 'செக்ஸ்' அனுபவம் என்று கொள்வதில் தவறென்ன? - கனகசபை சொன்னது உண்மைதான். ஒரு கல்லில் இரண்டு மாங்காய்.

''நீங்க தனியாப் போக வேண்டாம்னுதான் எனக்கும் படுது'' என்றார் ராமய்யா. அவர்கள் ஆங்கிலத்தில் பேசிய உரையாடலை வரிக்கு வரி அவரால் விளங்கிக்கொள்ள முடியாவிட்டாலும், சிவாவும் டாக்டரும் அவனைத் தனியாகப் போகக்கூடாது என்று வற்புறுத்துகிறார்கள் என்பதை மட்டும் அவரால் புரிந்துகொள்ள முடிந்தது.

''டாக்டர்... சிகரெட் இருக்குமா?'' என்று கேட்டான் கோபால்.

அவர் பாக்கெட்டை அவனிடம் நீட்டினார். அவன் சிகரெட் புகையை உள்ளே இழுத்து நிதானமாக வெளியே விட்டான். சாதாரணமாக சிகரெட் குடிக் காதவன், சிகரெட் குடிப்பதினின்றும் அவன் நிலைகொள்ளாமல் தவிக்கிறா னென்று சிவாவுக்குப் பட்டது.

''உன் பிரச்னை என்ன?'' என்று கேட்டான் சிவா.

''என் மன எரிச்சலுக்கு விடுதலை வேண்டும். விடுதலையைத் தருவன இரண்டு. ஒன்று சிரிப்பு, இரண்டு செக்ஸ்.''

''சிரித்துவிடு, பிரச்னையே இல்லை'' என்றான் சிவா.

கோபால் புன்னகை செய்தான். ''உன்னுடைய திருவாரூர் அனுபவத்தைப் பற்றி நீ சொல்லவே இல்லை'' என்றான் சில விநாடிகளுக்குப் பிறகு.

''மை டியர் மேன், யு ஹேவ் பிகம் க்ரேஸி'' என்று சொல்லிக்கொண்டே எழுந்தான் சிவா.

''இப்பொ என்ன செய்யலாங்கறீங்க?'' என்றார் ராமய்யா. அவர் குரலில் பொறுமையின்மை வெளிப்படையாகத் தெரிந்தது.

''நான் முதல்லே அந்தப் பங்கஜத்தம்மா வீட்டுக்குள்ளாற போய் விசாரிக் கிறேன். நீங்க எல்லோரும் அரை மணி நேரம் கழிச்சு வாங்க. அவங்களே ஒரு தகராறு பண்ணாம ரெண்டு பேரையும் விட்டுட்டாங்கன்னா, பரவாயில்லே. ரெண்டு பேரும் அங்கு இல்லாட்டியும், நாயுடு அவங்களை எங்கே கொண்டு வச்சிருக்காருன்னு அவங்க சொல்லலாம் இல்லியா?'' என்றான் கோபால்.

''எப்போ நீங்க போகப் போறீங்க?''

''பொழுது சாய்ந்ததும் போகலாமில்லையா?''

''முப்பத்தஞ்சு வயசு களுதைங்க அது. இதுக எல்லாம் எதுக்கும் துணிஞ்ச கட்டைங்க. நீங்க சாக்கிரதையா இருக்கணும்'' என்றார் ராமய்யா.

சிவாவும் டாக்டரும் வீட்டைவிட்டு வெளியே வந்தனர்.

''நானும் உங்ககூட வரட்டுமா?'' என்று கேட்டான் சிவா.

''வாங்களேன்.''

இருவரும் மௌனமாகச் சிறிது தூரம் நடந்தார்கள்.

''கோபாலுக்கு இவ்வளவு வெறி ஏற்படணும்னா, இந்த பங்கஜத்தம்மா மஸ்ட் பி ரியலி ஹாட்... அவளைப் பாத்தாத் தேவலை'' என்றான் சிவா.

''நான் பார்த்திருக்கிறேன். நான் சொன்ன மாதிரி, இன்வைடிங் ஐஸ், மானரிஸம் எல்லாம்... அவ வெறும் ஃப்ளர்ட்டாகவும் இருக்கலாம். கோபாலுக்கு பங்கஜத்தம்மா பேரிலே வெறின்னு எனக்குப் படலே. நாயுடு பேரிலே பழி வாங்கணுங்கிறதுதான் அவர் எண்ணம்னு நினைக்கிறேன்.''

''பிரச்னை திசை திரும்பி வேறயாயிடுத்துன்னா என்ன செய்யறதுங்கிறது தான் என் கவலை.''

''ஆகாது... நாயுடு பேரிலேயும் பங்கஜத்தின் பேரிலேயும் ஊர்லே இருக்கிற ஜனங்களுக்கு வெறுப்பைத் தவிர வேறு ஒண்ணும் கிடையாது. கோபால் பங்கஜத்தம்மாள் வீட்டுக்குப் போய், அங்கே ஏதாவது நடந்தாலும், அவங்க எல்லாருமே நாயுடு பேரிலே பழி தீத்துக்கற மாதிரி, அவங்க நினைச்சிண்டாலும் நினைச்சுக்கலாம்.''

கனகசபை சொல்வது உண்மையாக இருக்கலாம். தமிழ்நாட்டில் 'சாமான்யர்கள்' பதவிக்கு வந்ததும் நடத்தும் சரசசல்லாபங்களை, அவர்களை ஆதரிக்கும் கீழ் மட்டத்து மக்கள் இத்தகைய 'மனப்பக்குவ'த்துடன் ஏற்றுக் கொள்ளும் 'வக்கிர நிலை' ஏற்பட்டிருப்பதே, இதை நிரூபிக்கின்றது! திரைப்பட நடிகர்கள் அரசியல் தலைவர்களாகி விடுவதும், இதனால் அவர் களுடைய திரைப்படக் காதலிகளுக்கும் ஓர் அரசியல் அந்தஸ்து ஏற்பட்டு, வழிபடும் மக்களால் 'அண்ணி'களாகப் போற்றப்படும் அவல நிலை வேறு எந்த நாட்டில் உண்டு? - தாங்கள் செய்ய விரும்புவதை எல்லாம் 'அண்ணன்' செய்துகொண்டிருக்கிறான் என்ற ஆத்ம திருப்தி ஒன்றே போதும்!

அவர்கள் மெயின் ரோட் அருகே வந்தார்கள். கனகசபை அங்குதான் தம் காரை நிறுத்தி வைத்திருந்தார். காரருகே இரண்டு, மூன்று சிறுவர்கள் அதைச் சுற்றிச் சுற்றி ஓடி விளையாடிக் கொண்டிருந்தார்கள். கனகசபையைப் பார்த்ததும் அவர்கள் விளையாடுவதை நிறுத்திவிட்டு, சிவாவையும் டாக்டரையும் ஒரு மரியாதை கலந்த அச்சத்துடன் பார்த்தார்கள்.

டாக்டர் காரில் உட்கார்ந்ததும் சொன்னார். ''நானும் சாயந்திரம் உங்களோட வரேன். எத்தனை மணிக்குப் புறப்படுவீங்க?''

''ஏழரை எட்டு மணிக்குப் போகலாமில்லையா?''

''எனக்கென்னமோ, அவங்க அங்குதான் இருப்பாங்கன்னு படுது'' என்றார் கனகசபை.

''ஹூம்... பார்க்கலாம்'' என்று சொன்னான் சிவா.

சிவா வீட்டுக்குத் திரும்பி வந்தபோது கோபால் எந்த நிலையில், அவன் டாக்டருடன் சென்றபோது உட்கார்ந்தானோ, அதே நிலையில் உட்கார்ந் திருக்கக் கண்டான். அவன் தீவிர யோசனையில் ஆழ்ந்திருந்தான்.

ராமய்யா உள்ளே சமையல் வேலையில் ஈடுபட்டிருந்தார். வடிவேலு காணாமல் போனதிலிருந்து, இருவருக்கும் ராமய்யா வீட்டில்தான் சாப்பாடு. அவர் காயங்கள் முழுவதும் ஆறாவிட்டாலும் அவர் சுறுசுறுப்பாக வேலையைக் கவனித்துக் கொண்டிருந்தார்.

சிவா உள்ளே போனான்.

''நான் கொஞ்சம் ஹெல்ப் பண்ணட்டுங்களா?'' என்று ராமய்யாவைக் கேட்டான்.

''வேணாம், வேணாம். இது என்ன பெரிய வேலை? சாயந்திரம் எப்படிப் போய் நம்ம ஆளுங்களை அந்த வூட்டுலேர்ந்து விடுவிக்கிறதுங்கறதுதான் என் கவலை. போலீசு கீலிசு வந்திடுச்சி, பெரிய தகராறா ஆயிப்போயிடும். இன்னைக்குப் போறதுதான் நல்லதுன்னு எனக்குப் படுது. போலீஸ்காரங்க மந்திரியைச் சுத்திக்கிட்டு அலைவாங்க'' அவர் இவ்வாறு சொல்லிக் கொண்டே பானையிலிருந்து ஒரு சோற்றை எடுத்துப் பதம் பார்த்தார். அவர் பானையை அடுப்பிலிருந்து கீழே இறக்கினார்.

''ஒரு விதத்திலே கோபால் சார் அந்தப் பங்கஜத்தம்மா வூட்டுக்கு முன்னாலே போறதும் நல்லதுதான். அந்தக் களுதை இவரெ வம்புக்குக் கூப்பிட்டு இவரும் சரின்னுட்டாலும், இது நாயுடு பயலுக்குத் தெரிஞ்சா அவனுக்கு வெறி பிடிச் சுடும். வெறி பிடிச்சு அவன் கிறுக்குத்தனமா ஏதாவது செய்ய ஆரம்பிச்சான்னா, அவன் வகையா மாட்டிக்க வளியும் இருக்குது'' என்றார் ராமய்யா.

''பங்கஜத்தம்மா முன்னாலே என்ன காரணத்துக்காகக் கோபாலைக் கூப்பிட்டாளோ, எனக்குத் தெரியாது; ஆனா, இப்பொ நாயுடுவுக்கும் இவனுக்கும் பகைங்கிறதினாலே, அவ அவனை வம்பிலே மாட்டிக்க வச்சா?'' என்றான் சிவா.

''என்ன வம்பு. பாத்திடுவோமே ஒரு கை? நாம எல்லாரும் எதுக்காகப் போறோம்?'' அவர் அடுப்பிலிருந்த குழம்பைக் கிளறிவிடத் தொடங்கினார்.

''நல்லா வாசனையா இருக்குது குழம்பு'' என்றான் சிவா.

''உங்களுக்காக சைவச் சமையல். இல்லாட்டி தெனம் மீன் இல்லாமெ எனக்குச் சரிப்படாது. மீன் இல்லாமெ வாசனையாவா இருக்குது?'' என்று சிரித்துக்கொண்டே கேட்டார் ராமய்யா.

''ஏன் நான் மோரை ஊத்திண்டு சாப்பிடறேன். எனக்காக ஏன் இப்படிக் கஷ்டப்படறீங்க'' என்றான் சிவா.

''சும்மா சொன்னேங்க... மீன் இல்லாட்டி என்ன... செத்தாப் போயிடப் போறோம்?''

கோபால் அப்பொழுது அங்கு வந்தான். ''என்னங்க சாவைப் பத்திப் பேசறீங்க?'' என்று கேட்டான்.

''மீன் இல்லாட்டி என்ன செத்தாப் போயிடப் போறேங்கிறார். எனக்காக அவர் மீன் இல்லாம சாப்பிடறது ஒரு பெரிய தியாகம் இல்லையா?'' என்றான் சிவா.

''சாப்பிடறது தியாகமா, இல்லாட்டி சாப்பிடாம இருக்கறது தியாகமாங்கறது கிடைக்கிற மீனைப் பொறுத்தது'' என்றான் கோபால்.

சிவா ஒன்றும் பேசாமல், மௌனமாகப் புன்னகை செய்தான். தனக்கு அவன் மீது பொறாமை என்று நினைத்துக் கொண்டிருக்கிறானோ, மடையன்! இல்லாவிட்டால் எதற்காக அவன் கிண்டல் செய்யவேண்டும்? முதலில் ஏதாவது இதற்குப் பதில் சொல்லவேண்டுமென்று அவன் நினைத்தான். ஆனால் தொடர்ந்து வழக்காடும் மனநிலையில் அவன் இல்லை. தி புவர் ஃபெல்லோ நீட்ஸ் செக்ஸ்... லெட் ஹிம் ஹாவ் இட்.

கோபால் பங்கஜத்தின் வீட்டுக்குப் போனபோது மணி ஏழேகாலாகி விட்டது. இன்னமும் கொஞ்சம் முன்னாலேயே புறப்பட வேண்டுமென்று நினைத்தான். முடியவில்லை. ஏழேமுக்காலுக்கு ராமய்யா மற்ற ஆள்களையும் கூப்பிட்டுக் கொண்டு வருவார்.

அவன் கதவைத் தட்டினான். பங்கஜம்தான் கதவைத் திறந்தாள். ஒரு கண நேரத் திகைப்பு அவள் கண்களில் தெரிந்தது.

''உங்களைப் பார்த்திட்டுப் போகலாம்னு வந்தேன்'' என்றான் கோபால்.

''என்ன விசயம்?''

''உள்ளே வரலாமில்லே?''

''வா...ங்...க!'' இவள் தயக்கத்துக்கு என்ன காரணம்? இவளை நேரடியாக பாப்பாத்தியும் வடிவேலும் இங்கே இருக்கின்றார்களா என்று கேட்டு பயமுறுத்தக் கூடாது. ஆனால் அவர்கள் இந்த வீட்டில் இருப்பது உண்மையானால், என்னை எப்படி இவள் உள்ளே அழைக்கின்றாள்?

''நாயுடு ஏதாவது சொல்வாரோன்னு பயமா இருக்குங்களா?'' என்றான் கோபால்.

''நாயுடுவுக்கும் எனக்கும் என்னங்க சம்பந்தம்? திருமலைக்கு அவர் சிநேகிதரு... அவ்வளவுதானுங்களே?''

''அவ்வளவுதானா?''

''அவ்வளவேதான்'' என்று சொல்லிக்கொண்டே அவள் சிரித்தாள்.

''திருமலை இருக்காரா?''

''அ..வ..னா? வெளியூருக்குப் போயிருக்கான்.''

கோபால் கூடத்தின்மீது கண்களை ஓட்டினான். சுவர் முழுவதும் ஸ்வாமி படங்கள், காலெண்டர்கள். கூடத்தின் இடப்பக்கமாக ஓர் அறை, அது பூட்டியிருந்தது. அதை ஒட்டியிருந்த இன்னொரு அறை, பாதி திறந்த நிலையில் இருந்தது. உள்ளே கும்மிருட்டு. வலப்பக்கமாக இரு அறைகள் சாத்தியிருந்தன. உள்ளே தாளிடப்பட்டிருக்கலாம். முற்றத்தில் ஒரு பெரிய நெற்குதிர். ஒரு நீர்த்தொட்டி. தேங்காய் நார்கள் இறைந்து கிடந்தன.

''ரேடியோ போடட்டுங்களா?''

''ரேடியோவா?''

''ஆமாம். சினிமா பாட்டெல்லாம் கேக்குங்க.''

''வேணாம்.''

''பாட்டுப் பிடிக்காதா?''

என்னுடைய ரசனையைப் பத்தி விவாதிக்கவா இவளிடம் வந்திருக்கிறேன்? அவனுக்குச் சிரிப்பு வந்தது.

''நீங்களும் நாயுடுதானுங்களா?''

''ஆமாம்?''

''முகத்திலே அந்த டில்லிப் பக்கத்துக் களைதான் இருக்குதுங்க. நம்ம பக்கத்து சாடையே இல்லே'' என்று குரலில் சந்தோஷம் பொங்க அவள் சொன்னாள்.

''நான் நம்ம பக்கத்து ஆளுகளுக்குத்தான் பொறந்தவன்னு நினைச்சுக்கிட்டிருக்கேன்'' என்றான் கோபால்.

''என்னங்க ஒரு பேச்சுக்குச் சொன்னா, வேற மாதிரி அர்த்தம் பண்ணிக்கிட்டீங்க?''

கோபால் அங்கு போடப்பட்டிருந்த பெஞ்சில் உட்கார்ந்தான். அங்கு சிறிது நேரம் ஒரு சங்கடமான அமைதி நிலவியது.

''நாயுடு என்னை இந்த ஊர்லேர்ந்து விரட்டப் பார்க்கறாரு'' என்றான் கோபால்.

''கேள்விப்பட்டேன். உங்களுக்கு ஏன் வம்பு, இந்தக் குடியானவங்க எப்படிப் போனா உங்களுக்கென்ன?''

''பணமுள்ளவங்க என்ன அக்கிரமம் செய்தாலும் நாம் சும்மாப் பாத்துக்கிட்டிருக்க முடியுமா? உங்ககூடப் பொறந்தவருக்கு அவர் சிநேகிதரா இருக்கலாம். ஆனா தான்தான் இந்த ஊருக்கு ராஜான்னு காட்டுத் தர்பார் நடத்திக்கிட்டிருக்காரே, இது நல்லாவா இருக்கு, சொல்லுங்க…''

பங்கஜம் பதில் சொல்லவில்லை. சிறிது நேரம் பேசாமல் கூடத்தின் மூலையைப் பார்த்துக்கொண்டு நின்றாள்.

''காசு உள்ள திமிரு, எல்லாரையும் விலைக்கு வாங்கலாம்னு பார்க்கிறாரா?'' என்றான், கோபால் தொடர்ந்து.

''இந்தக் காலத்திலே காசு ஒண்ணுக்குத்தானேங்க மதிப்பு?'' என்றாள் பங்கஜம்.

''மதிப்புக் கொடுக்கிறவங்க யாரு, நாம? மதிப்புக் கொடுக்கிறதில்லேன்னு நாம தீர்மானிச்சுட்டா?''

''அவ்வளவு சுலபங்களா அது?''

''அதையுந்தான் நான் பார்க்கப் போறேன். நாயுடு தமக்குச் சமமா ஓராளு, தன்னோட சண்டை போட வந்திருக்கான்னு புரிஞ்சுக்கணும்.''

''அவருக்குச் சமமா? அந்த ஆளு ஆம்பிளையே இல்லே'' என்று சொல்லி விட்டுச் சிரித்தாள் பங்கஜம்.

''அது எனக்குத் தெரியாது. நீங்க சொன்னா சரி. ஒத்துக்கறேன்'' என்றான் கோபால்.

பங்கஜம் அவனருகில் வந்து உட்கார்ந்தாள். அவன் அவளைக் கட்டியணைத்து நெற்றியில் முத்தமிட்டான்.

கூண்டிலிருந்து விடுபட்ட இரண்டு புலிகள் சீறி விளையாடின. வடிவேலு, நாயுடுவைப் பற்றிக் கூறிய தகவல் உண்மைதான் என்று கோபாலுக்குப் புரிந்தது.

கோபால் மணியைப் பார்த்தான், ஏழு நாற்பது. அவன் சட்டையை அணிந்த வாறு மிக அலட்சியமாக அவளைக் கேட்டான். ''நாயுடு இந்த வீட்லே யாரையானும் ஒளிச்சு வச்சிருக்காரா?''

பங்கஜம் பதில் கூறவில்லை. அவள் கண்கள் மூடியிருந்தன, முகத்தில் புன்னகை. இந்தக் கணத்தில் அவள் வேறு எதைப் பற்றியும் சிந்திக்க விரும் பாததாக அவனுக்குத் தோன்றிற்று. அவன் அவளைப் பற்றி நினைத்தது சரிதான்.

அவன் மறுபடியும் அந்தக் கேள்வியைக் கேட்டான்.

அவள் கொல்லைப்புறமாக ஆள்காட்டி விரலைச் சுட்டிக் காட்டினாள்.

''பாப்பாத்தி, வடிவேலு?''

அவள் தலையசைத்தாள். இந்த வினாடியில் அவனுக்காக அவள் எதை வேண்டுமானாலும் செய்யத் தயாரென்று அவனுக்குத் தோன்றிற்று.

அப்பொழுது வாசல் கதவு தட்டப்படும் சத்தம் கேட்டது.

அவன் அவளைப் பார்த்தான். திறக்கலாமா, கூடாதா? என்றறிய.

அவன் கதவைத் திறந்ததும் திடுக்கிட்டான் திருமலை நாயுடு.

அவன் கோபாலைப் பார்த்ததும் திடுக்கிட்டான். முகம் பேயறைந்தாற் போலாயிற்று.

அவன் உள்ளே நுழைந்ததைப் பார்த்ததும் பங்கஜம் எழுந்திருக்க முற்பட வில்லை. அப்படியே கண்களை மூடியவாறு, முகத்தில் புன்னகை விளங்க, படுத்துக்கொண்டிருந்தாள்.

திருமலை இருவரையும் மாறி மாறிப் பார்த்தான். ''என்ன துணிச்சல் இருக்கணும், உனக்கு?'' என்று கேட்டான் மிக நிதானமாக.

''என் துணிச்சலை விடுங்க. இவங்களுக்கும் நல்ல துணிச்சல்தான்.''

''எங்கேடா வந்தே. என் வீட்டுக்கு ஒரு நாய் நுளையற மாதிரி.''

கோபால் அவனை உற்றுப் பார்த்தான். திருமலை எதற்கும் துணிந்தவ னென்று அவன் முகத்தைப் பார்த்தால் தெரிகிறது. அவன் பேசிய சொற்கள் என்னை எந்த விதத்திலும் பாதிக்கவில்லை. இவ்வாறு நான் பாதிக்கப் படாமல் நிற்பது, அவனுக்கு இன்னும் கோபத்தை ஊட்டலாம்.

திருமலை, கோபாலின் சட்டையைப் பிடித்து உலுக்கிக் கொண்டே மீண்டும் கேட்டான்.

''எங்கேடா வந்தே?''

''பாப்பாத்தியும் வடிவேலுவும் இங்கேதான் இருக்காங்களாம். கூட்டிக் கிட்டுப் போகலாம்னு வந்தேன்.''

''பாப்பாத்தியுமில்லே, கூப்பாத்தியுமில்லே. வெளியே போடா நாயே'' என்று சொல்லிக்கொண்டே கோபாலின் கைகளைப் பற்றி வெளியே இழுத்துக்கொண்டுச் செல்ல முற்பட்டான் திருமலை. கோபால் திமிறினான்.

''டேய் கட்டய்யா, வாடாலே இங்கே'' என்று திருமலை சொன்னதும், வாசலிலிருந்து கட்டை குட்டையாக ஒருவன் உள்ளே ஓடிவந்தான். அவன் முகத்தைப் பார்க்க அருவருப்பாக இருந்தது. சிகப்பேறிய கண்கள், கன்னங்களில் பல வடுக்கள். அடியாள் தொழிலில் கிடைத்த பரிசுகள்.

அவன் கோபாலின் கைகளைப் பற்றி முறுக்கத் தொடங்கினான்.

பங்கஜம் எழுந்திருந்தாள்.

''விடுடா அவரை... அவரே போவாரு.''

''நான் போகமாட்டேன். பாப்பாத்தியையும் வடிவேலுவையும் இங்கேருந்து அழைச்சிக்கிட்டுப் போகப் போறேன்.''

''இங்கே பாப்பாத்தியும் இல்லே, கூப்பாத்தியுமில்லே... என்ன உளர்றீங்க?'' என்றாள் பங்கஜம்.

''போடி தேவடியா நாயே. நாயுடு வூட்டு உப்பைத் தின்னுக்கிட்டு, இந்தப் பரதைப் பயகிட்டயே நீ படுத்துக்கிட்டிருக்கே? இவன் போகட்டும், உன்னைக் கவனிச்சுக்கறேன்.''

''நான் யார்கிட்டே வேணா படுத்துப்பேன். நீ யார்றா கேக்கறது?''

திருமலை அவள் மீது வேகமாகப் பாய்ந்தான். இதற்குள் கோபால் குறுக்கே புகுந்து அவனை வேகமாக இழுத்து ஒருபுறம் தள்ளினான். கட்டய்யன் கோபால் வயிற்றில் பலமாக எட்டி உதைத்தான். கோபால் நிலை தடுமாறி தூணைப் பிடித்துக்கொண்டான். கண்கள் இருண்டுகொண்டு வந்தன.

இதற்குள் ராமய்யா - சிவாவும் கனகசபையும் தொடர, மற்ற ஆட்களுடன் உள்ளே வேகமாக நுழைந்தார். அவர்களைப் பார்த்ததும் கோபாலுக்கு ஒரு புதுத் தெம்பு ஏற்பட்டது.

''பாப்பாத்தியையும் வடிவேலுவையும் கொல்லைப் பக்கம் வச்சிருக்காங்க. போய்ப் பாருங்க'' என்றான் கோபால்.

அவ்வளவுதான் அவனுக்குத் தெரியும். நட்சத்திரங்கள் தெரிந்து, உலகம் அவனைப் பொருத்தவரையில் அப்பொழுது இருட்டி விட்டது.

9

ராமய்யா கனகசபையிடம் சொன்னார். ''டாக்டர், நீங்க சிவா சாரோட, இவரை உங்க ஆஸ்பத்திரிக்குக் கூட்டிக்கிட்டுப் போங்க. நாங்க இங்கே எல்லாத்தையும் பாத்துக்கிடறோம்.''

ராமய்யா அதற்குமேல் கோபாலின் மயக்கத்தைப் பற்றிக் கவலைப்படாமல், தாம் அழைத்துவந்த ஆள்களுடன் கொல்லைக்கட்டுக்கு விரைந்தார். அவர் அப்படிச் செல்வதைக் கண்ட கட்டய்யனும் திருமலையும் அவர்களைத் தொடர்ந்து வேகமாக ஓடினார்கள்.

சிவா கோபாலை காரில் படுக்கவைத்துவிட்டு, டாக்டரிடம் சொன்னான். ''நீங்க போங்க, நானும் இங்க கொஞ்ச நேரம்...''

''இவங்க கொலைகாரங்க. கொஞ்சம் கவனமா இல்லாட்டி...''

''அதைப் பத்தி நான் கவலைப்படலே. இப்போ நான் உங்களோட வந்துட்டா, இட் மீன்ஸ் ஐ ஆம் லெட்டிங் டௌன் ராமய்யா...''

''சரி. போங்க, இவருக்கு ஒண்ணுமில்லே, கவலைப்படாதீங்க. வயித்திலே ஒதைச்சிருக்கான். மயக்கமா இருக்காரு, அவ்வளவுதான்.''

சிவா மறுபடியும் அந்த வீட்டுக்குள் நுழைந்தபோது, முற்றத்தில் நின்றுகொண்டு பங்கஜத்தம்மாள் பெரிதாகச் சத்தம் போட்டுக் கொண்டிருந்தாள்.

'கொல்லையிலே போய்ப் பாருங்க, கொலை நடக்குது. ஒரு வம்பு தண்டாவுக்குப் போகமாட்டேன், என் வீட்டிலியா, இந்தக் கண்றாவிச் சமாசாரங்கள்லாம் நடக்கணும்! எங்க நயினா இருந்த இருப்பென்ன, இப்பொ ஊர் சிரிக்குது. ஐயோ பெருமாளே, நான் என்ன செய்வேன்...''

கொல்லையில் ஒரு பெரிய சண்டை நடந்துகொண்டிருந்தது. கட்டய்யன் கையில் வெட்டரிவாளை வைத்துக்கொண்டு ஆவேசமாகச் சுற்றிச் சுற்றி வந்தான். மாட்டுக் கொட்டிலுக்குப் பக்கத்திலிருந்த ஒரு சிறிய அறையை, ராமய்யாவும் மற்ற ஆள்களும் நெருங்க விடாமல், அவன் காத்துக் கொண்டிருந்தான். அவன் பக்கத்தில் நின்ற திருமலை, உடம்பெல்லாம் படபடக்க, வாய்க்கு வந்தவாறு அவர்களைத் திட்டிக் கொண்டிருந்தான்.

ராமய்யா சிவாவை ஆச்சரியத்துடன் பார்த்தார்.

''கிட்ட வந்தீங்க, மாட்டை வெட்டறாப்பல வெட்டிடுவேன். சாக்கிரதை, மருவாதையா போயிடுங்க. ஐயா வூட்லே கொலை வேணாம்னு பாக்கறேன்'' என்றான் கட்டய்யன்.

இந்த அறைக்குள் வடிவேலுவும் பாப்பாத்தியுமிருந்தால், ஏன் அவர் களிடமிருந்து ஒரு சத்தமும் வரவில்லை என்று யோசித்தான் சிவா. வாயைக் கட்டிப்போட்டிருப்பார்களோ? அவர்களை ஒரு வேளை கொன்று விட்டார்களோ? ஏன் பொக்கிஷத்தைக் காக்கும் பூதம்போல் இவன் இப்படி நிற்கிறான்? இப்பொழுது இவர்களை விடுவித்தால்தான் உண்டு. இல்லா விட்டால், இவர்களுக்குத் துணையாக இன்னமும் பல ஆள்கள் வரக்கூடும். கட்டய்யனை, அவனிடமிருக்கும் அரிவாளிடமிருந்து பிரித்துவிட்டால் போதும். திடீரென்று அவன் மீது பாயமுடியாது. பாய்ந்தால், வெட்டுவதற்கு அவன் தயங்க மாட்டான். தற்காப்புக்காகக் கொன்றான் என்று பணமும், பணத்துக்குப் பக்கபலமாக நிற்கும் அதிகாரமும் தீர்ப்பளித்து விடும். இப்பொழுது என்ன செய்வது?

சிவா திரும்பி உள்ளே சென்றான்.

''எங்கடாலே போறே?'' என்று கத்தினான் திருமலை. தான் சென்று போலீசைக் கூப்பிட்டுக்கொண்டு வந்துவிடுவோமோ என்று பயந்திருக் கலாம். ஆனால் அதே சமயத்தில் கட்டய்யனுக்குத் துணையாக நிற்கும் அந்நிலையினின்றும் அவனால் வரமுடியாது. அவன் கையில் ஒரு நீண்ட கம்பியிருந்தது. அதை நாற்புறமும் சுற்றிக்கொண்டிருந்தான்.

''ஏய்... பங்கஜம்'' என்று அவன் உரக்க தெலுங்கில் ஏதோ சொன்னான். 'கதவைத் தாளிடு, ஆளை வெளியில் விடாதே' என்று கூறியிருக்கலாம். அவன் கூடத்துக்கு வந்தபோது, பங்கஜம் வாசல் கதவை உள் பக்கமாகப் பூட்டிக்கொண்டிருந்தாள்.

''இதோ பாருங்க, நாங்க ஒரு வம்பும் செய்யலே. கண்ணையா நாயுடுதான் அக்கிரமம் பண்றார். உங்களைப் பார்த்தா நல்லவங்க மாதிரித் தெரியுது. நீங்களும் இதுக்கு உடந்தையா இருக்கலாமா?''

பங்கஜம் அவனை ஏறிட்டுப் பார்த்தாள். ''நீங்க யாரு?''

''இப்பொ உங்க ஆளுக ஒதைச்சாங்களே, கோபால் - அவன் சிநேகிதன் நான். அவனைப் பார்க்கிறதுக்காக டெல்லியிலிருந்து வந்திருக்கேன். இங்கே இப்படி...''

பங்கஜம் சிறிது நேரம் யோசித்தாள், பிறகு கேட்டாள். ''நான் இப்போ உங்களுக்கு உதவி செய்யறேன். என்னையும் டெல்லிக்குக் கூட்டிக்கிட்டுப் போறீங்களா?''

இதென்ன, ஒரு புதுப் பிரச்னை கிளம்புகிறதே என்று நினைத்தான் சிவா. இவள் எதற்காக டெல்லிக்கு வர விரும்புகிறாள்? திருமலை, கண்ணையா

நாயுடுவிடம் இங்கு நடந்ததைச் சொல்லாமல் இருக்கமாட்டான். இதனால் ஏற்படக்கூடிய விளைவுகளுக்குப் பயந்துதான், அவள் இந்தக் கிராமத்தை விட்டு ஓடிவிட நினைக்கிறாள். இவள் எந்த வகையில் தனக்கு உதவி செய்யக் கூடுமென்று யோசித்தான் சிவா.

''என்ன, சொல்லுங்க?''

''எந்த வகையிலே உதவி செய்வீங்க?''

''கூட்டிட்டுப் போறதா சத்தியம் அடிச்சுச் சொல்லுங்க, அப்புறம் உதவியைப் பத்திச் சொல்லுறேன்.''

இவளை எங்கே கூட்டிக்கொண்டு போவது? அப்புறம் 'கடத்திக் கொண்டு போனார்கள்' என்று நாயுடு குற்றம் சாட்டுவதற்கா? ஒரு வேளை, இவளும் சேர்ந்து 'சதி' செய்கிறாளோ? சிவாவுக்கு தர்மசங்கடமாக இருந்தது.

''நாங்க உங்களை எப்படிக் கூட்டிண்டு போகமுடியும்? ஏற்கெனவே, பாப்பாத்தி விஷயமா கோபால் பேரிலே வீண் பழியைச் சுமத்தியிருக்கார் நாயுடு. நீங்க வேற எங்ககூட வந்துட்டீங்கன்னா...''

''இது வீண் பழியா இருக்காது'' என்றாள் பங்கஜம்.

''இதோ பாருங்க, இது வீண்பழியா இல்லையாங்கறதைப் பத்தி எனக்கு அக்கறையில்லே. அப்படி கோபால் ஏதாவது செஞ்சிருந்தாலும் அது தப்புதான். உங்களைக் கூட்டிண்டு போறதுங்கறது நடக்காத காரியம்.''

''நீ யார்யா நாட்டாமை, கூட்டிக்கிட்டுப் போக முடியாதுன்னு சொல்ல. என்னால அவருக்கு உயிரு போகத் தெரிஞ்சுது, நான் பார்க்க வேணாம்?'' என்று அவள் சீறினாள்.

கோபால் எதற்காக இந்தப் புதுக் குழப்பத்தை வரவழைத்துக் கொண்டா னென்று சிவாவுக்கு எரிச்சலாக வந்தது. இந்தப் பெண்ணின் சீற்றம் அவனுக்குப் பாவனையாகப் படவில்லை.

''அவன் எங்கே இருக்கான்னு சொல்றேன். நீங்களாகவே போறீங்களா?'' என்றான் சிவா.

அவள் ஒரு கணம் யோசித்தாள். ''சரி, சொல்லுங்க...'' என்றாள் பிறகு.

''தேவூர்லே டாக்டர் கனகசபை இருக்காரில்லையா, அவர் வீட்டிலே போய்ப் பாருங்க. சரி, உங்க உதவி என்ன?''

''நீங்க இப்பொ எதுக்காகத் திரும்பி வந்தீங்க?''

''அவங்களை அடைச்சு வச்சிருக்காங்களே, அந்த 'ரூமு'க்கு அந்தண்டைப் பக்கம் கதவு இருக்கா?''

''ஏங்க, நாயுடுவை முட்டாள்னு நினைச்சீங்களா? கதவும் கிடையாது, ஒண்ணும் கிடையாது. இன்னொண்ணு சொல்றேன், கேளுங்க. மாட்டுக்

கொட்டில் பக்கத்திலே வைக்கப் போர் இருக்குதில்லே, அதுக்குக் கீழண்டைப் பக்கம் நிறைய அரிவாள், கடப்பாறை எல்லாம் இருக்குது. உங்க ஆளுங்ககிட்டே சொல்லுங்க. கட்டய்யப் பய தன்னால வளி விடறான். அந்தப் பொண்ணுக்கு, உசிரு இருக்குதோ இல்லியோ?''

''ஏன், கொன்னுட்டாங்களா?''

பங்கஜம் சிரித்தாள்.

''எதுக்குச் சிரிக்கிறீங்க? ஒருத்தர் உயிருக்கு மன்னாடறது சிரிக்க வேண்டிய விஷயமா! வக்ரமான்னா இருக்கு, நீங்க சிரிக்கிறது.''

''யார்யா வக்கிரம்? நாயுடுவைப் போய் கேளுங்க யாரு வக்கிரம்னு. அந்தப் பொண்ணையும் வடிவேலுப் பயலையும் அவர் வாங்கியிருக்கிற வேலைக்கு அந்தப் பொண்ணு உசிரோடயா இருக்கப் போவுது. இல்லாட்டி வடிவேலுதான் உசிரோட இருக்கப் போறானா? எல்லாக் கண்ராவியும் என் வீட்லே. சரி, போய்யா சீக்கிரம்'' என்று சொல்லிக்கொண்டே அவள் வாசலை நோக்கி விரைந்தாள்.

சிவாவுக்கு, கோபத்தில் மயிர்க்கால் எல்லாம் குத்திட்டு நின்றன. எதிரே நாயுடு நின்றிருந்தால், அடையாளம் தெரியாமல் சதை சதையாக வெட்டி எறிந்திருப்பான். இப்பொழுது அவனுக்குப் புரிந்தது, அந்த அறையிலிருந்து ஏன் சத்தம் வரவில்லையென்று. குற்றுயிரும் குலையுயிருமாகக் கிடக்கிறார்களோ என்னவோ? பங்கஜம், நாயுடுவை ஒரு வகையில் பழிவாங்கி விட்டாள்!

அவன் திரும்பவும் கொல்லைப் பக்கம் சென்றபோது நிலைமையில் மாறுதலில்லை. வாய்ச்சண்டை தொடர்ந்து கொண்டிருந்ததே தவிர, செய்கையளவில் முன்னேற்றம் இல்லை.

சிவா, மிக வேகமாக வைக்கோல் போரின் கீழண்டைப் பக்கம் சென்று கூவினான். 'இங்கே வாங்க, நிறைய அரிவாள் இருக்குது.'

அவ்வளவுதான். ராமய்யாவும் மற்ற ஆள்களும் அங்கு திமுதிமுவென்று ஓடினார்கள். அவர்களைத் துரத்திக்கொண்டு வந்த கட்டய்யனும், திருமலையும் அவர்களை மிஞ்சிக் காரியம் நடந்துவிட்டது என்பதை உணர்ந்து, மீண்டும் அறைப் பக்கம் ஓடினார்கள்.

கட்டய்யன் அறை வாசலில் மறுபடியும் நின்றுகொண்டான்.

''இங்கே என்னைத் தாண்டிக்கிட்டு உள்ளாறப் போனீங்க, உங்களுக்கு நான் முந்திக்கிடுவேன். வடிவேலு பயலையும் பாப்பாத்தியையும் ஒரே போடு, சாக்கிரதை...'' என்று கூறிக்கொண்டே அவர்களைப் பார்த்தவாறு பின் காலினால் கதவை எட்டி உதைத்தான்.

''மேலே என்னடா இது, உள்ளாற ஒருத்தரையும் காணோம்?'' என்று கூவினான் திருமலை.

அவன் மிக வேகமாக அறைக்குள் நுழைந்தான். அப்பொழுது கதவுக்கருகில் ஒளிந்துகொண்டிருந்த வடிவேலு, அவனை உள்புறமாகப் பலம் கொண்ட மட்டும் இழுத்துத் தள்ளினான். திருமலை தலைக்குப்புறக் கீழே விழுந்தான். வடிவேலு அறையை விட்டு வெளியே ஓடி வந்தான். அவனைத் தொடர்ந்து பாப்பாத்தியும் ஓடி வந்தாள்.

கட்டய்யனால் வடிவேலுவைப் பிடிக்க முடியவில்லை. ஆனால் பாப்பாத்தியை இறுகப் பற்றிக்கொண்டான். அவள் தன்னை விடுவித்துக் கொள்ள எவ்வளவு முயன்றும் அவளால் முடியவில்லை. உரமேறிய அவன் இடக்கை, அவளுடைய இடுப்பை வளைத்திருந்தது.

வடிவேலு ராமய்யா அருகில் வந்ததும், மூச்சிறைக்க கீழே விழுந்தான்.

இதற்குள் ராமய்யா ஆள்களில் ஒருவன் கட்டய்யன் மீது பாய்ந்தான்! கட்டய்யன் வலக்கையில் அரிவாள் வைத்துக் கொண்டிருந்த படியால், குனிந்து முழங்கால் பக்கமாகச் சாடி, அவன் கால்களை இடறிவிட முயன்றான். அவனை ஒரே வெட்டாக வெட்டிவிட வேண்டுமென்று அரிவாளை உயரத் தூக்கிப்பிடிக்கக் கட்டய்யன் முயன்றபோது, இன்னொரு வன் அந்தக் கையை இறுகப்பற்றி முறுக்கத் தொடங்கினான்.

அப்பொழுதுதான் அது நடந்தது. உள்ளே தலைக்குப்புற விழுந்த திருமலை, சில விநாடிக்குள் தன்னை சுதாரித்துக் கொண்டு எழுந்து வெளியே ஓடிவந் தான். கட்டய்யன் கையிலிருந்து அரிவாள் விழுந்ததைக் கண்டதும் அவன் அதை எடுத்துக்கொண்டான்.

அதே சமயத்தில் பாப்பாத்தி, தன்னைக் கட்டய்யன் பிடியினின்றும் விடுவித்துக்கொண்டு ஓட முற்பட்டாள். அவள் மீது பாய்ந்து அவளை வெட்டிவிட அவன் அரிவாளை உயரத் தூக்கியபோது...

''அதை எதுக்காகக் கொல்றீங்க அண்ணே, அதெ விடுங்க'' என்று கூறிக்கொண்டே குறுக்கே புகுந்த கட்டய்யனின் கழுத்தில், அந்த அரிவாள் விழுந்தது.

திருமலையின் ஆத்திரத்தின் எல்லை, வெட்டினின்றும் புலப்பட்டது. கட்டய்யன் தலை, கழுத்தில் மயிரிழையில் ஒட்டிக்கொண்டு ஊசலாடியது.

'குபுக்'கென்று பாய்ந்த ரத்தம் அங்கிருந்த அனைவருடைய ஆடைகளையும் நனைத்தது.

கட்டய்யனின் கண்கள் திறந்தே கிடந்தன.

சிவா கண்களை மூடிக்கொண்டான். 'கொலை' என்பது இதுதானா? கத்துவதற்குக்கூட நேரமில்லாமல், திடீரென்று ஏற்பட்ட விபத்தினால் உண்டான ஆச்சரியம் கண்களில் நிலைகுத்தி நிற்க, அதோ 'அது'வா இத்தனை நேரம் அரிவாளைக் கையில் வைத்துக்கொண்டு எல்லோரையும் ஆட்டி வைத்தது! பாப்பாத்தி தன் பிள்ளையை வளர்த்து வந்திருக்கிறாள் என்று

பலஹீனமான ஒரு கணத்தில் அவன் மனத்தில் ஏற்பட்ட செய்நன்றி உணர்வு என்ற சலனம் அவன் உயிரைப் பலிவாங்கிவிட்டது! எவ்வளவு ரத்தம்!

நாயுடு விட்டெறியும் காசுக்குப் பலன் இத்தனை ரத்தம்? இன்னும் எத்தனை ரத்தம் சிந்தப்போகிறது! - இதோ என் வேட்டியில் படிந்திருக்கும் கறையை நான் அலம்பப் போவதில்லை. கட்டய்யன் ரத்தமாக மாறி என் வேட்டியில் ஒட்டிக்கொண்டு விட்டான். 'நான் அடியாளாவது யாரால்' என்று மௌன மாகக் கேட்கிறான், யாரால்?

எல்லாரும் கட்டய்யன் அருகே சென்று பார்க்கின்றனர். இதற்குள் திருமலை ஓடிவிட்டான். அவனை இரண்டொருவர் துரத்திக் கொண்டு போனார்கள். அவனைப் பிடிக்கமுடியவில்லை.

ராமய்யா சிவாவைக் கேட்டார்! ''இப்பொ என்ன செய்யலாம்?''

சிவாவுக்கு என்ன பதில் சொல்வதென்று புரியவில்லை. பேசாமல் நின்றான்.

''திருமலைதான் கட்டய்யனைக் கொன்னுருக்கான். நமக்கு என்னங்க அண்ணே, பேசாமப் போயிடுவோம்'' என்றான் ஒருவன்.

சிவாவினால் அந்த இடத்தில் அதற்குமேல் நிற்க முடியவில்லை. கொட்டிலி லிருந்த மாடுகள் பெரிசாக அலறத் தொடங்கின. அவன் கூட்டத்தை நோக்கிச் சென்றான். மற்றவர்களும் அவனைத் தொடர்ந்தார்கள்.

சிவா தேவூருக்குச் சென்றபோது, கனகசபை கோபாலுடன் பேசிக் கொண்டிருந்தார்.

''என்ன ஆச்சு?'' என்று கேட்டான் கோபால்.

''கொலையிலே முடிஞ்சிருக்கு''

''வாட்? கொலையிலயா?''

''ஆம்... புவர்ஃபெல்லோ, கட்டய்யன் பலியானதுதான் மிச்சம்'' அங்கு நடந்த நிகழ்ச்சிகளை விவரமாக எடுத்துச்சொன்னான் சிவா.

''மை காட்! திருமலையை நீங்க எல்லோருமா சேர்ந்து பிடிச்சு வச்சிருக் கணும். இப்போ, நாம கொலை பண்ணிட்டதாச் சொல்லப்போறாங்க.''

''கொலையை இவ்வளவு பக்கத்திலேர்ந்து நான் பார்த்ததில்லே... வாட் எ ஸைட் இட் வாஸ்! கட்டய்யன் முகத்திலிருந்த அப்பார்வை, சிவாவின் தொண்டை அடைத்துக்கொண்டது. எனக்கு இனிமே தூக்கமே கிடையாதுன்னு நினைக்கிறேன்.''

''சண்டையிலே கன் ஃபயர்னாலே நிறையபேரைக் கொன்னுடலாம். இட் இஸ் இம்பர்ஸனல். ஆனா ஒரு தனிப்பட்ட ஆளை அரிவாளாலே கொல்றதுங்கிறது... இட் இஸ் ரியலி எ ஷாக்கிங் எக்ஸ்பீரியன்ஸ்'' என்றார் கனகசபை.

''கொல்றதிலயும் ஒரு நாசூக்கை எதிர்பார்க்கிறதுதான் நம்ம ஹிபாக்கிரிஸி'' என்றான் கோபால்.

சிவாவுக்கு அப்பொழுது பங்கஜத்தின் ஞாபகம் வந்தது. ''இங்கே பங்கஜம் வரல்லே?''

''பங்கஜமா, அவ எதுக்காக இங்கு வரணும்?'' என்று ஆச்சரியத்துடன் கேட்டான் கோபால்.

தனக்கும் அவளுக்கும் நடந்த உரையாடலை சிவா சொல்லி முடித்ததும், கனகசபை சொன்னார்: ''அவளை நாயுடு வழியிலேயே மடக்கியிருப்பான். அவனுக்குத் தெரியாமே அந்தக் கிராமத்திலே ஒரு விஷயமும் நடக்காது.''

கோபால் எழுந்திருந்தான். ''வாங்க புறப்படுவோம். வடிவேலுவும் பாப்பாத்தியும் ராமய்யா வீட்லேதானே இருக்காங்க.''

பங்கஜம் அவர்கள் இரண்டு பேரையும் பற்றிக் கூறிய தகவல் சிவாவின் நினைவுக்கு வந்தது. அவள் சொன்னது உண்மையாகத்தானிருக்க வேண்டும். பாப்பாத்தியைக் காட்டிலும் வடிவேலுவைப் பார்த்தால் அது நன்றாகத் தெரிந்தது.

''என்ன யோசிக்கிறே! அவங்க எங்கே இருக்காங்க?''

''ராமய்யா வீட்டிலேதான். வடிவேலு, நாயுடுவாலே எது முடியாதுன்னு சொன்னானோ, அதே காரியம் வடிவேலுவாலே இயலுங்கிறதை வச்சுண்டு அவனை நல்லா பழிவாங்கியிருக்கார் நாயுடு'' என்றான் சிவா.

சட்டையைப் போட்டுக்கொண்டிருந்த கோபால் சடக்கென்று திரும்பினான். ''இது யார் சொன்ன தகவல்?''

''பங்கஜம்.''

கனகசபைக்கு ஒன்றும் புரியவில்லை. ''எதைப்பத்திப் பேசிக் கிட்டிருக்கீங்க?''

''நாயுடுவோட பர்வர்ஷன்ஸெலாம் இப்பொத்தான் ஒவ்வொண்ணா புரியுது'' என்றான் கோபால்.

''நாயுடுவோட அந்தரங்க வாழ்க்கையைப் பற்றி நமக்கென்ன கவலை? நம்ம கவலையெல்லாம், நாயுடுங்கிற மிராசுதார்தான்'' என்றார் கனகசபை.

''நீங்க நினைக்கிறமாதிரி நான் நினைச்சதுண்டு. ஆனா பார்க்கிறபோது, ஒரு தனிப்பட்ட மனுஷனோட அந்தரங்க வாழ்க்கை சமூக நடைமுறைக்கு எதிரா குறுக்கிட்டா, அது நம் எல்லாருடைய கவலையா ஆகறதிலே தப்பில்லேன்னு தான் தோணறது'' என்றான் சிவா.

கோபால் சிவாவைப் பார்த்தான். நான் இவனை அறிந்ததினின்று எப்படி திடீரென்று மாறிவிட்டான்! ஏட்டுப்படிப்பை விட, கவைக்குதவாத விஷயங்களை விட, அனுபவந்தான் ஒருவனுக்குச் சரியான ஆசிரியன்.

அனுபவம் என்ற உரைகல்தான் ஒருவனின் உண்மையான மனநிலையை அளந்தறியவும் உதவுகிறது! இவனுக்கு இருக்கக்கூடிய 'கட்டுப்பாடு' எனக்கில்லை. நான் பங்கஜத்தை நாடியது நாயுடு மீது பழிவாங்க வேண்டு மென்ற உணர்ச்சியினால் மட்டுந்தானா? - நான் எதற்காக என்னையே ஏமாற்றிக் கொள்கிறேன்? - ஒரு வேளை... ஒரு வேளை கட்டய்யன் கொலை யுண்டதற்கு நான்தான் காரணமோ? - எல்லோருமாகச் சேர்ந்து போய், பாப்பாத்தியையும் வடிவேலுவையும் விடுவித்திருக்கலாம். அப்பொழுது பங்கஜம் உண்மையை சொல்லாமலிருக்கக் கூடும். அப்படியானால் நான் செய்தது, 'தியாகமா?' - நிச்சயம் 'தியாகமில்லை'. ஷி வாஸ் எ ரிமார்க்கபிள் வுமன்! சே... இதிலென்ன குற்ற உணர்ச்சி வேண்டிக் கிடக்கிறது. திருமலை ஏன் பாப்பாத்தியைக் கொல்லப் பார்த்தான்? நாயுடு, வடிவேலுக்குக் கொடுத்த வாய்ப்புகளை அவனுக்கு மறுத்திருக்கலாம். கோபத்தை யார் மீதாவது காட்டவேண்டும். ஒவ்வொருவரும் கோபத்தை ஒவ்வொரு விதமாகக் காட்டுவதுதான், மனித வாழ்க்கையை சுவாரஸ்யமாக்குகிறது. அவர்கள் சமூகத்தில் முக்கியமானவர்களாக இருந்தால் சரித்திரமாக்குகிறது.

கொல்லைப்புறம் சென்றிருந்த சிவா திரும்பி வந்தான். ''சரி, போகலாம்.''

''எது செய்யறதாயிருந்தாலும், கொஞ்சம் யோசிச்சுச் செய்யுங்க. நமக்கெதிரா இருக்கிற சக்திகளைப் புரிஞ்சுகிட்டு செயல்படறதுதான் நல்லதுன்னு எனக்குப் படறது'' என்றார் கனகசபை. அவர் மேஜையின் மீதிருந்த கார் சாவியை எடுத்துக்கொண்டார்.

கனகசபை ஓரளவு பின்வாங்குவதுபோல் சிவாவுக்குப் பட்டது. கொலை நிகழ்ந்திருக்கிறது. ஆகவே, இதில் தம்மை அவர் அதிகமாக ஈடுபடுத்திக் கொள்ள விரும்பவில்லையோ என்று அவனுக்குத் தோன்றிற்று.

''என்ன கோபால், உன்னாலே நடக்கமுடியாது? நடந்தே போயிடலாமே, நீங்க இருங்க'' என்றான் சிவா.

''உங்களை கொண்டுவிட்டுடறேன். நான் உடனே திரும்பியாகணும். வேலை மெனக்கிட்டிருக்கு. போலீஸெல்லாம் வந்து இப்பொ அங்கே ரொம்ப அமர்க்களப்பட்டுக்கிட்டிருக்கும். ஆமாம், நீங்களும் இப்பொப் போய் என்ன செய்யப்போறீங்க? கொஞ்சம் ரெஸ்ட் எடுத்துக்கிட்டு...''

''கொலை' நடந்த இடத்திலே நான் முக்கியமான சாட்சி. நான் போலீஸ் காரங்க வந்தா அங்கே இருக்கவேணாமா?'' என்றான் சிவா.

''சரி, வாங்க போவோம்'' என்றார் கனகசபை.

''ஒரு கிஸான் பிரச்னை திசை மாறிக்கிட்டுப் போற மாதிரி எனக்குப் படறது'' என்றான் கோபால், காரில் உட்கார்ந்ததும்.

''இதுக்கு யார் காரணம்?'' என்றான் சிவா. அவன் இக்கேள்வியைக் கேட்ட வேகத்தினின்றும், தன் மீதுதான் குற்றஞ் சுமத்துகின்றானென்று கோபாலுக்கும் புரியாமலில்லை. தான் பங்கஜத்தின் வீட்டுக்கு முன்னால்

செல்லாமலிருந்திருந்தால், கட்டய்யனின் இந்தக் 'கொலை'யைத் தவிர்த்திருக்க முடியுமோ?

''நீங்க அப்படிப் போனது எனக்கும் பிடிக்கலே'' என்றார் கனகசபை.

''நீங்க எல்லாருமாச் சேர்ந்து நான் அப்பொப் போனதைப் பிடிவாதமாகத் தடுத்திருக்கலாம். நீங்க செய்யல'' என்றான் கோபால்.

''நாங்க தடுத்திருந்தா நீ போகாம இருந்திருக்கப் போறயா?'' என்று வினவினான் சிவா.

''நீங்க வற்புறுத்திச் சொல்லியிருந்தா போகாம இருந்திருக்கலாம். இப்பொ பங்கஜத்தம்மாவை நான் கெடுக்கிறப்போ, இதைத் தடுக்கவந்த கட்டய்யனைக் கொன்னுட்டதால்லே பழி சுமத்துவாங்க! நான் பங்கஜத்தம்மாவோட படுத்துக்கலேன்னு எப்படிச் சொல்லமுடியும் - சே - வாட் எ மெஸ்?''

''பங்கஜம் நாயுடுகிட்டே மாட்டிண்டிருந்தா, நிச்சயமா அவளை ஒதைச்சு, ஆரம்பத்திலிருந்தே உனக்கும் நாயுடுவுக்கும் அவ காரணமாகத்தான் பகையின்னு அவ மூலமாகவே சொல்லச் சொல்லுவான். அப்பொ விஷயம் இன்னும் சிக்கலாகும்'' என்றான் சிவா.

''பாப்பாத்தியையும் என்னையும் சம்பந்தப்படுத்தி நாயுடு கட்டிவிட்ட கதையை ஜனங்க நம்ப ஆரம்பிச்சாலும் ஆரம்பிக்கலாம்'' என்றான் கோபால்.

''தென் திங்ஸ் வில் பிகம் வெரி டிஃபிகல்ட். பாப்பாத்தி ஒரு அரிஜனப் பொண்ணு. பண்ணையாளுக இதை நம்ப ஆரம்பிச்சா போதும். உங்களை யாராலேயும் காப்பாத்த முடியாது. அப்புறம் நாயுடு காட்டிலே மழைதான். நினைச்சுப் பார்க்கிறப்போ, யு ஹேவ் ரியலி பிஹேவ்ட் லைக் எ ஃபூல் - இப்படிச் சொல்றதுக்கு மன்னிச்சுக்குங்க.''

கோபால் பதில் சொல்லவில்லை. இழந்துவிட்ட நிமிஷத்தை ரப்பரால் அழித்து வேறுவிதமாக மாற்றி அமைக்க முடியாது. ஒரு கிஸான் போராட்டத்தைத் திசை திருப்பிவிட்ட பழி என்னுடையதா? - கனகசபை சொல்வது உண்மைதான். இந்தப் புதிய நிலைமையினால் மக்கள் மனத்தில் என்னைப்பற்றி பாப்பாத்தி விஷயத்திலும் சந்தேகம் ஏற்பட்டால் போதும்! - இது எந்த அளவுக்குப் பிரச்னையைப் பாதிக்குமென்று சொல்ல முடியாது. ஆனால்...

வடிவேலுவையும் பாப்பாத்தியையும், திருமலை நாயுடு வீட்டிலிருந்து தானே விடுவித்திருக்கிறார்கள் என்று அவர்கள் அறிந்தால் போதுமே. இவர்களை யார் ஒளித்து வைத்திருக்கிறார்கள் என்று அவர்களுக்குப் புரிந்துவிடும்! பங்கஜத்தின் வீட்டோடு எனக்கு ரகசியமாகப் போக்குவரத்து உண்டு என்று நாயுடு நிலைநாட்ட முயன்று, வெற்றியும் அடைந்து விட்டாரானால்? பாப்பாத்தியை நான்தான் அங்கு அடைத்து வைத்திருந்தேன் என்ற பழி ஏன் வரக்கூடாது? வாதாடலாம். அப்படியானால், வடிவேலுவை நான்

ஏன் அந்த வீட்டில் ஒளித்து வைத்திருக்க வேண்டுமென்ற கேள்வி எழலாம் அல்லவா? நாயுடுவின் மீது வீண்பழியைச் சுமத்துவதற்காக இருக்கலாம்.''

ராமய்யா வீட்டில் ஒரு பெரிய கூட்டம் கூடியிருந்தது. அவர்கள் இவர்களைக் கண்டதும், உள்ளே செல்வதற்கு வசதியாகச் சற்று விலகி நின்றனர்.

''சேதி தெரியுமில்லே?'' என்றார் ராமய்யா.

''தெரியும்... திருமலை அகப்பட்டானா?'' என்றான் கோபால்.

''அவன் எங்கே அகப்படப் போறான்?'' நாயுடு வூட்டுக்கு ஓடியிருப்பான்.''

''இப்பொ நாயுடு, நாமத்தான் கட்டய்யனைக் கொலை பண்ணிட் டோம்னுல்லே சொல்லுவாரு'' என்றான் கோபால்.

கனகசபை சொன்னார்: ''ராமய்யா... நான் கொஞ்சம் அவசரமாப் போறேன். காலையிலே பார்ப்போம் வந்து. போலீஸ்காரங்க வந்து விசாரிச்சா, நடந்ததை அப்படியே சொல்லுங்க. மிரட்டுவாங்க. அதிகமாகப் பேசினாங் கன்னா, வக்கீலை வச்சுக்கிட்டுதான் பேசுவேன்னு சொல்லுங்க. யாரு, நம் நாகப்பட்டினம் காம்ரேட்தானே நமக்கு வக்கீல்? இப்பொ நான் நாகப் பட்டினந்தான் போறேன். அவரெப் பாத்தா சொல்லிடறேன்.''

''செய்யுங்க'' என்றார் ராமய்யா.

கனகசபை போய்விட்டார்.

''நாம ஒத்துமையா இருக்கணும். கட்டய்யனும் நம்ம மாதிரி ஒரு ஏழைதான். காசு இல்லாத குறை. அவன் அந்தக் கிராதகப் பயலுக்கு அடியாளா போனான். நம்ம ஏழைங்க ஒருத்தரையொருத்தர் அடிச்சிக்கிட்டுச்சாகறதைத் தான் நாயுடு எதிர்பார்த்துக்கிட்டிருக்கான். வெளியூர்லேர்ந்து பண்ணையாளு களைக் கூட்டிக்கிட்டு விவசாயம் பண்றானே, அது எப்படி அவனாலே முடியறது? சனங்களுக்குத் துன்ன சோறில்லே. நாம மனுசங்கங்கறதை மறந்துட்டு, ஒருத்தரையொருத்தர் காட்டிக்கிட்டாவது பொளைப்போங்கிற மாதிரி, மிருகங்களைக் காட்டிலும் ரொம்ப மோசமாப் போயிட்டோம். வெளியூர்லே வர்ற பண்ணையாளுகளைக் கண்டு கோபப்படாதீங்க. அவங்க கிட்டே நாம பேசிப் பார்ப்போம். நாம இனிமே இந்தக் கொலைகாரப் பயல் களுக்காக விவசாயம் செய்யக்கூடாது. போராட்டத்தை ஆரம்பிக்கணும். நீங்க தயாரா?'' என்று சிறிய சொற்பொழிவாற்றினார் ராமய்யா.

எல்லாரும் தயாராக இருப்பதாக ஆவேசமாகக் கூக்குரலிட்டுச் சொன்னார்கள்.

''போராட்டங்கிறது எல்லோருடைய ஒத்துழைப்பையும் எதிர்பார்த்துத் துணிஞ்சு செய்ற காரியம்; நடுவிலே சோர்ந்து போய்விடக் கூடாது. நானே இதுவரை உங்களைப் பொறுமையா இருங்கன்னு சொல்லிக்கிட்டு வந்தவன் தான். ஆனா, நிலைமையைப் பார்க்கிறப்போ, அப்பாவிக செத்துக்கிட்டுப் போறதுதான் மிச்சமா இருக்குது. கோபால் சார் சொல்ற மாதிரி, நாமதான் கட்டய்யனைக் கொன்னோம்னு நாயுடு சொல்லத் தயங்கமாட்டான். அவங்க

கையிலே பணமும் இருக்குது, அதிகாரமும் இருக்குது. இத இப்பொ நாம் எதிர்த்துப் போராடாட்டி, மனுசங்களா இருக்கிறதுக்குப் பதிலா, உளுமாடாவே இருந்திடலாம்'' என்றார் ராமய்யா.

''இப்பொ நாங்க என்ன செய்யணுங்கிறீங்க, சொல்லுங்க...'' என்றான் கூட்டத்தில் ஒருவன்.

அப்பொழுது, அங்கு திடீரென்று பழனி வந்து சேர்ந்தான். அவனைப் பார்த்தால் பயங்கரமாக இருந்தது. கண்கள் 'செவசெவ' என்றிருந்தன. தலையில் ஒரு பெரிய முண்டாசு.

''பளனி, எங்கேடா போயிட்டேலே. துடிதுடிச்சிக்கிட்டிருந்தியே, போராட்டம் ஆரம்பிக்கிறதா தீர்மானிச்சாச்சு'' என்றார் ராமய்யா.

''பெரிய போராட்டம்! போலீஸ்காரங்க வந்து ஒதைச்சாங்கன்னா எல்லாம் 'கப்'னு அடங்கிப்போயிடப் போவுது. நாயுடுவை ஒளிச்சுக் கட்டாட்டி அது என்னய்யா போராட்டம்?''

''நாயுடுவைக் கொன்னுட்டா, பிரச்னை தீர்ந்துடுமா?''

''இப்படி பெரிய புரட்சி செஞ்சு அதிகாரத்தைக் கைப்பத்தப் போறீங்களா? நாயுடுவைக் கொன்னாலாவது ஒரு தேவடியா மவனைக் கொன்ன நெறைவு ஏற்படுமில்லை? என்னய்யா போராட்டம்? ஆயிரம் பேர் தூங்கிட்டிருக்கப்போ, ரெண்டு பேர் மட்டும் முளிச்சிக்கிட்டிருந்தா போதுமா? இந்த நாட்டிலே ஒரு புரட்சியும் ஏற்படப்போவதில்லே. எல்லாம் வெறும் சோறு தின்னிப் பயல்வ'' என்றான் பழனி.

பழனி கூறுவது வாஸ்தவந்தான் என்று சிவாவுக்குப் பட்டது. அந்தக் கிராமத்து மக்களுக்கு தேவைகள் மிகக் குறைவு. 'போதும் என்பதே பொன்செய் மருந்து' என்பது நம் தத்துவம். விராட்டி தட்ட சாணி கிடைத்தால் போதும், கிராம மக்கள் திருப்தி அடைந்து விடுகிறார்கள். வாழ்க்கைத் தரத்தை உயர்த்திக்கொள்ள வேண்டுமென்ற ஆசையே அவர்களுக்குக் கிடையாது. அந்தந்தப் பிரச்னைக்கு ஓர் தாற்காலிகத் தீர்வு இருந்தால் போது மானது என்று நினைக்கும் மக்கள் நிறைந்த இந்நாட்டில் புரட்சி ஏற்படுவது சாத்தியமா? சிறிய நகரங்களில் இருக்கின்ற கூலியாட்களுக்குத் தினம் நாலு ரூபாய் கிடைத்தால் போதும், ஒரு நூறு மில்லி... அளவுச் சாப்பாடு, ஒரு 'வாத்தியார்' படம். உமர்கய்யாம் இதைத் தவிர வேறு என்ன சொல்லிக் கிழித்துவிட்டான்? 'அறிவை' வளர்க்க அவன் கண்ட உண்மைகளை நம் நாட்டு மக்கள் எவ்வளவு சுலபமாகப் புரிந்துகொண்டிருக்கிறார்கள்!

பழனியின் பேச்சு ராமய்யாவை வியப்பில் ஆழ்த்தியது. அவன் சொல்வதில் உண்மை இல்லாமலில்லை. இதுதான் சங்கடமான விஷயம். ''பளனி சொல்றாப்லே, நாயுடுவைத் தீத்துக் கட்டினா என்னங்க?'' என்றான் கூட்டத்திலிருந்த ஓர் இளைஞன்.

''இதெல்லாம் குறுக்கு வளி, தம்பி... புரட்சிக்கு ராஜபாட்டைதான் தெரியுமேயொளிய, குறுக்குவளி தெரியாது'' என்றார் ராமய்யா. அவர் குரல் பலஹீனமாக ஒலிப்பதைப் பார்த்தால், அவர் சொல்வதில் அவருக்கே நம்பிக்கை இல்லை போல் தோன்றியது.

''பளனி இங்கே வா. உன்கிட்டே தனியா நிறையப் பேசவேண்டியிருக்குது'' என்றார் ராமய்யா. அவன் இன்னும் பேசி மக்களைத் திசைதிருப்பி விடுவானோ என்ற பயம் அவருக்கு ஏற்பட்டிருக்கலாமென்று சிவாவுக்குப் பட்டது.

பழனி அவரருகில் வந்து நின்றான்.

''சரி, நீங்க போகலாம். காலையிலே கருக்கிலே இங்கே வாங்க. புதுசா வர்ற பண்ணையாளுககிட்டே நாம போய் பேசிப் பாப்போம். அவங்க அந்தத் தோப்புப் பக்கமாகத்தான் தெனம் வர்றாங்க. அங்கே போய் நின்னா, அவங்களை வளியிலே பாத்திடலாம்.''

கூட்டம் கலைந்தவுடன், ராமய்யா கோபாலிடம் சொன்னார். ''உள்ளாற வடிவேலு இருக்கான், பார்க்க வர்றீங்களா? உடம்பு பாதியா இருக்குது. அந்தப் பேடித் தாயாளி பண்ண வம்புதான்... உடம்பு பாதியா இருக்குது.''

''பாப்பாத்தி?'' என்று கேட்டான் கோபால்.

''அது தன் வூட்டுக்குத்தான் போவேன்னு அடம் பிடிச்சுது அனுப்பிச்சுட்டேன். பயப்படாதீங்க, ஒண்ணும் நடக்காது. துணைக்கு ஆள் இருக்குது'' என்றார் ராமய்யா.

அப்பொழுது ஒரு ஜீப் அங்கு வந்து நின்றது. ஜீப்பிலிருந்து போலீஸ்காரர்கள் கீழே இறங்கினார்கள்.

அவர்கள் மிக வேகமாக வீட்டுக்குள் நுழைந்தார்கள். ராமய்யாவைப் பார்த்து சப்-இன்ஸ்பெக்டர் சொன்னான், ''சரி, வண்டியிலே போய் ஏறு.''

''எதுக்காக?''

''எதுக்காகவா? நாயுடுவோட ஆளைக் கொலை பண்ணதுமில்லாம, எதுக்காகன்னு வேற கேக்கறியா? போடா நாயே'' அவன் ராமய்யாவைப் பிடித்து இழுத்து முரட்டுத்தனமாக ஜீப்புக்குள் தள்ளினான்.

10

ராமய்யா கேட்டுக்கொண்டபடி எல்லோரும் 'கருக்கிலே' வந்துவிட்டார்கள். ஆனால் ராமய்யாதான் இல்லை.

கோபால், போலீஸ்காரர்கள் ராமய்யாவைக் கைது செய்து கொண்டுபோன தகவலை அவர்களிடம் சொன்னான். ''அவங்க ஆள்லயே ஒருத்தன் கொன்ன பழியை நம்ம காம்ரேட் மேலே போட்டுட்டான் படுபாவி நாயுடு. இப்பொ நாம அவசரப்பட்டு ஒண்ணும் செய்யக்கூடாது. இதுக்காக நாம போய் நாயுடுவைப் போய் தாக்கினமானா அவன் பக்கம் பலமாயிடும். நாயுடுங்கிற தனிப்பட்ட ஆளைக் கொன்னுட்டா மாத்திரம் இந்தப் பொதுப் பிரச்னை தீந்துடாது. இதையும் நாம நினைவிலே வச்சுக்கணும். அதனாலே நாம் முன்னாலே தீர்மானித்தபடி, புதுசா வர்ற பண்ணையாளுகக்கிட்டே பேசிப் பார்ப்போம். இந்த விஷயத்தையும் சொல்லுவோம். நாயுடு எப்பேர்ப்பட்ட கொலைகாரன்னு... அவங்களும் நம்மகூட சேர்ந்துட்டா...''

''இப்பொ என்ன செய்யணுங்கறீங்க? நாயுடு நம்ம காம்ரேடை உள்ளே தள்ளியிருக்கிறப்போ அவனை ஒண்ணும் செய்யாம சும்மா உடணுங் கறீங்களா?'' என்றான் கூட்டத்திலிருந்த ஒருவன். கோபால் அவனை உற்றுப் பார்த்தான். இவன் பேரென்ன? வேடிக்கையான பெயர். நினைவுக்கு வரவில்லை.''

''அம்மாசி சொல்றது சரிதான். பொதுப் பிரச்னையாவது மண்ணாங் கட்டியாவது அந்தத் தேவடியா மவனை வெட்டினாத்தான் என் மனசு ஆறும்'' என்று சொல்லிக்கொண்டே அங்கே வடிவேலு வந்தான்.

கோபால் சிவாவைப் பார்த்தான். அவன் ஒன்றும் பேசாமல், கன்னங்கரே லென்று தெரிந்த தென்னை மரத்தைப் பார்த்துக் கொண்டிருந்தான். தனக்கு ஆதரவாக இவனாவது பேசக் கூடாதா?

''போலீஸ்காரங்க காம்ரேடை இழுத்துக்கிட்டுப் போறப்போ, நீங்க அதைப் பார்த்து சும்மாவா இருந்தீங்க?'' என்றான் இன்னொருவன்.

''நாங்க எவ்வளவோ சொன்னோம், அவங்க கேக்கலே. அவரு கொலை செய்லேன்னு அவர்களுக்குத் தெரியாதா. நாயுடு தன் அரசியல் பலத்தை வச்சிக்கிட்டு நாட்டாமை செய்யறப்போ, நாம் என்ன செய்யமுடியும்? நாம்

எல்லோரும் கூடிப் பதில் சொன்னாத்தான் அவங்களுக்குப் புரியும்'' என்றான் கோபால்.

''நாம் எல்லோரும் கூடிப் பதில் சொல்றதுக்குள்ளாற இந்த ஊர்லே உள்ள எல்லாரையும் ஒவ்வொரு ஆளா அவன் தீர்த்துப்புடுவான். அவனைத் தீர்த்தாத்தான் இந்தப் பிரச்னைக்கு வளியுண்டு. அது இல்லாம, புதுசா வர்ற பயலுவ நம்மோட சேருவாங்க அது இதுன்னு நினைச்சுக்கிட்டு, சொப்பனம் காணறது கையாலாகாத்தனம்'' என்றான் வடிவேலு.

தனிப்பட்ட முறையில் நாயுடுவைப் பழிவாங்க வேண்டுமென்ற வடிவேலுவின் ஆத்திரத்தை கோபால் புரிந்துகொண்டான். ஆனால் வடிவேலுக்காகவோ அல்லது ராமய்யாவுக்காகவோ, ஒரு போராட்டத்தின் முக்கியத்துவத்தை ஒரு தனி ஆளைக் கொல்வதின் மூலம் கொச்சைப்படுத்தலாமா?

''ராமய்யா போறப்போ இதான் என்கிட்டே சொல்லிட்டுப் போனார். முதல்லே அவர்களைப் பார்த்துப் பேசுவோம். அவங்க நாம சொல்றதுக்கு உடன்படலேன்னா, அப்புறம் நடக்க வேண்டியதைப் பார்ப்போம். நம்ம காம்ரேட் ராமய்யா பேரிலே மதிப்பு வச்சிருக்கிறது உண்மைன்னா, இப்படிச் செய்யறதுதான் நல்லதுன்னு எனக்குப் படறது'' என்றான் கோபால்.

''அவங்க நம்ம பக்கம் வருவாங்கன்னு நினைக்கிறீங்களா? அவங்க சோத்துக்கு வழி இல்லாம வர்றவங்க. ஒரு பெரிய போராட்டத்துக்குத் தயார் பண்ணணும்னா, அவங்க தொடர்ந்து இன்னும் கொஞ்ச நாளைக்குப் பட்டினி கிடக்கணும். இதுக்குச் சம்மதிப்பாங்கன்னா நீங்க நினைக்கிறீங்க?'' என்றான் வடிவேலு.

''அவங்களைச் சந்திச்சுப் பேசறதிலே என்ன தப்பு?'' என்று கேட்டான் கோபால்.

''சரி, செய்யறதை உடனே செய்வோம் வாங்க'' என்றான் ஒருவன்.

எல்லாரும் புறப்பட்டார்கள். தென்னந்தோப்புக்குச் சென்றதும் ஒற்றையடிப் பாதை அருகிலிருந்த கால்வாய் பக்கமாக அவர்கள் நின்றுகொண்டார்கள். புதிய பண்ணையாட்கள் கண்ணையா நாயுடுவின் வீட்டைத் தாண்டி வலப்பக்கமாகக் கால்வாயருகே வந்துகொண்டிருந்தார்கள்.

கோபால் சொன்னான் : ''நீங்க இங்கே இருங்க. நானும் சிவாவும், இவரும் (கூட்டத்தில் வயதான ஒருவரை அவன் சுட்டிக் காண்பித்தான்) போய் அவங்ககிட்டே பேசிப் பார்க்கிறோம். நாம் இவங்ககிட்டே ஒரு வம்பும் செய்யவேணாம். வடிவேலு சொன்னாப்பல, இவங்க சோத்துக்கு வழி இல்லாம வேலை செய்ய வர்றவங்க. நம்ம எதிரி இவங்க இல்லே. நாம் சொல்றதை இவங்க கேக்காட்டி, அப்புறம் என்ன செய்யணுமோ செய்வோம்.''

''சரி, போய் பேசிப் பாருங்க'' என்றான் அம்மாசி.

விடியத் தொடங்கிவிட்டது. உணவைத் தேடிச்செல்லும் பறவைகளின் ஒலி கேட்டது. சாம்பல் பூத்த வேளையாக இருந்தாலும், கால்வாயைத் தாண்டிச் செல்வது என்பது அவ்வளவு சுலபமாக இல்லை. ஏற்கெனவே மிகவும் களைத்திருந்த கோபாலுக்குச் சற்றுக் கால் இடறிற்று. விழப் போனவனை சிவா பிடித்துக் கொண்டான்.

புதிய பண்ணையாட்கள் இவர்கள் வருவதைப் பார்த்து மேலே தொடர்ந்து நடக்காமல் அப்படியே நின்றார்கள்.

''நீங்கதானே புதுப் பண்ணையாளுக?'' என்று அவர்களைக் கேட்டான் கோபால்.

ஒருவரும் பதில் சொல்லவில்லை.

''நாம் எல்லோருமே ஏழைங்கதான். காசு இருக்கிற திமிர்லே, உங்க மாதிரி ஏழைகளைக் கொண்டே இந்த ஊர் ஏழைங்க வயத்திலே அடிக்கிறானே இந்த நாயுடு. இது இன்னுமா உங்களுக்குத் தெரியலே? நாம ஒண்ணு சேராட்டி, நம்ம எல்லோரையுமே போட்டு மிதிச்சுடுவான் படுபாவி. இதை நீங்க இன்னுமா புரிஞ்சுக்கல?'' என்றான் கோபால்.

''சரி, நாங்க நாயுடுக்காக வேலை செய்யலே. எங்க எல்லாரையும் வச்சு நீங்க சோறு போடுவீங்களா? சொல்லுங்க. நாங்க எத்தனை நாளாப் பட்டினின்னு உங்களுக்கு என்னய்யா தெரியும்?'' என்றான் அவர்களில் ஒருவன்.

''நாங்க சாப்பிடற சாப்பாட்டை நிச்சயம் போடுவோம். சந்தேகம் வேணாம். சரி, இப்பொ உங்களுக்குக் கொஞ்ச நாளைக்கு நாயுடு சோறு போடுவான். அப்புறம் உங்க வயித்திலயும் அடிக்க மாட்டான்னு சொல்லமுடியுமா, சொல்லுங்க? அதோ பாருங்க அவரை; சாப்பாட்டுக் கடைக்காரரு வடிவேலுவை என்ன பாடுபடுத்தியிருக்கான்? அவரைப் பார்த்தா உங் களுக்குத் தெரியலே. அவனோட ஆளிலேயே ஒருத்தன், இன்னொரு ஆளைக் கொன்னுட்டான். அந்தப் பழியை ராமய்யா பேரிலே போட்டு உள்ளே தள்ளியிருக்கான், இவனை நீங்க நம்பறீங்களே. இதுக்கும் தற்கொலைக்கும் என்ன வித்தியாசம், சொல்லுங்க?'' என்றான் கோபால்.

''இப்போ என்ன செய்யணுங்கறீங்க?'' என்றான் அவர்களில் இன்னொருவன்.

''இந்தக் கொலைகாரனுக்காக வேலை செய்யாதீங்க. நாம ஒத்துமையா இருந்தோம்னா நம்மை யாராலும் ஒண்ணும் செய்ய முடியாது'' என்றான் கோபால்.

இதற்குள் அங்கு பத்துப் பதினைந்து போலீஸ்காரர்கள் வந்து விட்டார்கள். அவர்கள் நாயுடு வீட்டிலிருந்துதான் வந்திருக்க வேண்டுமென்று சிவாவுக்குப் பட்டது. அவன் ஒன்றும் பேசாமல் நின்று கொண்டிருந்தபடியால், நாயுடு வீட்டுப் பக்கமாக அவர்கள் வருவதை அவனால் கவனிக்கமுடிந்தது.

''என்னய்யா தகராறு?'' என்று கேட்டுக்கொண்டே ஒரு போலீஸ்காரன் தடியைச் சுழற்றிக்கொண்டே கோபால் அருகில் வந்து நின்றான்.

''ஒரு தகராறுமில்லை. விஷயத்தை தகராறா ஆக்கத்தான் நீங்க வந்திருக் கீங்கன்னு எனக்குத் தெரியும்'' என்றான் கோபால்.

''வேலை செய்யப் போறவங்களைத் தடுக்கிறது சட்டப்படிக் குத்தம். தெரியுமில்லே?'' என்றான் அந்தப் போலீஸ்காரன்.

''நான் அவங்களை வேலை செய்ய வேணாம்னு கேட்டுக்கிட்டேன், வேலை செய்யப் போறதும் போகாம இருக்கிறதும் அவங்க விருப்பம். நீங்க அவங்களை வற்புறுத்தி வேலை செய்யுங்கன்னு சொல்ல முடியாது'' என்றான் கோபால்.

''வேலைக்குப் போறவங்களுக்கு பாதுகாப்பு தரத்தான் நாங்க வந்திருக் கோம். தாறுமாறாக இங்கு எதனாச்சியும் நடந்ததுன்னா, அப்புறம் போலீஸ் காரங்க பொல்லாதவங்கன்னு சொல்லக் கூடாது. சரி. போங்கடா நீங்க, வம்பளத்துக்கிட்டு நிக்கறாங்க.''

''யார்றாவன் யோக்கியன் மாதிரிப் பேசிக்கிட்டு நிக்கிறது?'' என்ற குரல் கேட்டதும் கோபால் திரும்பினான்.

கண்ணையா நாயுடு! அவரருகில் பங்கஜம் நின்று கொண்டிருந்தாள். கனகசபை சொன்னது உண்மையாகப் போய்விட்டது. நாயுடு அவளை வழியில் மடக்கியிருக்கிறான். மனத்தில் ஒரு திட்டம் வகுத்துத்தான் அவன் அவளை இங்கு கூட்டி வந்திருக்கிறான். தன்பால் அவளுக்குச் சபலம் ஏற்பட்டது என்பது உண்மையாக இருந்தாலும், அவள் இந்தக் கிராமத்தில் தான் நாயுடு கூடத்தான் நிரந்தரமாக இருக்க வேண்டுமென்பதை உணர்ந் திருப்பாள். வேறு என்ன ஆசை காட்டி அவன் அவளைத் தன் திட்டத்துக்கு உடந்தையாக இருக்கும்படிச் செய்திருக்கிறானோ? - சே? இது ஓர் இக்கட்டான நிலைமை - பொதுப் பிரச்னையைப் பற்றி மற்றவர்களுக்கு அறிவுரை வழங்க, தனக்கு என்ன வாய் இருக்கிறது? பொதுப் பிரச்னையை இப்பொழுது கொச்சைப்படுத்தியிருப்பது யார்?

''பங்கஜம். சொல்லேண்டி இந்த மடப்பயல்களுக்கு, இவங்க தலைவனோட யோக்கியதையை!'' என்றார் நாயுடு. இதற்குள் கண்ணையா நாயுடுவைக் கண்டதும், கோபால் அவர்களைக் கால்வாயின் மறுகரையில் இருக்கச் சொல்லியிருந்தும், மற்றவர்கள் அதைத் தாண்டி வந்துவிட்டார்கள்.

''அந்த அநியாயத்தை நான் என்ன சொல்லுவேன்? பட்டப் பகலிலே வந்து இந்தப் படுபாவி... என்னங்க, நான் பொம்பிளை. என் வாயாலே அதைச் சொல்லச் சொல்றீங்களே...'' என்றாள் பங்கஜம்.

''தரங்கெட்டவ நீ சொல்றதை நாங்க நம்பவாப் போறோம்'' என்று ஆவேசம் வந்தவன்போல் கத்தினான் வடிவேலு.

''அடச் சீ! கேளுடா இவனை, என்கிட்டே படுத்துக்கிட்டானா இல்லையான்னு'' என்று சீறினாள் பங்கஜம்.

கோபால் ஒன்றும் பேசாமல் நின்றுகொண்டிருந்தான். அவள் சொல்வது பொய் என்று சுலபமாக வாயளவில் சாதித்து விடலாம். ஆனால் அது அவனால் முடியாது.

கோபாலின் மௌனம் அங்கிருந்த அனைவரையும் திகைக்க வைத்தது.

''ஊமைக்கோட்டான் மாதிரி ஏன் சும்மா நிக்கிறார், பாத்துக்கிட்டீங்க இல்லே? பாப்பாத்திக்கிட்டேயும் இந்தப் பய வம்பு பண்ணாங்கிறப்போ நம்ப மாட்டேன்னீங்களே, பாத்துக்கிடுங்க.'' என்றார் நாயுடு.

''அடப்பாவி! முழுப் பூசணிக்காயைச் சோத்துல மறைக்கிறியே, இரும்புக் கணக்கா இருந்த என் உடம்பை எலும்பும் தோலுமா ஆக்கிட்டு, உனக்குப் பேச்சு வேறயா பேடிப் பய மவனே! பாப்பாத்தியை இவரா கெடுத்தாரு?'' என்று குரலெழுப்பிக் கூப்பாடு போட்டான் வடிவேலு.

''கழுதை மாதிரி கத்தினா உன்னை எல்லோரும் நம்பிடுவாங்களா! ஏய் பங்கஜம், பாப்பாத்தியைக் கூட்டியா. அவளே சொல்லட்டும் என்ன நடந்ததுன்னு...''

புதிய அதிர்ச்சி! பாப்பாத்தியை மறுபடியும் கொண்டுபோய்விட்டான். அவளை அவள் குடிசைக்குத் தனியாக அனுப்பியிருக்கக் கூடாது. நேற்று ராமய்யா சொன்னபோது அப்படி அவர் செய்தது சரியா என்ற சந்தேகம் தனக்கு வராமலில்லை. துணைக்கு ஆளிருப்பதாக அவர் சொன்னார். அந்த ஆள் யார் என்று தான் அவரைக் கேட்கவில்லை.

சிவாவுக்கும் இதைக் கேட்டதும் அதிர்ச்சி ஏற்பட்டது. நேற்று அவளைப் பார்த்தபோதே அவனுக்குச் சந்தேகந்தான். மனம் குழம்பிய நிலையில் அவள் இருப்பதுபோல் அவனுக்குப் பட்டது. தன் உதவிக்காக வந்த கட்டய்யனின் மரணமும் அவளை மிகவும் பாதித்திருக்க வேண்டும். நாயுடுவால் பயன் படுத்தப்பட்ட ஒரு கருவியாக வடிவேலு இருந்தாலும், கல்வி அறிவற்ற நிலையில், அவள் கோபம் கருவிமீது இருந்தாலும் ஆச்சரியப்படுவதற் கில்லை. அவள் மனம் குழம்பியிருந்த நிலையில், நாயுடு என்ன சொல்லி அவளைத் தன் பக்கமாகப் பேசும்படிச் செய்திருப்பானோ? அவள் வந்து என்ன சொல்லப்போகிறாள்?

பாப்பாத்தி வந்தாள். தூக்கத்தில் நடப்பவள் போல் அவள் அங்கு வந்தாள். கிளிப்பிள்ளையைப் போல் சொல்லிக்கொடுத்த பாடத்தை அவள் ஒப்பிக்கப் போகிறாளென்று அவள் முகபாவனையில் இருந்து தெரிந்தது. அவள் எதைப் பற்றியும் சிந்திக்கும் திறனை இழந்திருக்கக்கூடும்.

''உன்னைக் கெடுத்தது யார் யார் சொல்லும்மா, பாப்பாத்தி'' என்றார் நாயுடு.

அவள் ஒரு கணநேரத் தயக்கத்துக்குப் பிறகு முதலில் வடிவேலுவைக் காண்பித்தாள். அப்புறம், கோபால். மறுபடியும் வடிவேலு. அவள் திரும்பத் திரும்பச் சுட்டிக் காட்டிக் கொண்டே இருந்தாள்.

''ஏண்டாலே, உங்களுக்குச் சூடு சுரணை இருக்குதா? உங்க இனத்துப் பொண்ணை ஒரு தேவடியாமவனும் பாப்பாத்திக்குப் பொறந்த பயலும் கெடுத்திருக்கான். இதை உட்டுட்டு, இவனும் அந்தக் கள்ளப் பயலும் சொல்றதைக் கேட்டுக்கிட்டு வவுத்திலே ஈரத்துணியா கட்டிக்கப் போறீங்க?''

வடிவேலு நாயுடுவின்மீது பாய்ந்தான். அதற்குள் ஒரு போலீஸ்காரன் அவனைத் தடுத்து நிறுத்திவிட்டான்.

''எங்க ரெண்டு பேரையும் கடத்திட்டுப் போய், உன்னோட கையாலாகாத் தனத்துக்காகப் பழிவாங்கினே படுபாவி! இப்பொ கதையை மாத்தி...'' போலீஸ்காரன் அவனை மேலே பேசவிடாமல் தடுப்பதற்காக ஓங்கி அறைந்தான்.

பாப்பாத்தி தன்னைச் சுட்டிக் காட்டியது கண்டு கோபால் செயலற்று நின்று விட்டான். அவள் தன் சுயநிலையில் இல்லை என்பது நிச்சயம். ஏற்கெனவே, நான் பயந்தது நடந்துவிட்டது. பங்கஜத்தைக் கெடுக்கவில்லை என்று மறுத்துக்கூற முடியாமலிருக்கும் என்னுடைய இந்நிலையில் பாப்பாத்தி விஷயத்தில் நாயுடு பொய் சொல்லுகிறான் என்ற என்னுடைய பேச்சு எடுபடுமா? நாயுடு சாமர்த்தியமாக இதை ஜாதிப் பிரச்னையாக ஆக்க முயற்சி செய்கிறான். பாப்பாத்திக்கு பொறந்த பய! பாரம்பரியமாக அவர்களுடைய இரத்தத்தில் ஊறியிருக்கக்கூடிய - ஊறியிருக்க வேண்டிய கோபத்தைத் தூண்டுவதற்கான மந்திரச் சொற்களாக இவை அமையலாம்!

வடிவேலுவை போலீஸ்காரன் வேகமாக அறைந்ததும், அம்மாசி கூட்டத்தை விலக்கிக்கொண்டு திடீரென்று முன்னால் போய் நின்றான்.

''இவரை யார்யா எங்க தலைவர்னாங்க! எங்க காம்ரேடை உள்ளே தள்ளிட்டு, இந்த விடலைப் பய யார் யாரையோ கெடுத்தான்னா, இதை வச்சுக்கிட்டு பிரச்னையையே மாத்தப் பார்க்கிறீங்களா? நாங்க இருக்கிறப்போ, எங்களை உட்டுட்டு ஏன்யா வெளியூர் ஆளுகளைக் கூட்டிக்கிட்டு வந்திருக்கீங்க. இதென்னய்யா நியாயம்?''

''எங்க காம்ரேட்!'' என்று சொல்லிவிட்டு நாயுடு சிரித்தார். ''ஏண்டாலே உங்க காம்ரேட் தானேடா, இந்த விடலைப் பயலை வூட்லே கூட்டி வச்சுக்கிட்டு தலைவனா ஆக்கப் பார்த்தது? அதுக்குக் காரணம் இருக்குது, தெரியுமில்லே உனக்கு? இந்த விடலைப் பயலோட சேப்புத் தோலுடா தெரிஞ்சுக்க. இவன் போதாதுன்னு இவன் சிநேகிதன்னு வடக்கேலேர்ந்து வந்திருக்கிற இன்னொரு பாப்பாரப் பய! ஹூம்... அதோ நிக்கறான் பாரு. மசிருகூட மொளைக்காம மளுங்க முகத்தை வச்சுக்கிட்டு.''

சிவாவுக்கு ஆத்திரம் எல்லை கடந்தது. நாயுடுவைக் கட்டிப் பிடித்து அங்கேயே துவம்சம் பண்ணவேண்டுமென்ற வெறி. ஆனால் ஏதாவது ஏடாகூடமாகச் செய்தால் இதை நாயுடு தனக்குச் சாதகமாக பயன்படுத்திக் கொள்வாரென்ற விவேகம் அவனை விட்டு அகலவில்லை.

''ஜாதிப் பிரச்னையைக் கொண்டுவந்து எல்லாரையும் முட்டாளாகவா ஆக்கப் பார்க்கிறீங்க? வடிவேலுவையும் பாப்பாத்தியையும் வைக்கப் போர் 'ரூம்'லே அடைச்சு வச்சு, நம்மள்லே சில பேர் அங்கே பாப்பாத்தியும் வடிவேலுவும் எந்த நிலையிலே இருந்தாங்கன்னு பார்க்கலே? வடிவேலு இதைத் தானாகவா செய்திருப்பார்? வெளியூர்லேர்ந்து ஏன் ஆட்களைக் கொண்டுவந்தீங்கன்னா, 'நான் வடக்கேலேர்ந்து வந்திருக்கிற பாப்பாரப் பய. கோபாலுக்குச் சேப்புத் தோலு'ன்னு கதை பண்றீங்களே. அடிப்படைப் பிரச்னைக்கும் இதுக்கும் என்ன சம்பந்தம்? உங்க ஆளு திருமலை, கட்டய்யனைக் கொன்னான். நான் கண்ணாலே பார்த்தேன். இதுக்கு ராமய்யாவைக் கைது செய்திருக்கிறது என்ன நியாயம்? சத்தியம் தூங்கலாமே ஒழிய அடியோடு செத்தாப் போயிடும்'' என்றான் சிவா.

''நம்ம கிராமத்திலே இருக்கப் போறது நாம... இந்தப் பயல்வ யாருடா உங்களுக்குப் புத்தி சொல்ல? நீங்க வேலை செய்ய மாட்டோம்னு சொன்னதினால்தானே நான் வெளியூர்லேர்ந்து இவங்களைக் கூட்டியாந்தேன். நிலத்தைத் தரிசாப் போட்டா உங்களுக்கு எங்கேயிருந்து சோறு கிடைக்கும்? சரி, நான் சொல்றபடி கேளுங்க. நான் ஆரம்பிச்சிருக்கிற சங்கத்திலே சேருங்க. உங்களுக்கும் கூட்டி படியளக்கிறேன். எந்த கம்யூனிஸ்ட் தேவடியா மவனும் இங்கு வந்து நாட்டாமை செய்யவேணாம். முதல்லே இந்த பாப்பாரப் பயல்களை அடிச்சி விரட்டுங்க. இந்தக் கிராமத்திலே முன்னாலே பாப்பான் உண்டா, சொல்லுங்க. பாப்பான் இருந்த இடம் எது உருப்பட்டிருக்கு! பாப்பாரப் பயல்வதான் முன்னே தர்ப்பையைப் பிடிச்சுக்கிட்டு ஏமாத்தி னான். இப்பொ அரிவாளும் சுத்தியும் ஏந்திக்கிட்டு உங்க கண்ணுலே மண்ணைத் தூவறான்... இது உங்களுக்கு இன்னுமா புரியலே'' என்றார் நாயுடு.

பழனி அங்கு திடீரென்று எப்படி முளைத்தான் என்று தெரியவில்லை.

'பறப் பய மவனே, உனக்கு இவ்வளவு திமிராடா'ன்னு அன்னைக்கி கேட்டது யாரு. பார்ப்பானா, நீயாடா? எல்லாப் பயல்வுளுமா எங்களைப் போட்டு மிதிக்கிறீங்க. ''நான் சூத்திரண்டா, நான் மிதிச்சா எதமா இருக்கும். பாப்பான் மிதிச்சா வலிக்கும்'னு சொல்லியா எங்களை ஏமாத்தப் பாக்கறே? நீ ஒழிஞ்சாத்தாண்டா இந்தக் கிராமம் உருப்படும்'' என்று ஆவேசம் வந்தவன் போல கத்திக்கொண்டே பழனி கண்ணிமைக்கும் நேரத்துக்குள் நாயுடுவைக் கீழே தள்ளிவிட்டு அவர் மீது ஏறி உட்கார்ந்து கொண்டு கழுத்தை நெறிக்கத் தொடங்கிவிட்டான்.

போலீஸ்காரர்கள் அவன் மீது பாய்ந்து அவனைக் கட்டிப் பிடித்து இழுத் தார்கள். ஐந்தாறு பேராக முயன்று அவனைப் பலங்கொண்டு இழுத்த பிறகுதான், நாயுடுவை அவர்களால் விடுவிக்க முடிந்தது. அவ்வளவு உறுதியான உரமேறிய உடல் அவனுக்கு. அத்தனை ஆத்திரம். நூற்றாண்டு நூற்றாண்டாக அவமதிக்கப்பட்ட ஒரு சமுதாயத்தின் ஆத்திரம், பழனி நாயுடுவைப் பிடித்த பிடியினின்றும் வெளிப்படையாகத் தெரிந்தது.

பழனியின் தாக்குதலுக்கு முதல் பலி, பண்ணையாட்களுடன் தந்திரமாகப் பேசி நிலைமையைச் சமாளிக்கலாம் என்ற நாயுடுவின் சாமர்த்தியமான திட்டம். எல்லையற்ற சினத்தின் காரணமாக அவருடைய உண்மையான சொரூபம் வெளியாயிற்று.

''பறப் பய என்னை ஏறி மிதிச்சுட்டானே, பறப் பய என்னை ஏறி மிதிச்சுட்டானே'' என்று திரும்பத் திரும்பச் சொல்லிக் கொண்டே கோபத்தினால் உடம்பு ஆட, அவர் மேலே என்ன செய்வதென்றறியாமல் செயலற்று நின்றார். அவர் திரும்பிப் பார்த்தார். பங்கஜம் லேசாகப் புன்னகை செய்வது அவர் கண்களுக்குத் தெரிந்துவிட்டது.

''சீ நாய்களா, போங்கடி வீட்டுக்கு! சேப்புத் தோலைக் கண்டதும் சேலையை அவிழ்த்துக்கிட்டு நிக்கற நாய்க்கு சிரிப்பா வேண்டியிருக்குது. போடி உள்ளே...'' என்று கத்தினார்.

பங்கஜம் பயந்தவாறு பாப்பாத்தியை அழைத்துக்கொண்டு போய்விட்டாள்.

''ஏண்டா தடிமாடாட்டம் நிக்கிறீங்க, ஒரு பறப் பய என்னை ஏறி மிதிச்சுட்டான். இதைத் தடுக்க வக்கில்லே, எதுக்குடா உங்களுக்குக் குண்டாந்தடி? மந்திரிகிட்டே சொல்லி உங்களைத் தொலைச்சுடறேன், தொலைச்சு...'' என்று போலீஸ்காரர்களைப் பார்த்துக் கூப்பாடு போட்டார்.

அவ்வளவுதான், வெறி வந்தவர்கள் போல் போலீஸ்காரர்கள் குண்டாந்தடியைச் சுழற்ற ஆரம்பித்தார்கள்.

''மரியாதையா இன்னை ராவுக்குள்ளே இந்தக் கிராமத்தை விட்டு நீயும் உன் சிநேகிதக்காரப் பயலும் ஓடிப் போவாட்டி, அப்புறம் என்ன நடக்கும்னு எனக்குச் சொல்லத் தெரியாது. ஒரு பறப் பய இன்னைக்கி என்னைக் கைநீட்டி அடிச்சிருக்கான். அன்னைக்கிப் பேசினான், இன்னைக்கி... இன்னைக்கி...'' மேலே பேச முடியாத அளவுக்கு அவர் உணர்ச்சிவயப்பட்டுப் போனார்.

கோபால் கூட்டத்தினரைப் பார்த்துச் சொன்னான்: ''நம்மாலே இப்பொ ஒண்ணும் செய்யமுடியாது. நாம் எல்லாரும் அமைதியா திரும்பறதைத் தவிர வேறு வழி இல்லே.''

''பற நாய்களுக்கு உரிமை கொடுத்து மேட்டிலே ஒக்கார வைச்சிருக்குப் பாரு அரசாங்கம். அந்தக் கொழுப்புதான்டா உங்களுக்கு. உங்க எல்லாரையும் ஒழிச்சுக் கட்டாட்டி என் பேர் கண்ணையா இல்லை'' என்று நாயுடு உரக்கக் கத்திக்கொண்டே இருந்தார்.

கோபால் இப்படி திடீரென்று பின்வாங்கியது சிவாவுக்குப் பிடிக்கவில்லை. ஆனால், ஆனால் வேறு என்ன செய்ய முடியும்? பழனி வந்தது ஒரு விதத்தில் நல்லதுதான். நாயுடுவின் உண்மையான தோற்றம் எல்லாருக்கும் தெரிந்தது. ஆனால் கோபாலைப் பற்றி அவர்களுடைய அபிப்ராயம்? 'இவரை யார்யா எங்க தலைவர்னாங்க' என்று அம்மாசி கேட்டது சிவாவின் நினைவுக்கு வந்தது. இந்த விடலைப் பய அவர்களுடைய இனத்துப் பெண்ணைக்

கெடுத்தான் என்பதையும் அவர்கள் நம்பத் தொடங்கிவிட்டால் அவர்கள் நிச்சயம் அவனை மன்னிக்கமாட்டார்கள். அவன் பங்கஜத்திடம் போகும் படியாக அவனுக்கு ஏற்பட்ட சூழ்நிலைகளை, அவர்கள் மருத்துவ ரீதியாகப் புரிந்துகொள்ள வேண்டிய அவசியமுமில்லை.

எல்லாரும் மௌனமாக ராமய்யாவின் வீட்டுக்கு வந்ததும் அம்மாசி கேட்டான்: ''ஏங்க அந்த நாயுடுவோட வப்பாட்டி சொன்னது மெய் தானுங்களா?''

''அவ சொன்னது உண்மைதான். நான் தப்புப் பண்ணிட்டேன். ஆனா பாப்பாத்தி சுய நிலையிலே இல்லே. அவ சொன்னது உண்மையில்லே. நீங்க நம்பினா நம்புங்க நம்பாட்டி போங்க, இதுதான் சத்தியம்'' என்றான் கோபால்.

''இப்பொ பளனியையும் பிடிச்சுக்கிட்டுப் போயிட்டாங்களே, என்ன செய்யறது?'' என்றான் கூட்டத்தில் ஒருவன்.

''போராட்டம் நடத்தவேண்டியது அவசியமாயிடுத்துன்னுதான் அர்த்தம்'' என்றான் கோபால்.

''இப்பொ போய் புது ஆளுககிட்ட பேசி என்ன பெரிசா நடந்துடுச்சி? நான் அப்பவே சொன்னேன். நாயுடு பயலை ஒழிச்சுக் கட்டணும்னு. ஆனால் நீங்க...'' என்று வடிவேலு சொல்லி முடிப்பதற்குள் ஒருவன் கேட்டான்: ''ராமய்யா இருந்திருந்தா இது நடந்திருக்குமா?''

''பாப்பாத்தி சொன்னது பொய்னு நாங்க எப்படி நம்பறது?'' என்றான் இன்னொருவன்.

''பறப் பொண்ணுகன்னா உங்களுக்கு அவ்வளவு எளப்பமாவாப் போச்சு?''

''நாயுடு பொல்லாதவன்தான். ஆனா அவன் சொல்றாப்பிலே, நீங்க நடந்துக்கிட்டது நல்லாவா இருக்குது? அந்த நாயுடுப் பயலை அங்கேயே சீவி எறியாம, சிவப்புத் தலையைக் கண்டு பயந்து, திரும்பிப் போவோம் னுட்டீங்களே, இதுவாய்யா போராட்டம்?''

''இல்லாட்டி நாயுடுவோட வப்பாட்டிக்கிட்டே படுத்துக்கிடறதுதான் போராட்டமா?''

கோபால் ஒன்றும் பேசாமல் எழுந்து உள்ளே போக முற்பட்டபோது அம்மாசி கேட்டான்! ''என்ன ஒண்ணும் பதில் பேசாமப் போறீங்க? இதுக்கு வளி சொல்லுங்க. ராமய்யாவையும் பளனியையும் பிடிச்சுக்கிட்டுப் போயிருக்காங்க. அந்தப் பொண்ணுக்குப் பைத்தியமோ, என்னமோ அது நாயுடு வூட்டுக்கேப் போயிடுச்சி. எங்க விஷயத்திலே ஈரத்துணி. என்ன செய்றதுன்னு சொல்லாம உள்ளே எழுந்து போறீங்களே...?''

''என் மேலே உங்களுக்கு நம்பிக்கை இல்லை, நான் என்ன செய்யமுடியும்?''

''நம்பிக்கை ஏற்படும்படியாவா நீங்க நடந்துக்கிட்டிருக்கீங்க, பறப் பொண்ணுகிட்டே உனக்கென்னயா வம்பு?'' என்றான் ஒருவன்.

''அது பொய், அது பொய்னு எத்தனை தடவை சொல்லணுங்கறீங்க! பங்கஜத்தம்மா விஷயமா தப்பு செய்துட்டேன்னு ஒப்புக்கிறவன், பாப்பாத்தி விஷயத்திலே எதுக்காகப் பொய் சொல்லணும்!''

சிவா சொன்னான்: ''நான் ஒண்ணு சொல்லுவேன், கேக்கறீங்களா?''

''என்ன?'' என்றான் அம்மாசி.

''நாயுடு விஷயத்தை இப்படிக் குழப்பிவிட்டுட்டு, நமக்குள்ளே நாமே அடிச்சுக்கணும்கிறதுக்காகத்தான், பாப்பாத்தி விஷயமா புரளியைக் கிளப்பி விட்டிருக்காரு. கோபால் சொல்றாப்பல அவன் எதுக்காகப் பாப்பாத்தி சம்பந்தமா பொய் சொல்லணும்? பிரச்னை இப்பொ அதுவே இல்லை. நாம் மேலே நடக்க வேண்டியதைப் பார்க்கணும். போராட்டத்தை ரெண்டு வகையா நடத்தலாம். ஒண்ணு சட்ட வழியிலே போராடலாம். இன் னொண்ணு சட்டம் நமக்கு அனுகூலமா இருக்காதுன்னு நிச்சயமாத் தெரிஞ்ச ஒரு துணிவிலே, நாயுடுக்குத் தெரிஞ்ச ஒரே பாஷையிலே நாமும் பேசலாம். நாம எல்லாரும் ஒத்துமையா இருந்தா நம்மை யாராலும் ஒண்ணும் பண்ணமுடியாது. நம்ம எல்லாரையும் அவங்க அப்படியே கூண்டோடு அழிச்சாலும், உலகத்துக்குத் தெரியும் இந்த நாட்டிலே சட்டம் இருக்கா இல்லையான்னு, என்ன சொல்றீங்க?'' என்றான் சிவா.

''இந்த நாட்டிலே சட்டம் இருக்குதுன்னா சொல்றீங்க? அப்படியே இருந்ததுன்னா நம்ம கண் எதிரிலேயே போலீசுக்காரங்களை நாயுடு இப்படி ஒரு விரட்டு விரட்டியிருப்பானா? பளனியை டேசன்ல என்னமா அடிக்கப் போறாங்களோ? இதெல்லாம் நாம பாத்துக்கிட்டுதானே இருக்கப் போறோம்?'' என்றான் அம்மாசி.

''இந்த நாட்டிலே சட்டம் இருக்கு. ஆனா அது ஏழைகளுக்கு இல்லே. ஆடு மாடுகளைக் காட்டிலும் கேவலமா வயல்லே வாடற உங்க மாதிரி அரிஜனங் களுக்கு நிச்சயமா இல்லே. உங்கள்லே புடிச்சவன் ரெண்டொத்தனைக் கையில் போட்டுண்டு, இல்லாட்டா நகரத்திலே இருக்கிற அரிஜனங்களுக்கு அரைகுறை படிப்பைக் கொடுத்து, நடுத்தர வர்க்க அசட்டுத்தனங்களுக் கெல்லாம் அவங்களை பலியாக்கிட்டு, உரிமையுடைய மேல் ஜாதிக்காரன் உங்களைப் பரம்பரை பரம்பரையா ஏமாத்திண்டிருந்தான். நாம இன்னிக்குப் போராட்டத்திலே வெற்றி அடையாம இருக்கலாம்.

ஆனால், மத்த இடங்களிலேயும் போராட்டம் ஏற்படறதுக்கு இது தூண்டு கோலா அமையலாம். நானும் படிச்சவன்கிற பாவத்தினால - சட்டப்படி போராடுவதா, இல்லாட்டா நாடு முழுவதும் ரஷ்யாவிலே ஏற்பட்ட மாதிரி ஒரு பெரிய புரட்சியா - எது இந்த நாட்டோட இழிவான நிலையை அடியோடு மாத்தும்னு குழம்பிக் கிடந்தேன். ஆனா இந்த நாட்டிலே ரஷ்யாவிலே ஏற்பட்ட மாதிரி புரட்சி ஏற்படாதுன்னுதான் தோணறது. அந்த

அளவுக்கு ஜாதி ஏற்றத்தாழ்வுகளும், இந்த ஊர்லே இருக்கிறவன் ரெண்டு மைல் தள்ளி இன்னொரு ஊரிலே இருக்கிறவனை அசலூர்க்காரன்னு சொல்லக்கூடிய அளவுக்கு அத்தனை வேத்துமை மனப்பான்மையும் நம்ம ரத்தத்திலே ஊறிக் கிடக்குது. ஒரு பெரிய புரட்சியை நடத்திக் கொடுக்குற அளவுக்கு அப்பேர்ப் பட்ட ஒரு வலுவான தலைவரும் நமக்கு இல்லே. அதனாலே எனக்குப் படறது, சிறுகச் சிறுக ஆங்காங்கே ஏற்படற சின்னச் சின்ன புரட்சி மூலந்தான் நாட்டு ஜனங்க எல்லோருக்கும் ஒரு விழிப்புணர்ச்சி ஏற்படலாமோன்னு! அதை இப்பொ நாம நடத்திக் காட்டுவோம்'' என்றான் சிவா.

கோபால் சிவாவைப் பார்த்துக்கொண்டே இருந்தான். அவன் மனத்தில் லேசாக ஒரு பொறாமையுணர்ச்சி ஏற்படாமலில்லை. எப்படிப் பேசுகிறான்? தன்னாலும் பேச முடிந்திருக்கும். ஓர் இயக்கத்தைக் காட்டிக்கொடுக்கும் அளவுக்கு அந்த பலஹீனத்துக்கு அடிமையாகாமல் இருந்தால்! பாப் பாத்திக்கு என்ன ஆகிவிட்டது, அவள் ஏன் தன்னைச் சுட்டிக் காட்டிக் கொண்டே இருந்தாள்? சித்தஸ்வாதீனமற்ற நிலையில் இருந்த அவளிடம் நாயுடு ஆட்டோ சஜஷன் மூலம் இந்தக் கருத்தை வலிந்து புகுத்தியிருப் பானோ? அப்படிச் செய்திருந்தால் ஆச்சரியமில்லை. ஆட்டோ சஜஷன் என்ற பெயர் தெரியாமலிருக்கலாம். ஆனால் திரும்பத் திரும்ப ஒரே கருத்தை வற்புறுத்திக் கூறினால், மனவலிமையற்றவர்கள் அதை நம்பத் தொடங்கி விடுவார்கள் என்பது படித்தவனோ படிக்காதவனோ, எல்லோருக்கும் அனு பவம் மூலம் தெரியும். ஜனங்கள் என்னைத் தூக்கி எறிந்துவிட்டார்கள். தலை வனாக வரவேண்டும் என்ற அரசியல் நோக்கத்தோடு இந்தக் கிராமத்துக்கு வரவில்லை. ஆனால் சந்தர்ப்பங்கள் அத்தகைய ஒரு சூழ்நிலையை உருவாக்கின.

என்னைத் தேடிக்கொண்டு வந்த சிவா இப்பொழுது ஓர் அரசியல் தலை வனாக உருவாகிக் கொண்டிருக்கிறான். இதுதான் வேடிக்கை! எல்லோருக்கும் கோபம் இருக்கிறது. ஆனால் கோபத்தின் காரணமாக ஓர் இயக்கத்தை நடத்தும்போது, ஒருவன் தனிப்பட்ட பலஹீனங்களுக்கு அடிமையாகக் கூடாது என்ற அரிச்சுவடிப் பாடம் எனக்குத் தெரியாமல் போனதற்கு, யாரை நொந்துகொள்ள முடியும்? அதுவும் விக்கிரக வழிபாட்டில் ஊன்றித் திளைத்த இந்த நாட்டு மக்கள் தங்கள் தலைவர்களை அப்பழுக்கற்ற இலட்சியத் தலை வர்களாகத்தான் காண விரும்புகிறார்கள்! மக்களின் இந்த மனோபாவத்தை நன்கு உணர்ந்துகொண்டவர் காந்தி ஒருவர்தான். அதனால்தான் அவருக் கிருந்த செல்வாக்கு இன்னும் யாருக்கும் ஏற்படவில்லை.

தான் இவர்களிடம் இழந்த செல்வாக்கை மீண்டும் பெற வேண்டும். இல்லாவிட்டால் எல்லாவற்றிலிருந்தும் ஒதுங்கிப் போய்விட வேண்டும்.

''கோபால், நீ என்ன சொல்றே?'' என்று சிவா அவனைக் கேட்டான்.

கோபால் சில விநாடிகள் பேசாமலிருந்தான். பிறகு சொன்னான்: ''நான் செஞ்ச தப்பை நீங்க மன்னிச்சுட்டதா சொன்னாத்தான் என்னால்

பேசமுடியும். ஒரு பெரிய தப்பு செஞ்ச பாரம் நெஞ்சை அழுத்திக் கிட்டிருக்கு. என்னாலே பேச முடியாது.''

நாடக பாணியில் இதை அவன் சொன்னபோது, அவனுக்கே வேடிக்கையாக இருந்தது. எளிய மக்களின் உள்ளத்தைத் தொட, இது தேவையாக இருக்கிறது. ராமய்யா சிறையிலிருக்க, ஒரு கொலை நடந்திருக்கும் போது, அநியாயம் கொடிகட்டிப் பறக்கும்போது, தன்னால் ஒதுங்கிப்போக முடியாது!

''சரி, நீங்க நினைக்கிறதைச் சொல்லுங்க. இத்தனைப் படிச்சவங்க, இந்தத் தப்பு பண்ணியிருக்கக் கூடாது. என்ன செய்யலாம், சொல்லுங்க?'' என்றான் வடிவேலு.

''போலீஸ்காரங்க அதிகம் இல்லே. சில பேர் வயல்லே புதுசா வந்திருக்கிற பண்ணையாளுக்குக் காவலா இருப்பாங்க. மத்தவங்கதான் பளனியை நாகப்பட்டினத்துக்குக் கூட்டிக்கிட்டு போவாங்களோ, என்னவோ? நாம போய் அவங்களைத் தாக்கிப் பளனியை விடுவிக்கலாம்.''

சிவா அவனை ஆச்சரியத்துடன் பார்த்தான்.

''இத்தனை நேரம் அவங்க பஸ்லே ஏறிப் போயிருந்தாங்கன்னா'' என்றான் அம்மாசி.

''போயிருக்க மாட்டாங்க. அதுக்குள்ளாற பஸ் வந்திருக்காது. நாம நடத்தப் போற போராட்டத்தோட முதல் கட்டம் இதுதான்'' என்றான் கோபால்.

''சரி, எல்லோரும் அவங்க அவங்க அரிவாள், கம்புகளோட புறப்படுங்க'' என்றான் வடிவேலு.

''புரட்சி ஓங்குக'' என்ற கோஷம் வானைப் பிளந்தது.

11

கூட்டம் திடுதிடுவென்று சேர்ந்துவிட்டது. நூறு பேருக்கு மேலிருக்கும். கோஷங்கள் எழும்ப எழும்ப எல்லோரும் ஒரு பரவச நிலையை அடைந்தார்கள். நூற்றாண்டு நூற்றாண்டுகளாகத் தூங்கிக்கொண்டிருந்த ஓர் இராட்சசன் உறக்கம் கலைந்து விழித்தெழுவது போலிருந்தது.

''இந்தச் சந்தர்ப்பத்தை நாம் பயன்படுத்திக்கிலேன்னா நமக்குக் கதி மோட்சமே கிடையாது'' என்றான் சிவா, கோபாலிடம்.

கோபால் உணர்ச்சிவயப்பட்ட நிலையிலிருந்தான். சிவா சொல்வது உண்மைதான். ஒரு குக்கிராமத்தில் நடக்கப் போகின்ற இப்போராட்டம், நாடெங்கும் ஊழித் தீயாகப் பரவி, இப் பத்தாம் பசலி சமுதாயத்தை அடியோடு மாற்றி அமைக்கப் போகின்றது என்று சொல்ல முடியாவிட்டாலும், வர இருக்கின்ற, வர வேண்டிய ஒரு மாபெரும் புரட்சிக்கு வித்திடலாம்.

''வயல்லே வேலை செய்யற பயல்வுளுக்கு போலீஸ்காரங்க காவலா இருக்காங்களே, அவங்களைத் தாண்டி போக முடியுமா?'' என்று கேட்டான் ஒருவன்.

''பதினைஞ்சு பேர் இருக்காங்க, சமாளிக்கலாம் வாங்க... அவங்கள்லேயும், பளனியைக் கூட்டிக்கிட்டு நாலு பேராவது போயிருக்க மாட்டாங்களா?'' என்று கேட்டான் ஒருவன்.

அவர்கள் புறப்பட்டார்கள். ஒற்றையடிப் பாதையைத் தாண்டி இப்புறமாகச் சென்றார்கள். அன்று கால்வாயில் வெள்ளப் பெருக்கெடுத்தது போல், நீர் மிகுதியாக ஓடிக்கொண்டிருந்தது. அதன் சலசலப்பு வழக்கத்துக்கு அதிகமாகவே கேட்டது. சேரிகள் அருகே பெண்களும் குழந்தைகளும் அவர்களை ஆரவாரத்துடன் வரவேற்றது அவர்களுக்கு மிகுந்த உற்சாகத்தைத் தந்தது. இன்னமும் உரத்தக் குரலில் கோஷங்கள் எழும்பின. குடியானவத் தெருவில் சிலர் அவர்களுடன் செல்லலாமா வேண்டாமா என்ற தயக்கத்துடன் நின்றுகொண்டிருந்தார்கள்.

கோபால் அவர்களையும் தங்களுடன் சேர்ந்துகொள்ளும்படி அழைத்தான்.

''இது எல்லோர்க்கும் பொதுவான பிரச்னை. பறப் பய, கள்ளப் பயன்னு எல்லாரையும் திட்டிக்கிட்டிருக்கிற நாயுடுவை நாம அடக்காட்டி, நாம சும்மா இருந்தது எவ்வளவு தப்புன்னு பின்னாலே நமக்குத் தோணாமப் போவாது. கள்ளப் பயன்னு ராமய்யா பேரிலே பொய்க் குத்தம் சாத்தி உள்ளே தள்ளியிருக்கான். பறப் பயன்னு பழனியையும் பிடிச்சுக்கிட்டுப் போகும் படியாகப் பண்ணிட்டான். இப்போ நீங்க என்ன செய்யப் போறீங்க?''

''வாங்கண்ணே, நாமும் போவோம்'' என்றான் ஓர் இளைஞன்.

''இளவட்டம், நீ போ.''

''இளவட்டம், முதுவட்டம் என்னாங்க இதிலே? ராமய்யாவைப் பிடிச்சுக் கிட்டுப் போயிருக்காங்க. அவரென்ன இளவட்டமா?''

''சோளகர் வூட்டுப் புள்ளே பேசறதைப் பாத்தீங்களா?'' என்று பீடியைப் பற்றவைத்துக் கொண்டே கேட்டார் கலியமூர்த்தித் தேவர். அவருக்கு அறுபது வயதுக்கு மேலிருக்கலாம். அவர் முகத்தில் தோன்றிய புன்னகை. இப்போராட்டத்தை அவர் வரவேற்கின்றார் என்பதை எடுத்துக்காட்டியது. அவர் ராமய்யாவுக்கு ஏதோ தூரத்து உறவு என்று கோபாலுக்கு ஞாபகம். ராமய்யாவின் கம்யூனிஸ்ட் கொள்கைகளுக்காக அவரோடு அதிகமாகப் பேச்சுவார்த்தை வைத்துக்கொள்ளாத அவரே இப்பொழுது இப்படிப் பேசுகின்றார் என்றால், இது கோபாலுக்கு ஓரளவு நம்பிக்கை ஊட்டியது.

அந்த ஊரில் வசதியான குடும்பத்தைச் சேர்ந்தவர்களைத் தவிர, மற்றவர்கள் யாருக்குமே கண்ணையா நாயுடுவைப் பிடிக்காது. கிராமத்திலுள்ள முக்கால் வாசி நிலம் நான்கு குடும்பங்களுக்குத்தான் சொந்தம். அரசாங்கம் கொண்டு வந்த உச்சவரம்புச் சட்டமெல்லாம் கண் துடைப்பு வேலை என்பது எல்லோருக்கும் தெரிந்த விஷயந்தான். பொருளாதார ரீதியாக ஊர் ஜனங்களுக்கும் சின்னக் குடியானவர்களுக்கும் எந்தவித வித்தியாசமும் கிடையாது. ஆனால் ஹரிஜனங்களைக் காட்டிலும் அவர்கள் ஜாதியில் உயர்ந்தவர்கள் என்ற அவர்களுடைய மானசீக சந்தோஷத்தை - பலஹீனத்தை - பணம் படைத்தவன் தனக்கு எப்படிச் சாதகமாகப் பயன்படுத்திக்கொண்டு வந்திருக்கிறான் என்பதை அவர்கள் அறிந்துகொள்ளவில்லை என்பதுதான் அவர்களுடைய துர்ப்பாக்கியம். இவ்வாறு எண்ணிய கோபால், அவர் களுடைய ஆதரவைப் பெற, ராமய்யாவைக் கைது செய்திருக்கிறார்கள் என்று சொல்லி, கண்ணையா நாயுடு அவரைக் 'கள்ளப் பயல்' என்று ஏசினான் என்றும் கூறி, ஜாதிப் பிரச்னையை முன்வைத்தே அவர்களையும் போராட்டத்தில் கலந்துகொள்ளும்படி தான் கேட்கவேண்டியிருக்கிறதே என்பதற்காக ஓரளவு வெட்கமடைந்தான்.

அவர்களுடன் குடியானவத் தெருவிலிருந்த சில இளைஞர்கள் சேர்ந்து கொண்டார்கள்.

குடியானவத் தெருவைத் தாண்டிச்சென்று வரப்புகளை அடைந்தார்கள். அங்குதான் நாயுடுவின் வயல்கள் இருந்தன. அவர்கள் கூட்டமாக வருவதைப்

பார்த்ததும், போலீஸ்காரர்கள் வேகமாகத் தடிகளைச் சுழற்றிக்கொண்டு அவர்களை நோக்கி வந்தார்கள்.

''ஏதாவது கலாட்டா செஞ்சீங்க... அப்புறம் போலீஸ்காரன் கெட்டவன், அது இதுன்னு பேசக்கூடாது'' என்றார் சப்-இன்ஸ்பெக்டர்.

''நாங்க மெயின் ரோட் போகப் போறோம்'' என்றான் கோபால்.

''எதுக்காக?''

''உங்களுக்குச் சொல்லணும்னு அவசியமில்லை.''

''உங்களைப் போக விடமாட்டேன்.''

''தடுத்துப் பாருங்க.''

அவ்வளவுதான். போலீஸ்காரர்கள் கண்மூடித்தனமாக அடிக்க ஆரம்பித்தார்கள். தயாராகக் கையில் கம்புகளுடன் வந்திருந்த பண்ணையாட்களும் போலீஸ்காரர்களைத் திரும்பத் தாக்கினார்கள். நியாயமான கோபத்துடன் போராடிய நூற்றுக்கு மேற்பட்ட அவ்வேழை மக்களின் ஆத்திரத்துக்கு முன்னால், அந்தக் கூலிப்பட்டாளம் நிற்கமுடியாமல் சிதறுண்டு ஓடியது. போலீஸ்காரர்கள் பின்வாங்குவதைப் பார்த்ததும், கண்ணையா நாயுடு தலை தெறிக்க தம் வீட்டை நோக்கி ஓடினார். இந்தக் குழப்பத்தில் அவர் அப்படி ஓடியதை யாரும் கவனிக்கவில்லை.

போலீஸ்காரர்கள் மெயின் ரோட்டில் நிறுத்தியிருந்த தங்களுடைய 'வேனை' நோக்கி விரைந்தார்கள். பண்ணையாட்கள் அவர்களைத் துரத்திக்கொண்டு சென்றார்கள்.

'வேனை' அவர்கள் 'ஸ்டார்ட்' செய்வதற்குள் பண்ணையாட்கள் எல்லாரும் சூழ்ந்துகொண்டு விட்டனர்.

''எங்களைப் போக விடுங்க'' என்று கெஞ்சினார் சப்-இன்ஸ்பெக்டர்.

''பழனி எங்கே?'' என்று கேட்டான் சிவா.

''நாகப்பட்டினம் கொண்டு போயாச்சு.''

''பொய்... வேனைத் திறந்து காமிங்க'' என்றான் சிவா.

'வான்' கதவுகள் பத்திரமாகத் தாளிடப்பட்டிருந்தன. பயந்து கொண்டு ஓடிய போலீஸ்காரர்கள் அவசர அவசரமாக 'வான்' கதவைச் சாத்தியதுதான் சிவாவின் சந்தேகத்துக்குக் காரணம்.

''நீங்கள் இருவரும் படித்தவர்கள். இப்படி நடந்துகொள்வது நன்றாக இருக்கின்றதா?'' என்று ஆங்கிலத்தில் வினவினார் சப்-இன்ஸ்பெக்டர்.

''படித்தவர்கள் என்ற பாராட்டைச் சுமந்துகொண்டு நாற்காலிப் புரட்சி செய்கின்றவர்களால்தான் இந்த நாடு இத்தனை கேடு கெட்ட நிலையில்

இருக்கிறது. இந்த ஏமாற்று வித்தையெல்லாம் வேண்டாம். மரியாதையாகப் பழனி எங்கே என்று சொல்லி விடுங்கள்'' என்றான் சிவா.

''பழனியை விடுவித்துவிட்டால் எங்களைப் போக விடுவீர்களா?''

''நாயுடு புது ஆட்களைக் கொண்டு விவசாயம் செய்வதற்குப் பாதுகாவலாக நீங்கள் வரப்போவதில்லை என்று வாக்குறுதி தர வேண்டும்.''

''அதை நான் தந்து என்ன பயன்? நாயுடு அரசாங்கத்தில் செல்வாக்கு உள்ளவர். நீங்கள் போராட வேண்டியது ஸ்தாபனத்தோடு அன்றி என்னோடு அல்ல. இவ்வளவு படித்த உங்களுக்கு இது கூடவா தெரியவில்லை.''

கோபால், சிவாவின் தோள்களைத் தொட்டான். சிவா திரும்பிப் பார்த்தான். தான் உணர்ச்சிவயப்பட்டு ஏதோ முட்டாள்தனமாகப் பேசி சப்- இன்ஸ் பெக்டரிடம் வாங்கிக் கட்டிக்கொண்டது, கோபாலுக்குத் திருப்தியாக இருந் திருக்கலாம் என்று சிவாவுக்குத் தோன்றியது. அவன் நினைத்தற்கு ஏற்றாற் போல், கோபால் புன்னகை செய்தான்.

''இப்போ நீங்க பழனியை விடுவிச்சாப் போதும். யாரோட எப்படிப் போராடறதுன்னு நாங்க பார்த்துக்கிறோம்'' என்றான் கோபால்.

'வேனி'ன் கதவு திறந்தது. பழனி வெளியே வந்தான்.

அவன் ஒன்றும் புரியாமல் எல்லாரையும் மிரள மிரளப் பார்த்தான்.

'புரட்சி ஓங்குக!' என்ற கோஷம் வானைப் பிளந்தது.

தப்பித்தாற் போதுமென்று போலீஸ் வேன் அந்த இடத்தைவிட்டுப் பறந்தது.

''தோழர்களே! இதுதான் நம்முடைய முதல் வெற்றி. நாம் ஒத்துமையா இருந்தா நம்மாலே சாதிக்க முடியாதது ஒண்ணும் கிடையாது. போலீஸ் காரங்களைத் தாக்கி, பழனியை விடுவிச்சிட்டோங்கிறது நாயுடுவுக்கு நிச்சயமாப் பாடம் கற்பிக்காம போகாது. நாம போராட வேண்டியது இப்போ சப்-இன்ஸ்பெக்டர் சொன்ன மாதிரி, ஒரு ஸ்தாபனத்தோடதான், போலீஸ் காரங்க வெறும் கருவிங்க.''

''இனிமே நாயுடு ரெண்டு வழியிலே செயல்படலாம். ஒண்ணு, நாம எதுக்கும் தயாரா இருக்கோங்கிறதைப் புரிஞ்சுக்கிட்டு நம்மோட பேச்சு வார்த்தை நடத்த முன்வரலாம், இல்லாட்டி... அரசாங்கத்துக்கிட்டே தனக்கு இருக்கிற செல்வாக்கைப் பயன்படுத்திக்கிட்டு இன்னும் மூர்க்கத் தனமா நம்மைத் தாக்கலாம். நாம எதுக்கும் தயாரா இருக்கணும்'' என்றான் கோபால்.

''இப்பொவே நாயுடுவை ஒளிச்சுக் கட்டியிருக்கலாம். அவனைத் தப்பவிட்டது பெரிய தப்பு'' என்றான் அம்மாசி.

''அவன் எங்கே தப்பிப் போயிட்டான், சீமைக்கா போயிட்டான்? வூட்ல தானே இருக்கான்? வாங்க எல்லோரும் போவோம். போலீஸ்காரங்களும்

இல்லே, இதுதான் சரியான நேரம். நல்லா மாட்டிக்கிட்டிருக்கான், வாங்க வாங்க'' என்றான் வடிவேலு.

''அவனெத் தாக்கி ஒளிச்சுக் கட்டறதினாலே என்ன லாபம்? நம்ம கோரிக்கைகளை அவன் பூர்த்தி செய்யணும், அவ்வளவுதானே?'' என்று கேட்டான் கோபால்.

''அவனெ கொன்னாத்தான் என் மனசு ஆறும்'' என்றான் வடிவேலு.

''இப்பொ ஏற்கெனவே ஒரு கொலை விழுந்தாச்சு. நாயுடு ஆளையே கொன்னுட்டு பழியை ராமய்யா பேரிலே போட்டிருக்கான். நாம இப்பொ ராமய்யாவை விடுவிக்கப் பார்க்கணும். திருமலைதான் கட்டய்யனைக் கொன்னான்னு நமக்குத் தெரியும். நாயுடு வீட்லேதான் திருமலை இருப்பான். நாம அவனைச் சமாளிக்கிற விதத்திலே, அவனை உண்மையை ஒப்புக்க வைக்கணும். இதுதான் முக்கியம். நாயுடுவைக் கொல்லணும்னு நேத்திக்கி பழனியும் சொன்னாரு. அப்பொ அது எனக்குச் சரியாப் பட்டுது. ஆனா யோசித்துப் பார்த்தா, ராமய்யாவை விடுவிக்க வேண்டியதுதான் அதைவிட முக்கியமான விஷயம் இல்லையா?'' என்றான் சிவா.

''அப்பொப் புறப்படுங்க. எல்லாரும் அவன் வூட்டுக்குப் போவோம்'' என்றான் அம்மாசி.

அவர்கள் சென்றபோது, நாயுடு அவர்கள் வருவதை எதிர்பார்த்துக் காத்திருப் பார் என்றே தோன்றியது. கோபாலும் சிவாவும் நாயுடுவின் அடியாள் பட்டாளம் வீட்டைச் சுற்றிக் காவல் இருக்கும் என்று நினைத்தார்கள். ஒருவரையும் காணோம். இது அவர்களுக்கு ஆச்சரியத்தைத் தந்தது.

உள்ளே போனால், தாக்குவார்களோ! என்று நினைத்தான் கோபால்.

வேலிக் கதவை உடைத்துக்கொண்டு எல்லாருமே உள்ளே புகுந்தார்கள்.

வீடு வெறிச்சோடியிருந்தது.

நாயுடுவின் வயசான அம்மா மட்டும் காலை நீட்டிக்கொண்டு நெற்குதிர் மேல் சாய்ந்தவாறு, கண்கள் பாதித் திறந்த நிலையில் உறக்கத்தில் ஆழ்ந்திருந்தாள்.

வீட்டுக்குள் திடீரென்று ஏற்பட்ட ஆரவாரம் அவளை எந்த விதத்திலும் பாதித்ததாகத் தெரியவில்லை.

பாப்பாத்தியையும் பங்கஜத்தையும் கூட காணவில்லை. வீட்டுப் பின்புறமாக இருந்த வயல்காட்டின் வழியாகக் குறுக்கே சென்று மெயின்ரோட்டை அடைந்து, தப்பிப் போயிருக்கிறார் நாயுடு.

குதிர்லே இருக்கிற நெல்லைக் காலி பண்ணுவோம் என்றான் ஓரிளைஞன்.

'வேண்டாம் கொள்ளையடிக்க வந்தோம்னு குத்தம் சாட்டறது அவனுக்குச் சுலபமாப் போயிடும்' என்றான் கோபால்.

''அவன் இதுவரையிலும் அடிச்சது கொள்ளை இல்லாம வேறு என்ன? நம்ம ரத்தத்தை அல்ல குதிர்லே நெறைச்சிருக்கான்'' என்றான் பழனி.

''மறுபடியும் போராட்டத்தை திசைமாற விடக்கூடாது'' என்றான் கோபால்.

''சரிதான் போய்யா, நீயும் உன் நியாயமும். இது உனக்கு அப்போவே இல்ல பட்டிருக்கணும்'' என்று கோபத்தில் கத்தினான் பழனி.

கோபால் சிவாவைப் பரிதாபமாகப் பார்த்தான்.

''கிளவியை எளுப்பிக் கேளுங்க, நாயுடு எங்கேன்னு?'' என்றான் அம்மாசி.

ஒருவன் கிழவியை உலுக்கினான். அவள் எழுந்திருக்கும் வழியைக் காணோம்.

''உசிரு இருக்கா இல்லையா, பாருய்யா'' என்றான் இன்னொருவன்.

உயிர் இருந்தது. ஆனால் அவள் மயக்கத்திலிருந்தாள். நாடியைப் பிடித்துப் பார்க்கும்போதுதான், அவள் சாகும் தருவாயில் இருக்கின்றாள் என்பது அவர்களுக்குப் புரிந்தது.

''சாகக் கிடக்கிற கிழவியை அப்படியே விட்டுட்டுப் போயிட்டானே, அவன் உருப்படுவானா?'' என்றான் கோபால்.

''அவ செத்தா என்ன, இருந்தா என்ன, நமக்கென்னய்யா வம்பு?'' என்றான் பழனி.

''இது மனுஷ உசிரு. இதெத் தூக்கிட்டுப் போய் டாக்டர் ஐயா கிட்டே காட்டறதுதான் நல்லதுன்னு எனக்குப் படுது'' என்றார் கலியமூர்த்தி.

''பெரியவர் சொல்றதுதான் சரி. நாயுடு அயோக்கியன்னா அவங்க அம்மா என்ன செய்வாங்க?'' என்று கேட்டான் சிவா.

''அந்தம்மாவைப் பார்த்தா பாவமாத்தான் இருக்குது. சிவா சார் சொல்ற படியே செய்வோம்'' என்றான் வடிவேலு.

''அடச் சீ? உன்னை இத்தனைக் கொடுமைப்படுத்தியிருக்கான். இதோ பாருய்யா என் முதுகிலே, நாயை அடிக்கிற மாதிரியில்லே அடிச்சிருக்காங்க? இந்தத் தாயாளி மவன் ஆயியைத் தூக்கிக்கிட்டுப் போய் வைத்தியம் பார்க்கணும்கிறியே உனக்கு வெக்கம், மானம் இருக்குதாய்யா?'' என்று சீறினான் பழனி.

அந்தக் கிழவியை அப்படியே விட்டுச்செல்வது உசிதமாக கோபாலுக்கும் படவில்லை. ஆனால் தன் கருத்தை வலியுறுத்திச் சொல்லும் நிலையில் அவனில்லை. தான் ஏதாவது சொன்னால் பழனியின் கோபம் அதிகரிக்கலாம். அவர்களே தீர்மானித்து இதற்கு ஒரு வழி செய்யட்டும்.

''நாயுடு என்ன அக்கிரமம் செய்தாலும் நாம் மனிதாபிமானம் இல்லாம போகணுமா?'' என்று கேட்டான் சிவா.

''எனக்கு விளுந்த அடி மாதிரி உங்களுக்கும் விளுந்திருந்தா மனிதாபி மானத்தைப் பத்தி நீங்க பேசமாட்டீங்க'' என்றான் பழனி.

''இந்தக் கிளவி மாதிரி நமக்கும் ஆயி இருக்காங்க. பழனி, நீ சொல்றது நல்லாயில்லே. நாம் தூக்கிட்டுப் போய் டாக்டர் ஐயாகிட்டே காமிக்கிறதிலே என்ன தப்பு? செத்துப் போய்க்கிட்டிருந்த ஆயியை உட்டுட்டு ஓடிட்டான்னு நாயுடுவைத் தானே மத்தவங்க ஏசுவாங்க'' என்றான் அம்மாசி.

''என்ன வேணா செய்யுங்க. அப்பொ குதிர்லே இருக்குற நெல்லையும் நாம் எடுத்துக்கிட்டுப் போறதிலே தப்பில்லே'' என்றான் பழனி.

''சரி, செய்'' என்றான் அம்மாசி. பழனியுடன் ஓர் உடன்பாட்டுக்கு வந்தவன் போல்.

அவ்வளவுதான். அங்கிருந்த சாக்கு மூட்டைகளில் நெல்லை நிரப்பிக் கொள்ள ஆரம்பித்தனர் பலர்.

''இது எனக்குப் பிடிக்கவில்லை'' என்றான் கோபால் சிவாவிடம் ஆங்கிலத்தில்.

''பட்டினிக்குத் தெரிந்த ஒரே தர்க்கம் இதுதான். இதில் நாம் தலையிடக் கூடாது'' என்றான் சிவா.

''கொள்ளையடிக்க வந்தவர்கள் என்று நாயுடு சொல்லப் போகிறான்'' என்றான் கோபால்.

''எது கொள்ளை என்று நீ நினைப்பதைப் பொறுத்தது இது. தங்களுக்கு இருக்கிற சமூக, அரசியல் வாய்ப்புகளைப் பயன்படுத்திக் கொண்டு பிறரைச் சுரண்டிப் பிழைப்பது கொள்ளை இல்லையா? அப்படியானால் அரசாங்க மந்திரிகள் அனைவரையுமே சிறையில் அடைக்கவேண்டும்'' என்றான் சிவா.

''நீ இப்படிப் பேசுவது எனக்கு ஆச்சரியமாக இருக்கிறது'' என்றான் கோபால்.

''ஏமாற்றமடைந்தவனின் நேர்மையான கோபந்தான் என்னுடையது. இதன் புனிதத் தன்மையை நீ புரிந்துகொள்ள வேண்டும்'' என்றான் சிவா.

''திருவாரூர் ஓட்டலில்...'' என்று கோபால் சொல்வதற்குள் சிவா அவனை இடைமறித்தான். ''தயவு செய்து இதைக் கொச்சைப்படுத்தாதே.''

அவர்கள் சிறிது நேரத்துக்குப் பிறகு அவ்வீட்டை விட்டுக் கிளம்பி ராமய்யாவின் வீட்டை அடைந்தார்கள்.

கிழவி மயக்கமுற்ற நிலையிலேயே இருந்தாள்.

வீட்டுத் திண்ணையில் கனகசபை உட்கார்ந்திருப்பாரென்று கோபால் எதிர்பார்க்கவில்லை.

கும்பிடப் போன தெய்வம் என்று கோபால் சொல்வதற்குள் கனகசபை கேட்டார். ''ஏன், என்ன விஷயம்... யார் இந்தக் கிழவி?''

''நாயுடுவோட அம்மா... இவங்களை அப்படியே விட்டுட்டு, அவன் வீட்டைவிட்டு ஓடிவிட்டான்.''

''என்ன நடந்தது?''

சிவா அவருக்கு விளக்கமாக எல்லாவற்றையும் சொல்ல ஆரம்பித்தான். கிழவியைப் பரிசோதித்துக்கொண்டே அவர் கேட்டார்.

''புதுப் பிரச்னையைக் கொண்டு வந்துட்டீங்களே?'' என்றார் கனகசபை.

''அதான் கேளுங்க...''' என்றான் பழனி.

''இந்தக் கிழவி இன்னும் இரண்டு மணி நேரத்துக்கு மேல் தாங்க மாட்டாள். கொண்டுபோய் கொலை செய்துவிட்டார்கள் என்று குற்றம்சாட்டத் தயங்க மாட்டானே நாயுடு?'' என்றார் கனகசபை ஆங்கிலத்தில்.

இதைப் பற்றி யாரும் யோசிக்கவில்லை என்பது எப்பேர்ப்பட்ட தவறு என்பது அப்பொழுதுதான் சிவாவுக்கும் கோபாலுக்கும் புரிந்தது.

''இப்பொழுது என்ன செய்யலாம்?'' என்று கேட்டான் கோபால்.

''நான் என் காரில் ஆஸ்பத்திரியில் போய் 'அட்மிட்' செய்து விடுகிறேன். இதுதான் நமக்கும் நல்லது. உடனடியாகச் செய்ய வேண்டும். இந்தக் கிழவி கொஞ்சம் கொஞ்சமாகச் செத்துக் கொண்டிருக்கிறாள்'' என்றார் கனகசபை.

அவர்கள் ஆங்கிலத்தில் உரையாடிக் கொண்டிருந்தது அங்கிருந்த பலருக்குப் பிடிக்கவில்லை. பழனி கேட்டான், ''என்ன எங்களுக்குப் புரியாம இங்கிலீசிலே பேசிக்கிட்டிருக்கீங்க? இந்தக் கிழவியைக் கூட்டிக்கிட்டு வந்தது தப்புதானே?''

''இவங்களை நான் ஆஸ்பத்திரிக்குக் கூட்டிக்கிட்டுப் போறேன்'' என்றார் கனகசபை.

''ஆஸ்பத்திரி என்ன ஆஸ்பத்திரி, இங்கேயே வைத்தியம் பாருங்க. செத்தாள்னா தூக்கி எரிச்சுப்புடுவோம்'' என்றான் வடிவேலு.

''ஆஸ்பத்திரிக்குப் போய் இவங்க சாகறதுதான் நல்லது. இல்லாட்டி, நாம் கொலை பண்ணிட்டோம்னு நாயுடு சொல்லுவான்'' என்றார் கனகசபை.

''சரி, நீங்க போங்க. நாகப்பட்டினம் காம்ரேடைப் பாத்தீங்களா?'' என்று கேட்டான் கோபால்.

''ராமய்யாவைக் கைது செய்வாங்கங்கிறதை நான் எதிர்பார்த்ததுதான். அவரை பெயில்ல விடுவிக்கிறதுக்காக முயற்சி நடந்துக்கிட்டிருக்குது. இப்பொ... நடந்த விஷயம்... அதுக்குச் சாதகமா இருக்கும்னு எனக்குத் தோணலே. நாயுடு இப்படித் திடுதிப்புனு போகமாட்டான். எனக்கு ஏதோ

பயங்கரமா நடக்கப் போவுதுன்னு, ஓரளவு படபடப்பாத்தான் இருக்குது. சரி, நான் வரேன்.''

கிழவியை கனகசபை தனது காரில் ஏற்றிக்கொண்டுவிட்டார்.

''இப்பொ நாம அந்தப் புதுப் பண்ணையாட்களைப் பார்த்து அவங்களையும் நம்ம பக்கம் சேத்துக்கலாம்னு தோணுது.''

''அவங்க எல்லாரும் ஓடிட்டாங்க'' என்றான் அம்மாசி.

''இப்பொ'ன்னா இப்பொவேன்னு நான் சொல்லலே. நாயுடு நம்மகிட்டே ஓர் உடன்பாட்டுக்கு வராதவரைக்கும் நாம இங்கே வேற யாரையும் வேலை செய்யவிடக் கூடாது'' என்றான் கோபால்.

சிவா சொன்னான், ''நம்மிலே யாராலும் போய் ராமய்யாகிட்டே இப்பொ இங்கே நடந்ததைப் பத்திச் சொல்லிட்டு வந்தா நல்லதுன்னு எனக்குப் படறது.''

''பார்க்க விடமாட்டாங்களே?'' என்றான் வடிவேலு.

''வக்கீலை அழைச்சிக்கிட்டுப் போகலாம். நாகப்பட்டினம் காம்ரேட் கூட, சிவா நீ இங்க யாரையானும் கூட்டிக்கிட்டு நாகப்பட்டினம் போய், அவர்கிட்டே நடந்ததையெல்லாம் சொல்லு. அப்புறம் ராமய்யாவைப் போய்ப் பாருங்க'' என்றான் கோபால்.

''நான் போறேன்'' என்றான் வடிவேலு.

''சரி, உடனே புறப்படுங்க'' என்றான் கோபால்.

''நீ என்ன செய்யப் போறே?'' என்று கேட்டான் சிவா.

''எனக்குக் கொஞ்சம் அசதியா இருக்குது, தூங்கப் போறேன்'' என்றான் கோபால்.

12

நாகப்பட்டினம் காம்ரேட் வக்கீல் சுந்தரவதனம், சிவா சொன்னவற்றை எல்லாம் பொறுமையாகக் கேட்டார். அவர் கேட்கும்போது கண்களை மூடிக்கொண்டிருந்தார். அவர் தூங்குகிறாரா அல்லது கேட்டுக்கொண்டிருக் கிறாரா. சிவாவுக்குச் சந்தேகமாக இருந்தது. நடுநடுவே வடிவேலு ஏதோ சொல்ல முற்பட்டபோது, அவர் கை சைகையினாலே குறுக்கிட வேண்டா மென்று தடுத்ததிலிருந்து அவர் தான் சொல்வதைக் கேட்டுக்கொண்டு தானிருக்கிறார் என்று அவனுக்குப் பட்டது.

அவன் சொல்லி முடித்தவுடன், அவர் புன்னகை செய்தார். அவர் எதற்காகப் புன்னகை செய்கிறார் என்று சிவாவுக்குப் புரியவில்லை.

''நீங்க டெல்லியிலே எங்கே இருக்கீங்க?'' என்று கேட்டார் சுந்தரவதனம்.

ஆரம்பத்தில் தன்னைச் சுருக்கமாக அறிமுகப்படுத்திக்கொண்ட சிவாவுக்கு இந்தக் கேள்வி ஆச்சரியத்தைத் தந்தது.

அவன் சொன்னான்.

''அங்கெல்லாம் மெடிக்கல் காலேஜ் அட்மிஷன் - பெறும் மார்க்கை வச்சுத் தான் பார்க்கிறாங்க, சிபாரிசு தேவையில்லேங்கறாங்களே, அப்படியா?''

''ஆமாம்''

''என் மக இந்த வருஷம் பி.எஸ்.ஸி. பரீட்சைக்குப் போறா. நல்ல மார்க்கு வாங்குவான்னு நான் எதிர்பார்த்துக்கிட்டிருக்கேன். டில்லியிலே மெடிக்கல் காலேஜ்ல இடம் கிடைக்குமா?''

''கிடைக்கலாம்.''

''இங்கே சிபாரிசும் பணமும் இல்லாட்டி இடம் கிடைக்கிறதுங்கிறது குதிரைக் கொம்புதான். பேசாம அவளை டில்லிக்கு அனுப்பிச்சிடலாமான்னு பார்க்கிறேன். என்ன சொல்றீங்க?''

''செய்யுங்க.''

''அவ, ஆல் இண்டியா பரீட்சை ஒண்ணு இருக்கு இல்லே? அது எழுதப்போறா, பார்ப்போம்.''

சிவா கஷ்டப்பட்டு தன் சினத்தை அடக்கிக்கொண்டான். இவருக்கு ஒரு மகள்தானா? அல்லது மகனின் இன்ஜினீயரிங் அட்மிஷனைப் பற்றிப் பேசப்போகிறாரா?

அவர் மறுபடியும் கண்களை மூடிக்கொண்டுவிட்டார். ஆள் காட்டி விரலினால் நாற்காலியின் கைப்பிடியின் மீது தாளம் போட்டுக் கொண்டிருந்தார்.

''என்ன, ராமய்யாவைப் பார்க்கப் போகலாமா?'' என்று கேட்டான் சிவா.

''ஹூம்... போகலாம். பலகாரத்தை முடிச்சிக்கிட்டுப் புறப்பட வேண்டியது தான்.''

''நீங்க சாப்பிடுங்க. நாங்க இப்பத்தான் ஓட்டல்லே சாப்பிட்டோம்'' என்றான் சிவா.

''அது என்ன, என் வீட்டுக்கு வரப்போ, ஓட்டல்லே சாப்பிட்டு வர்றீங்க? 'வக்கீல் வீட்டுக்குப் போனா அவன் தின்ன ஒண்ணும் கொடுக்கமாட்டான், கஞ்சப்பயன்னு யாரானும் சொன்னாங்களா?'' என்று சிரித்துக்கொண்டே கேட்டார் சுந்தரவதனம்.

''சே சே அதில்லீங்க, சந்தர்ப்பம் எப்படியோன்னு சாப்பிட்டு வாரோம். நீங்க என்னன்னா இப்படி...'' என்று இழுத்தான் வடிவேலு.

''பலகாரம் வேண்டாம்னா, காப்பியாவது குடிங்க.''

பலகாரமும் காப்பியும் வந்தன.

''இவதான் என் மக... கலாவதி. திருச்சியிலே படிக்கிறா'' என்றார் சுந்தரவதனம்.

அவள் சிவாவைப் பார்த்து கைகளைக் கூப்பினாள். மாநிறம், மிகவும் களையான முகம். கண்களைப் பார்த்தாலே கெட்டிக்காரப் பெண் என்று தெரிந்தது.

''என்னம்மா, பி.எஸ்.ஸிலே நல்ல மார்க் வாங்குவியா?'' வாங்கினா, டில்லியிலே மெடிக்கல் காலேஜ்லதான் இடம் கிடைக்குதுங்கிறாரு இவரு. இவருக்கு டில்லிதான். இப்போ இங்கே நடக்கிறதில்லே வெவசாயிகப் போராட்டம், அதிலே கலந்து கொள்வதற்காக வந்திருக்கிறாரு.''

'தான் இதில் கலந்துகொள்வதற்காக வரவில்லை. வந்தபிறகுதான் அப்படி யொரு சூழ்நிலை உருவாயிற்று' என்று சொல்லலாமா என்று நினைத்தான் சிவா. பிறகு இதைப்பற்றி எழக்கூடிய விவாதத்தைத் தவிர்ப்பதற்காகப் பேசாமல் இருந்துவிட்டான்.

கலா, அவன் தில்லியிலிருந்து போராட வந்திருப்பதை ஆமோதிப்பதுபோல், புன்னகையுடன் தலையசைத்தாள்.

''உனக்கு என்ன மார்க் வரும், காம்ரேட் கிட்ட சொல்லு'' என்றார் சுந்தரவதனம் தோசையை சாம்பாரில் தோய்த்துக்கொண்டே.

''இப்போ எப்படிச் சொல்லமுடியும்?''

''இப்போ சொல்லமுடியாதா? அப்போ சரி. ஏன் காம்ரேட், விஷயத்தை ரொம்பக் குழப்பிட்டீங்களே? வெவசாயிங்க... அவங்க கோபத்தைப் புரிஞ்சுக்க வேண்டியதுதான். கண்ணையா வீட்டிலே போய், கொள்ளையடிச்ச தோடு மட்டுமில்லாம, அவன் அம்மாவையுமல்ல தூக்கிக்கிட்டு வந்துட்டீங்க? அவன் நல்லா 'ப்ளான்' பண்ணித்தான் செய்திருக்கான். 'என் ஆளை ராமய்யா கொலை பண்ணிட்டாரு. அவனை கைது செய்துருக்காங்க. கோவத்திலே என் வீட்டிலே புகுந்து கொள்ளையடிச்சாங்க. ஆயியையும் தூக்கிட்டுப் பூட்டாங்க'ன்னு அவன் சொல்லப்போறான். அவன் சொல்லு செல்லும். ஏன்னா அவனுக்குக் கையிலே இருக்கு. நாட்டை ஆள்றவங் களுக்குச் சட்டையிலே பை இருக்கு.''

''முறைப்படி சட்டத்தை வச்சுக்கிட்டு, அந்தச் சட்டத்தின் பேர்லயே ஏழைகளைச் சுரண்டறாங்க. பட்டினி கிடக்கிறவங்க அவங்களைச் சுரண்டியவன் குதிர்லேர்ந்து நெல்லை எடுத்தது தப்பா போயிடிச்சா!'' என்றான் வடிவேலு.

''நீ கேக்கறது ரைட்டுதான். ஆனா நம்ம இப்போ இருக்கிற சட்டத்தை வச்சுட்டுத்தானே போராட வேண்டியிருக்கு? வெள்ளைக்காரன், நம்ம ஆளு சௌகரியமா வெச்சுக்கிட்டிருந்த சட்டத்தை. இதுதான் நாம ஆளறதுக்கும் ஏத்ததுன்னு, அந்தச் சட்டத்தை அப்படியே வச்சுக்கிட்டு சுரண்டிப் பொழைக் கிறாங்க, இந்தக் கருப்பு துரைமாருங்க. இந்தச் சட்ட வரம்புக்குள்ளே போராடணும்னா, நாம ஜாக்கிரதையா இருக்கவேணாமா?'' என்றார் சுந்தரவதனம்.

''இப்படித்தான் சட்டம், ஜனநாயகம்னு சொல்லிச் சொல்லி நாட்டு ஜனங்களை ஏமாத்திண்டு வர்றாங்க'' என்றான் சிவா.

''ஜனநாயக சோஷலிஸங்கிறாங்களே - இது குதிரைக்கும் கழுதைக்கும் பொறக்கிற ம்யூல்ன்னுவாங்களே அந்த மட்டக் குதிரை மாதிரி ஒரு மலட்டு ஜென்மம். இதைக் காட்டி ஏமாத்தறவங்களுக்குப் பொதி சுமக்குமே தவிர ஏழை ஜனங்களுக்கு இதனாலே ஒரு உபயோகமும் இல்லே...'' என்று சொல்லிக் கொண்டே கை கழுவ எழுந்து சென்றார் சுந்தரவதனம்.

சுந்தரவதனம் ஒரு சுவாரசியமான மனிதர் என்பது சிவாவுக்குப் புரியத் தொடங்கியது. தம்முடைய மகளின் மருத்துவக் கல்லூரி அட்மிஷன் பற்றிப் பேசிக்கொண்டிருந்தாலும் தான் சொன்னவற்றைப் பற்றி அவர் சிந்தித்துக் கொண்டிருக்க வேண்டும். ஒரு தீர்மானத்துக்கு வந்த பிறகுதான் அதைப் பற்றிப் பேச வேண்டுமென்ற காரணத்தினால் முதலில் பேசாமலிருந்தவர், அவ்வாறு வந்தபிறகு மகளின் அட்மிஷன் பற்றிய தலைப்பிலிருந்து திடுதிப் பென்று கிராமத்துப் பிரச்னையைப் பற்றிப் பேசத் தொடங்கிவிட்டார்.

'இப்போ சொல்ல முடியாதா சரி' என்று மகளுடைய பிரச்னையை அவர் விவாதத்தினின்றும் விலக்கியது அவனுக்கு அப்பொழுது ஆச்சரியமாக இருந்தது.

''சரி போகலாமா?'' என்று கேட்டார் சுந்தரவதனம்.

மூவரும் வெளியே வந்ததும், ''நம்ம காரிலேயே போயிடலாம்'' என்றார் சுந்தரவதனம்.

காரில் உட்கார்ந்ததும் அவர் சொன்னார்: ''ராமய்யாவை நான் பார்க்கலாம், உங்களைப் பார்க்கவிடுவாங்களோ என்னமோ, சொல்லமுடியாது.''

''நீங்க ரெண்டு பேரும் பாருங்களேன், நான் வெளியிலே காத்துக் கிட்டிருக்கேன்'' என்றான் வடிவேலு.

''இந்த கோபாலுங்கிறவரைப் பத்தி டாக்டர் கனகசபையும் சொன்னாரு. இத்தனை படிச்சவரு அவர் பேரிலேயே கண்ணையா நாயுடு ஒரு அபாண்டம் சுமத்தியிருக்கறப்போ, நாயுடுவோட வப்பாட்டிகிட்டேபோய் இவரு இப்படிச் செய்திருக்கிறாரே. இதை என்னன்னு சொல்றது? - பாப்பாத்தி கிட்டேயும் அவரு வம்பு பண்ணாருன்னு நாயுடு சொல்லத்தான் சொல்வான். இளவட்டம் உடம்பை அடக்க முடியலேன்னா, திருவாரூருக்குப் போயிருக் கக்கூடாது? அங்கே கிடைக்காத தேவடியாளா?''

''அதை விடுங்க, ஏதோ தப்பு பண்ணிட்டாரு. நாம இப்பொ நடக்க வேண்டியதைக் கவனிப்போம்.''

''அதை எப்படிய்யா விடமுடியும்? நாயுடுவோட துருப்புச் சீட்டே இதுதானே? அனுபவம் இல்லாதவங்க, பட்டணத்திலேர்ந்து கிராமத்துக்கு வந்து போராட்டத்தை நடத்திக் காட்றோம்னா, இதான் தொந்தரவு'' என்றார் சுந்தரவதனம்.

''கோபாலோ இல்லாட்டா நானோ போராட்டத்தை நடத்தணும்னு வல்லே. வந்த இடத்திலே இப்படி ஒரு சூழ்நிலை உருவாச்சு. எங்களாலே சும்மா இருக்கமுடியலே அவ்வளவுதான்'' என்றான் சிவா.

''சொல்றேன்னு கோவிச்சுக்காதீங்க. என்னைப் பொருத்தவரையிலும், நம்ம நாட்டிலே கிராமத்திலே இருக்கிறவங்களும் பட்டணத்திலே இருக்கிற வங்களும் வெவ்வேறு ஜாதின்னு அபிப்பிராயம். இதுவே பட்டணத்திலே நடந்திருந்ததுன்னு வச்சுக்கங்க - முதலாளி வப்பாட்டிக்கிட்டே நம்ம தலைவரே படுத்துக்கிட்டாரு, அந்தப் பயலுக்கு இதுதான் சரியான பாடம்னு பட்டணத்துத் தொழிலாளி சந்தோஷப்பட்டாலும் படலாம். கிராமத்து ஜனங்க அப்படியில்லே. வழிவழியா அவங்க ரத்தத்திலே ஒரு மரபு ஊறிக்கிடக்கு. அதை எந்தப் பட்டணத்து நாகரிகத்தாலும் அழிக்கமுடியாது.''

''நீங்க இப்பொ என்னதான் சொல்றீங்க?'' என்று கேட்டான் வடிவேலு பொறுமை இழந்தவனாக.

''இந்த நாட்டிலே ஒரு புரட்சி ஏற்படணும்னா, இது கிராமத்து ஜனங்க தலைமையிலே, கிராமங்கள்லேதான் ஏற்படமுடியும். நம்ம நகரங்கிறது ஒரு போலித்தனமான அமைப்பு. இங்கேயிருந்து வர்ற தலைவன்களும் போலித்தனமாகத்தான் இருப்பாங்க.''

சிவாவுக்கு அவர் சொல்வது சரிதான் என்று பட்டது.

ஆனால் இப்பொழுது எனக்கு ஏற்பட்டிருப்பது நேர்மையான கோபம்தான் என்று எப்படி நிரூபித்துக் காட்டுவது? அது நேர்மையான கோபம் என்று என்னாலேயே எப்படி உறுதியாகச் சொல்லமுடியும்? இதற்குப் பிறகு நான் என்ன செய்யப் போகிறேன்? விடுமுறையில் போராட்டத்தை நடத்திவிட்டு, விடுமுறை முடிந்த பிறகு தில்லிக்குச் சென்று, இந்தப் பயனற்ற சமுதாய அமைப்பின் ஓர் உறுப்பினனாக மாறி, மறுபடியும் எப்பொழுது விடுமுறை வரும், போராட்டம் நடத்தலாமென்று காத்துக் கொண்டிருக்கப் போகிறேனா - அல்லது இறுதிப் புரட்சி ஏற்படுத்துவதற்காக இதில் நிரந்தரமாகவே ஈடுபடப் போகிறேனா? இறுதிப் புரட்சி எப்பொழுது வரும்? 'இறுதிப் புரட்சி' என்பது அர்த்தமற்றது. உலகத்தில் எதற்குமே இறுதி என்று இருக்க முடியாது. 'தொடர்ந்து நடந்துகொண்டே இருக்கும் புரட்சி'' என்றுதான் சொல்லவேண்டும். 'இறுதிப் புரட்சி' என்று ஏற்பட்டு அதையே 'இறுதியாகக் கொண்டு விட்டால், நாளடைவில் அதுவே ஸ்தாபனமாகி விடும். மா-சே-துங்கின் கலாசாரப் புரட்சியை இந்தப் பின்னணியில்தான் புரிந்துகொள்ள முடிகிறது. எதையும் ஸ்தாபனமாக்கி விடக்கூடாது. மக்களின் மனோதத்துவ அமைப்பின் பலஹீனம் இதுதான். ஓர் இயக்கத்தின் பலன் களை அனுபவிக்கும்போது, அதையே ஸ்தாபனமாக்கி, அது தரும் பாது காப்புச் சுகத்தில் மயங்கி நிற்பதுதான். புரட்சி என்பதற்கு ஓய்வே கிடையாது. இருக்கவும் கூடாது.

ஆகவே இந்நாட்டில் 'இறுதிப் புரட்சி' ஏற்படவேண்டுமென்று சொல்லக் கூடாது. மாபெரும் புரட்சி ஏற்படவேண்டும். சுந்தரவதனம் கூறுவதுபோல் இப்புரட்சி கிராமங்களில் உண்டாகவேண்டுமே தவிர நகரங்களில் ஏற்படும் ஓரிரண்டு கிளர்ச்சிகளை, புரட்சியாக எண்ணி மயங்கக்கூடாது. நகரத் தொழிலாளிகளிடையேயும் இடைக்கால ஊதியத்துக்குப் போராட்டம் என்ற அளவுக்கு புரட்சிக் கருத்தையும் கொச்சைப்படுத்தி விட்டார்கள், சுயநலக்கார அரசியல்வாதிகள். உளுத்துப் போன இந்தச் சமூக அமைப்பை அடியோடு மாற்ற வேண்டுமென்ற எண்ணத்துக்குப் பதிலாக, தீபாவளியின்போது மனைவிக்குப் புடைவை வாங்குவதற்குப் போராடுவதே புரட்சி என்று ஒரு தொழிலாளி நினைக்கிறான். இந்தச் சூழ்நிலையில் மாபெரும் புரட்சி என்று சொல்லிக்கொண்டு அந்நாளை எதிர்நோக்கி இருப்பது வெறும் கதைதானா? டாக்டர் கனகசபைக்கு இதில் நம்பிக்கை இல்லை, எனக்கு நம்பிக்கை இருக்கிறதா? இதுதான் புரியவில்லை.

''நான் வெளிப்படையாப் பேசினதினாலே உங்களுக்குக் கோபமா?'' என்று கேட்டார் சுந்தரவதனம், சிவாவைப் பார்த்து.

''நீங்க சொல்வதெல்லாம் சரிதான்னு எனக்குப் படறது. அதனால்தான் கோவம்'' என்றான் சிவா.

''உங்க பேரு சிவா இல்லை? ருத்ரமூர்த்தி. பேரளவிலே ருத்ரமூர்த்தியா இருந்து என்ன பிரயோசனம்? நாட்டிலே எல்லாருமே செய்கையிலே ருத்ரமூர்த்தியா மாறணும். ஒரு வகையிலே பார்க்கப்போனா, நம்ம மூணு தெய்வங்களோட கன்ஸப்ஷன் இப்போதுதான் புரியுது. ஸ்டேடஸ் கோதான் சரிங்கிறாரு விஷ்ணு. இது வெறும் ரியாக்ஷன், ஒழிச்சுக்கட்டுங்கிறாரு சிவன். இப்போ நம்ம நாட்டிலே பிரம்மாக்களும் விஷ்ணுக்களுந்தான் இருக்காங்களே தவிர, சிவனையே காணலே. என்ன நான் சொல்றது?''

''சம்பவாமி யுகே யுகேன்னு விஷ்ணுவே சொல்லியிருக்கிறாரே?'' என்றான் சிவா.

''ஸ்டேடஸ் கோ போயிடப் போறதேன்னு பயத்திலே, ஜனங்களை ஏமாத்த விஷ்ணு கிளப்பிவிட்ட போலித்தனமான கோஷம் இது. அவதாரங்கிறது, சமூகப் புரட்சி ஏற்படாமெ இருக்கிறதுக்காக அப்பப்போ உண்டாக்குகிற சமரசம். சமரசம் புரட்சியாகாது. நம்ம இப்பொ ஆள்றவங்க சோஷலிஸம் பேசலியா? அந்த மாதிரி வச்சுக்கங்க.''

வடிவேலுவுக்கு இவர்கள் இப்படிப் பேசிக் கொண்டிருந்தது பிடிக்கவில்லை. அவன் குரலையெழுப்பி சற்றுக் கோபத்துடன் கேட்டான். ''என்ன செய்யறது இப்போன்னு சொல்லாமெ- என்னமோ விஷ்ணு, சிவன்னு புராணக் கதையெல்லாம் பேசிக்கிட்டிருக்கீங்களே, இதனாலேயா புரட்சி வந்துடப் போகுது?''

''அதுதான் ராமய்யாவைப் பார்க்கப் போறோமேய்யா, அவர் என்ன சொல்றார்னு கேப்போம். போற வழியிலே காரை நிறுத்தி போலீஸ் ஸ்டேஷனைத் தாக்கினா அதுதான் புரட்சின்னு நீ நினைச்சுக்கிட்டிருக்கியா?'' என்றார் சுந்தரவதனம்.

''ராமய்யா என்ன சொல்வாருன்னு நீங்க நினைக்கிறீங்க?'' என்றான் வடிவேலு.

''ராமய்யா என்ன சொல்லப் போறாரு! அந்த நாயுடுவோட அம்மாவைத் தூக்கிட்டு வந்திருக்கீங்களே, இது சரின்னு நிச்சயம் சொல்லமாட்டாரு. நீஙக செய்திருக்கிறது வடிகட்டின முட்டாள்தனம்.''

''சாகக்கிடந்த கிழவியை அப்படியே சாகவிட்டிருக்கணுங்கிறீங்களா?'' என்று வினவினான் சிவா.

''எப்படியும் சாகப் போறா... வைத்தியம் பாக்காட்டி என்ன குடிமூழ்கிப் போவுது? ஒரு பொதுப் போராட்டங்கிறப்போ, ஒரு தனிப்பட்ட உயிருக்கு மனிதாபிமானங்கிறதெல்லாம் அசட்டுத்தனம். போராட்டங்கிறது ஒரு போர் மாதிரிதானே? போரிலே, எதிர்த்தாப்பலே இருக்கிறவனுக்குப் பிள்ளை குட்டி இருக்கு. அவனைச் சுடக்கூடாதுன்னு சும்மாவா இருக்காங்க?

சண்டைன்னு வந்தா, எது செஞ்சாலும் நியாயம்னு எதுக்காகச் சொல்றாங்க?'' என்றார் சுந்தரவதனம்.

''நீங்க சொல்றது தர்க்க ரீதியாக நியாயமாக எனக்குப் பட்டாலும், நான் வளர்ந்திருக்கக்கூடிய சூழ்நிலையினால் எனக்கு ஏற்பட்டிருக்கக்கூடிய மனோ தத்துவ அமைப்பு, நீங்க சொல்றதை ஏத்துக்கத் தயங்குகிறது'' என்றான் சிவா.

''படிப்பும் பட்டணமுந்தான் எல்லோரையும் கெடுத்திருக்குங்கிறது என் அபிப்பிராயம். ஏன்னா, நம்ம நாட்டிலே இது இரண்டும் இப்போ போலித்தனமா இருக்கத்தான் கத்துக் கொடுக்கிறது.''

திருவாரூர் வந்துவிட்டது. நான் டில்லியிலிருந்து திருவாரூருக்கு வந்த முதல் நாள் எனக்கேற்பட்ட அனுபவத்தை இவரிடம் சொல்லலாமா? திருவாரூர் நான் இன்று கண்டது போல்தான் இருக்கிறது. சுவர்களில் விதம் விதமான நோட்டீசுகள், மிகவும் நிதானமான வாழ்க்கை. தெருக்களில் நின்றுகொண்டு சுவர்களில் இருந்த நோட்டீசுகளை உன்னிப்பாகப் படித்துக் கொண்டிருந்தார்கள் ஜனங்கள்.

கோவிலில் ஏதோ உற்சவம் போலிருக்கிறது. உற்சவ மூர்த்தி ஊர்வலம் வந்து கொண்டிருந்தார். கருடவாகனம் தெருவில் போய்க்கொண்டிருந்த மக்கள், ஓர் ஓரமாக விலகிக் கன்னத்தில் போட்டுக்கொண்டார்கள். சில பெண்கள் கீழே விழுந்து கும்பிட்டார்கள்.

''பாத்தீங்களா, இதுதான் நூற்றாண்டு நூற்றாண்டாக நடந்துக்கிட்டிருக்கு. கருட வாகனத்திலே ஏறியவன், கீழே இறங்கவே மாட்டான்'' என்றார் சுந்தரவதனம்.

அவர்கள் காவல் நிலையத்தை அடைந்தபோது. வயதான சப்-இன்ஸ்பெக்டர் ஒருவர் உட்கார்ந்திருந்தார். போலீஸ்காரராக இருந்து பதவி உயர்வு அடைந்தவர்போல் தெரிந்தது. பக்கத்திலிருந்த போலீஸ்காரன் ஒருவனை வாய்க்கு வந்தபடி திட்டிக்கொண்டிருந்தார்.

சுந்தரவதனத்தைப் பார்த்ததும், முகத்தில் சிடுசிடுப்புக் குறையாமல், ''என்ன வேணும்?'' என்று கேட்டார்.

''ராமய்யாவைப் பார்க்கணும், நான்தான் சுந்தரவதனம், அவரோட வக்கீல். இவர் என்னோட ஜூனியர்.''

''இப்போ முடியாது.''

''ஏன்?''

''முடியாதுன்னா முடியாதுதான்; ஏன்னு கேட்டா?''

''நான் அவரோட வக்கீல். அவரைப் பாக்கக்கூடாதுன்னு மறுத்தீங்கன்னா, இதனாலே ஏற்படற விளைவுக்கு நீங்கதான் பொறுப்பு.''

''போய்யா. பெரிசா புருடா விடறாரு. ராமய்யா இங்கே இருக்கார்னு யார்யா சொன்னாங்க?''

''எங்கே இருக்காரு?''

''இங்கேயில்லை... அதான், எனக்குத் தெரியும்'' என்று சொல்லிக்கொண்டே அவர் எழுந்தார்.

''நீங்க பொய் சொல்றீங்க, உங்களுக்குத் தெரியும்'' என்றார் சுந்தரவதனம்.

''மரியாதையா பேசாட்டி என்ன ஆகும் தெரியுமில்லே?''

''என்ன ஆகும்?''

''என்னடா இடிச்சப்புளி மாதிரி நிக்கறே. என்னை, இவங்க அவமானப் படுத்தறது உனக்குச் சந்தோஷமா இருக்குதா? இவங்களை வெளியிலே பிடிச்சுத் தள்ளு, ஹும்.''

அப்பொழுது ஓர் இளைஞன் உள்ளே நுழைந்தான். அவனைக் கண்டதும் சப்-இன்ஸ்பெக்டர் 'சலூட்' அடித்துவிட்டு விறைப்பாக நின்றார்.

அவன் மேலதிகாரி போலிருக்கிறது. ஆனால் மப்டியில் இருந்தான்.

''என்ன தகராறு?''

''நான் ராமய்யாவோட வக்கீல், சுந்தரவதனம். ராமய்யாவைப் பாக்கணும்னு சொன்னேன். இந்த ஆளு வாய்க்கு வந்ததைப் பேசறாரு. ராமய்யாவோட வக்கீல்ங்கிற முறையிலே அவரைப் பாக்க எனக்கு உரிமையிருக்கு. இவர் என்னோட ஜுனியர், சிவா.''

''அவ்வளவுதானே, ராமய்யாகிட்டே அழைச்சிட்டுப் போய்யா... எதுக்காகத் தகராறு பண்றே? உங்களாலே போலீஸ்காரங்களுக்கே கெட்டபேர் வந்துடும் போலிருக்கே. சரி, போங்க.''

ராமய்யாவின் முகம் அவர்களைக் கண்டதும் ஆச்சரியத்தால் மலர்ந்தது.

''என்ன?'' என்று அவர் சிவாவைப் பார்த்துக் கேட்டார். அவர் கொஞ்சம் இளைத்திருந்தார். முகம் சோர்வடைந்திருந்தது.

சிவா மிகவும் சுருக்கமாக, அவரைக் கைதுசெய்த பிறகு கிராமத்தில் நடந்த வற்றைப் பற்றியெல்லாம் சொன்னான்.

''இப்போ என்ன செய்யறதுன்னு உங்களோட கலந்துக்கலாம்னு வந்திருக்காரு'' என்றார் சுந்தரவதனம்.

''நான் என்ன சொல்றதுக்கு இருக்குது? திருவாரூர் காம்ரேட்களையும் பாருங்க... அந்த நாயுடு பயலை ஒளிச்சுக் கட்டணும்.''

சுந்தரவதனம் ஆள்காட்டி விரலை வாயில் வைத்து எச்சரிக்கை செய்தார்.

''வேற என்னங்க செய்யறது?'' என்றார் ராமய்யா.

''என்னவானா செய்யுங்க, இந்த மாதிரிப் பேசாதீங்க. இவங்க காதிலே விழுந்ததுன்னா இதையே உங்களுக்கெதிரா பயன்படுத்துவாங்க'' என்றார் சுந்தரவதனம்.

''ஆமாம். இதைத்தான் அவங்க பயன்படுத்திக்கணுமாக்கும்? தப்பு செய்யாமலிருக்கிறப்போவே, கொலை செய்துட்டேன்னு உள்ளே தள்ளியிருக்கிற படுபாவிகள். வேற என்னதான் செய்யமாட்டாங்க?''

''சரி. அன்னிக்குக் கட்டய்யன் கொலை விழுந்தப்போ என்ன நடந்ததுன்னு விவரமா சொல்லுங்க'' என்றார் சுந்தரவதனம்.

''இவரைக் கேளுங்களேன், சொல்வாரு. இவரும் அங்கே இருந்தாரு'' என்று சிவாவைக் காண்பித்தார் ராமய்யா.

''அப்படியா?'' என்று ஆச்சரியத்துடன் சிவாவைப் பார்த்தார் சுந்தரவதனம்.

''நான் அப்புறம் சொல்கிறேன்'' என்றான் சிவா.

''நீங்க அங்கே இருந்தீங்கன்னு எனக்குத் தெரியாது. அப்போ நீங்க ஒரு முக்கியமான சாட்சி.''

''சரி. இப்போ போராட்டத்தைத் தீவிரமாத் தொடங்கலாம்னு இருக்கோம். என்ன நடந்தாலும் அதைப் பத்தி கவலைப்படப் போறதில்லை. போலீஸ் காரங்களைத் தாக்கினோம்னு எப்படியும் அவங்க திரும்பி வந்து...''

சுந்தரவதனம் அவன் தோள்மீது கைவைத்து பேச வேண்டாமென்று தடுத்தார். ஒரு போலீஸ்காரன் வந்து கொண்டிருந்தான்.

''சரி. அப்படியே செய்யுங்கோ'' என்றார் ராமய்யா.

''உங்க பேரா சிவா?'' என்று கேட்டான் அந்தப் போலீஸ்காரன்.

''ஆமாம், ஏன்?''

''இன்ஸ்பெக்டர் ஐயா கூப்பிடறாங்க.''

அவர்களிருவரும் இன்ஸ்பெக்டர் அறையை அடைந்தபோது, அந்த இளைஞன் சிவாவைப் பார்த்துப் புன்னகை செய்தான்.

''மிஸ்டர் சிவா. போலீஸ் வேனைத் தாக்கி பழனிங்கிறவரை விடுவிச்ச கோஷ்டியிலே நீங்களும் ஒருத்தரில்லே?''

''ஆமாம். அதுக்கு என்ன?''

''அதுக்காக உங்களைக் கைது செய்யும்படி உத்தரவு வந்திருக்குது. நீங்களே வந்திருப்பதைப் பத்தி சந்தோஷம்.''

''வாரண்ட் எங்கே?'' என்று கேட்டார் சுந்தரவதனம். அவன் வாரண்டைக் காண்பித்தான்.

13

கோபாலுக்குத் திடீரென்று விழிப்பு ஏற்பட்டது. வெகு நேரம் தூங்கி விட்டோமோ என்று நினைத்தான். முற்றத்தில் வெய்யிலைக் காணோம். மாலையின் பின்பொழுதைப் போல் இருந்தது. எத்தனைபேர் வந்து கதவைத் தட்டியிருப்பார்களோ? சே... இப்படித் தூங்கியிருக்கக் கூடாது.

யாரோ கதவைத் தட்டும் சத்தம் கேட்டது. வெகு நேரமாகக் கதவைத் தட்டிக் கொண்டிருப்பார்களோ? அவன் எழுந்துசென்று கதவைத் திறந்தான்.

டாக்டர் கனகசபை.

"ஐ ஆம் ஸாரி. ரொம்ப நேரமா தட்டிக்கிட்டிருக்கீங்களா?"

"இல்லே. இப்பொத்தான் வந்தேன். தூங்கிக்கிட்டிருந்தீங்களா?"

"ஆமாம். சிவாவும் வடிவேலுவும் நாகப்பட்டினம் போயிருக்காங்க. எனக்கு ரொம்ப அசதியா இருந்தது, கொஞ்ச நேரம் தூங்கலாம்னுட்டு."

"அந்தக் கெழவி 'அவுட்டு'. ஆஸ்பத்திரியிலே சேர்த்து பத்து நிமிஷத்துக் குள்ளாற போயிட்டா. 'ஆக்ஸிஜன்' கொடுக்க ஆரம்பிச்சாங்க. காத்து உள்ளே போச்சோ இல்லையோ, மூச்சு நின்னுபோச்சு. இதனாலே எனக்குப் பெரிய 'ப்ராப்ளம்.'"

"உங்களுக்கு என்ன ப்ராப்ளம்?"

"எனக்கு என்ன ப்ராப்ளமா? சும்மா கிடக்கிற சங்கை ஊதிக் கெடுத்த மாதிரி, நாயுடு வீட்டுக்குப் போய் அந்தக் கெழவியைக் கொண்டாந்து என் தலையிலே கட்டிட்டீங்க. பாடியைக் கொண்டு போங்கிறான் ஆஸ்பத்திரிக் காரன். 'எனக்கும் இந்தக் கிழவிக்கும் சம்பந்தம் இல்லைய்யா நாயுடுவோட ஆயி, சொல்லி அனுப்பு'ன்னா, 'கொண்டாந்தது யாரு, நீதானே. எடுத்துக் கிட்டுப் போ, எங்களுக்கு வேற வேலை இல்லையாங்கிறான்.'"

"என்ன செஞ்சீங்க?"

கனகசபை மேல் துண்டினால் முகத்தில் வழிந்த வியர்வையைத் துடைத்துக் கொண்டார்.

"மானம் இருட்டிக்கிட்டிருக்கு, மழை பெய்யப் போவுது" என்றார் அவர்.

''பொழுது சாயலியா, மணி என்ன இப்போ?'' அவர் கைக்கெடிகாரத்தை அவனுக்குக் காண்பித்தார்.

''அப்பொ ஒரு மணிதான் தூங்கியிருக்கேன். நல்ல தூக்கங்கற தினாலே ரொம்ப நேரம் தூங்கிட்ட மாதிரி ஒரு ஃபீலிங்'' என்றான் கோபால்.

''நான் ஒரு டாக்டர்ங்கிற முறையிலே, செத்துப் போயிட்டிருக்கிற உசிரை ஆஸ்பத்திரிக்குக் கொண்டாந்தேனே தவிர, கொள்ளி போடறதும் என் தலையெழுத்தான்னு அவங்ககிட்டே சொன்னேன். அப்போ நாயுடுகிட்டே நீங்களே போய் சொல்லிடுங்கன்னாங்க. ஒருத்தர் மூலமா சொல்லி அனுப்பிச்சிருக்கேன். அவன் என்ன வம்பு பண்ணப்போறானோ?''

''ஆஸ்பத்திரியில்தான் செத்திருக்காங்க. கொன்னுட்டாங்கன்னு அவனாலே சொல்லமுடியாதே. என்ன சாப்பிடறீங்க? டீ போட்டுக்கொண்டு வரட்டுமா?''

''ஒண்ணும் வேணாம், தண்ணி கொடுங்க போதும். நல்ல வேளை, ஆஸ்பத்திரிக்குக் கொண்டுபோனப்புறம் செத்தாங்கிறது ஒரு வகையிலே நல்லது தான். இருந்தாலும், சாகப்போற கெழவியை நீங்க இங்கே கொண்டுவந்தது தப்புதான்.''

''மனிதாபிமானம்னு பாக்கிறப்போ...'' என்று கோபால் சொல்லி முடிப்பதற்குள், கனகசபை இடைமறித்தார். ''மனிதாபிமானம் புண்ணாக் கெல்லாம் இந்தக் காலத்திலே எப்படிய்யா செல்லும்- நரியும் ஓநாயும் நாட்டாமை செய்யறப்போ, கொஞ்சம் நல்லத்தனமா நடந்து போங்கிறது ஒன் வே ட்ராஃபிக். முட்டாள்ங்கிற பட்டந்தான் மிஞ்சும்.''

கோபால் ஒன்றும் பதில் கூறாமல், உள்ளே போய் அவருக்கு குடிக்கத் தண்ணீர் கொண்டுவந்தான்.

''நாயுடு ஏதோ பெரிய திட்டம் போட்டுக்கிட்டிருக்கான்னு எனக்குத் தோணுது'' என்றார் கனகசபை.

''ஏன் அப்படிச் சொல்றீங்க?''

''அப்படித்தான் எனக்குத் தோணுது. வீட்டிலே கெழவியை அப்படியே விட்டுவிட்டு எங்கே போயிருப்பான்கிறீங்க?''

''அதான் எனக்கும் புரியலே. போலீஸ் காவலும் இல்லே. அவங்க ரெண்டு பேரையும்கூட காணலே.''

''யாரு ரெண்டு பேரையும்?''

''பங்கஜத்தையும் பாப்பாத்தியையும்.'' கனகசபை அவனை ஏறிட்டு நோக்கினார்.

''என்ன அப்படிப் பாக்கிறீங்க. எனக்கு நப்பாசை விடலையான்னா? நான் அதுக்காகச் சொல்லலே. வந்து...''

''இருந்தாலும் நீங்க தப்பு மேலே தப்பா பண்ணிக்கிட்டிருக்கிறது எனக்கு வருத்தமா இருக்கு. முதல்லே அந்தப் பங்கஜம், இப்பொ இந்தக் கெழவி.''

''நீங்க ரெண்டையும் ஒண்ணா சொல்றது நல்லாயில்லே. அர்த்தமே வித்தியாசமா இருக்கு?'' என்று சிரித்துக்கொண்டே சொன்னான் கோபால்.

கனகசபையும் சிரித்தார். ''நீங்க ஒண்ணு, நான் அந்த அர்த்தத்திலே சொல்லலே. பார்க்கப்போனா ரெண்டும் ஒரு வகையிலே ஒண்ணுதான். பலஹீனம்! உடம்பைச் சங்கடப்படுத்தினா என்ன, மனசைச் சங்கடப் படுத்தினா என்ன, பலஹீனம் பலஹீனந்தான். ரெண்டுக்குமா நாம கொடுக் கப்போற விலை கொஞ்சமா இருக்காதுன்னுதான் எனக்குப் படுது.''

கனகசபை திரும்பத் திரும்ப இதைச் சுட்டிக்காட்டியது அவனுக்குப் பிடிக்க வில்லை. மேலும் இதை திரும்பத் திரும்பச் சுட்டிக்காட்டுவாரென்றும் அவன் எதிர்பார்க்கவில்லை. தான் செய்தது அவரை மிகவும் ஆழமாகப் பாதித்திருக்கிறது என்று அவனுக்கு அப்பொழுதுதான் பட்டது. கண்ணியத் தின் காரணமாக இவர் இதைப் பற்றி அதிகம் குறிப்பிடாமல் இருந் திருக்கிறார். ஆனால் இப்பொழுது இவர் இதனால் தீவிர விளைவுகள் ஏற்படக்கூடுமென்று நம்புகிறார். அதனால்தான் வந்தது முதற்கொண்டு இரண்டு மூன்று தடவை சொல்லிவிட்டார்.

அவர் நினைப்பது சரியாக இருக்கலாம். இப்பொழூது ஒரு சங்கடமான அமைதி நிலவுகிறது. நாயுடு எங்கே? சிவாவும் வடிவேலுவும் ராமய்யா விடமிருந்து செய்தி கொண்டுவரக்கூடும். சிறையில் இருந்துகொண்டு அவர் என்ன யோசனை சொல்ல முடியும் என்றால், ஒரு முடிவும் எடுக்கமுடியாது. இங்கே இருக்கும் ஜனங்கள் என்னைச் சந்தேகிக்கிறார்கள். அவர்கள் சந்தேகிப்பதிலும் தவறு ஒன்றுமில்லை. பிரச்னையைக் குழப்பிவிட்ட எனக்கு எந்தப் போராட்டத்தையும் நடத்தத் தகுதியில்லை. ராமய்யா என்ன சொல்வார்? சிறையிலிருப்பவருக்கு இங்கே நிலவும் சூழ்நிலையை ஒட்டி என்ன யோசனை சொல்லமுடியும்? ஆனால் ''ராமய்யாவைக் கலந்து கொண்டு வா'' என்று சிவாவை அனுப்பியது நான்தான். ஜனங்களிடம் இப்படிச் சொன்னால்தான் என்னால் அச்சமயத்தில் அவர்களைச் சமாளிக்க முடியும் என்று நான் சொல்லியிருக்கலாம். நான் இவ்வாறு சொன்னதும் அவர்கள் என்னை மன்னித்து ஏற்றுக்கொண்டு விட்டார்கள் என்றுதான் தோன்றியது. சிவாவைக் கண்டு எனக்கு லேசாகப் பொறாமை ஏற்பட்டி ருக்கிறது என்பதில் சந்தேகமில்லை. ஒரு நெருங்கிய சிநேகிதன் மீது எனக்குப் பொறாமை ஏற்பட்டிருக்கிறது என்றால் நான் முழு அரசியல்வா தியாகிவிட்டேன் என்று அர்த்தமா? வடிவேலுக்கு சிவாவின் மீது அதிக நம்பிக்கை இருப்பதுபோல் தோன்றுகிறது. வடிவேலுவுக்கு மட்டுமென்ன - அநேகமாக, கிராமத்தில் எல்லோரும் சிவாவை இன்னும் அதிக நம்பிக்கை யோடு பார்க்கிறார்கள்.

அப்பொழுது வாசலில் யாரோ நிற்பதுபோல் நிழல் தட்டியது. வாசற்கதவு முழுவதும் சாத்தப்படாமல் முக்கால்வாசி சாத்தியிருந்தது.

''யார் நிக்கறாங்க அங்கே?'' என்று கேட்டான் கோபால்.

''டாக்டர் ஐயா இருக்காங்களா?''

''இருக்காங்க... வாங்க''

அரைக்கை கதர் பனியன் போட்ட ஒருவர் உள்ளே வந்தார்.

''நாயுடு வீட்டிலே யாருமே இல்லீங்களே'' என்றார் அவர்.

''பூட்டியிருக்கா?'' என்று கேட்டார் கனகசபை.

''இல்லே... திறந்தபடி கிடக்குது.''

கனகசபை கோபாலைப் பார்த்தார்.

''சரி, போங்க. தண்ணி குடிக்கிறீங்களா?''

''வேண்டாம், இப்பத்தான் இளநீர் குடிச்சிட்டு வாறேன். ஐயாதான் நீங்க சொல்வீங்களே, டில்லிக்காரருங்களா?''

''ஆமாம். இப்ப தேவூர்காரர். வைக்கல் வண்டி காண்ட்ராக்ட், எனக்கு ரொம்ப வேண்டியவர்'' என்று வந்தவரை கோபாலுக்கு அறிமுகம் செய்துவைத்தார் கனகசபை.

கோபால் அவரைப் பார்த்துப் புன்னகை செய்தான்.

வந்தவருக்கு அதற்குமேல் அங்கு நிற்பதற்கு அனுமதி இல்லை என்பது போல் கனகசபை ஒன்றும் பேசாமல் வெளியே பார்த்துக் கொண்டு இருந்தார்.

''அப்பொ வரட்டுங்களா?''

''செய்ங்க...'' என்றார் கனகசபை.

அவர் போனதும் கனகசபை சொன்னார். ''நாயுடுவுக்கு என்ன ஆச்சு, எங்கே ஒழிஞ்சுபுட்டான். எனக்கில்லே இப்போ தலைவலி?''

நாயுடுவுக்கு ஏதாவது ஆகியிருக்குமோ? கோபங்கொண்ட பண்ணையாள் ஒருவன் நாயுடுவை எதேச்சையாக ஆள் துணையின்றிப் பார்த்து... இருக்காது. நாயுடுவின் வீடு திட்டமிட்டுத் திறந்து கிடந்தது. அப்படி நாயுடுவுக்கு ஏதாவது ஆகியிருந்தால், போலீஸுக்கு இது ஒரு பெரிய வாய்ப்பு. சிவா போனவன் இன்னும் ஏன் வரவில்லை?

திடீரென்று இடி இடித்தது. இதைத் தொடர்ந்து மின்னல்.

''பாத்தீங்களா, மழை பெய்யும்னு சொன்னேனே, மழை பெய்யத்தான் போவுது'' என்றார் கனகசபை.

''நாயுடுவுக்கு ஏதாவது ஆகியிருக்குமா?'' என்றான் கோபால்.

''அப்படியா நினைக்கிறீங்க?''

அவரும் தன்னைப்போல் பயப்படுவதாக அவனுக்குப் பட்டது. அவர் குரல் பலஹீனமாக ஒலித்தது.

''அப்படி ஏதாவது ஆகியிருந்தாப் புதுப் பிரச்னை.''

''அதான் சங்கடம்.''

''வெளியே போவோமா?'' என்று கேட்டான் கோபால்.

''போயி?''

''நாயுடு சிநேகிதர் கிருஷ்ணசாமி நாயுடுன்னு ஒருத்தர் இருக்காரு, அவரை விசாரிச்சா...''

''வேற வேலையில்லே. நாயுடுவைத் தேடிக்கிட்டுப் போகணுங் கிறீங்களா?''

''அவரைப் போய் ஒண்ணும் கேக்கவேணாம். அவரைப் போய் பார்ப்போம். அவர் ஏதாவது சொல்லலாமில்லே?''

கனகசபை சிறிது நேரம் பேசாமலிருந்தார்.

''என்ன சொல்றீங்க?'' என்றான் கோபால்.

''சரி... போவோம்'' என்று எழுந்தார் கனகசபை.

இருவரும் வெளியே வந்தார்கள். கோபால் வீட்டைப் பூட்டினான்.

வானம் இருண்டிருந்தது.

''உங்க கார் எங்கே'' என்று கேட்டான் கோபால்.

''கொண்டுவரலே. ஒவ்வொரு தடவையும் கார்லே வர்றப்போ அடிபட்டவங் களையோ, இல்லாட்டி சாகக்கிடக்கிறவங்களையோ, அதிலே தூக்கிக் கிட்டுப் போக வேண்டியிருக்குதுன்னு கொண்டாரலே'' என்றார் கனகசபை.

கோபால் புன்னகை செய்தான்.

அவர்கள் கிருஷ்ணசாமி நாயுடு வீட்டு வாசலில் போய் நின்றார்கள்.

கதவு திறந்திருந்தது, உள் வாசலையொட்டி ஒரு மர 'ஸ்கிரீன்' போடப் பட்டிருந்தது.

''இந்த ஆளுதானே யாரோ துலுக்கச்சியை வச்சிக்கிட்டிருக்காம்பாங்க?'' என்று கேட்டார் கனகசபை.

''ஆமாம். உள்ளே போய்ப் பார்க்கட்டுமா?''

''வேணாம் கூப்பிடுங்க...'' என்றார் கனகசபை.

அவன் வாசற்படி அருகே நின்றுகொண்டு, 'சார்' என்று கூப்பிட்டான்.

பதிலில்லை.

இரண்டாவது தடவை கூப்பிட்டான்.

''யாரு?'' என்று உள்ளிருந்து பதில் வந்தது.

''கொஞ்சம் வர்றீங்களா?''

சிறிது நேரம் கழித்து கிருஷ்ணசாமி நாயுடு வெளியே வந்தார். கோபாலைக் கண்டதும், அவர் முகத்தில் ஆச்சரியம் வெளிப்படையாகத் தெரிந்தது.

''என்ன இப்படி, வராத விருந்தாளிங்கல்லாம் வந்திருக்கீங்க!'' என்று அவர் கேட்டார்.

''சும்மாத்தான்... இப்படிப் போய்க்கிட்டிருந்தோம், பாத்துட்டுப் போகலாம்னு.''

''டாக்டர் சார், வாங்க. இதோ, பாய் கொண்டாறேன்.''

அவர் உள்ளே போய் ஒரு பாயைக் கொண்டுவந்து திண்ணையில் விரித்தார்.

''என்ன சேதி.''

''ஒரு சேதியுமில்லை, நீங்கதான் சொல்லணும்.''

''ஒரு பெரிய போராட்டத்தை நடத்திக்கிட்டிருக்கீங்க. என்னை சும்மாத்தான் பாக்க வர்ற அளவுக்கு உங்களுக்கு நேரமிருக்குதா?'' என்றார் நாயுடு.

''24 மணி நேரமுமா போராட்டம், கொஞ்சம் ஓய்வு வேணுமில்லே?'' என்றார் கனகசபை.

''ஆமாம். ஆனா ஓய்வு வேணும்னா, ஒரு கௌவனையா தேடிக்கிட்டு வரணும்? பொழுதுபோக்குக்கு வேறுபல வழி இருக்குது. கோபால் சாருக்குத் தெரியாத விஷயமா இது?'' என்றார் நாயுடு.

''என்ன சொல்றீங்க?'' என்றான் கோபால். கிருஷ்ணசாமி நாயுடு விஷமமாகச் சிரித்தார்.

''தெற்குப் பாத்த வீடு இல்லே. இங்கே நல்ல காத்து வருது'' என்றார் கனகசபை.

''இந்த வீட்டுக்கு என்ன? எல்லோருக்குமே இன்னைக்கி நல்ல காத்து வருது. மழை பேயும் போலிருக்குதில்லே?''

''யாருடைய காட்டிலேன்னுதான் புரியலே'' என்றார் கனகசபை.

''ஏன் புரியலே? காம்ரேட் கோபால் காட்டிலேதான்'' என்றார் கிருஷ்ணசாமி நாயுடு.

''ஒத்தர் காட்டிலயே பேஞ்சுக்கிட்டிருக்க முடியுமா? பூனைக்கும் காலமுண்டில்லே?'' என்றார் கனகசபை.

''யாரு பூனை, கோபால் சாரா? வெங்கலக் கடையிலே ஆனை புகுந்தமாதிரி வந்திருக்காரு, இந்தக் கிராமத்துக்கு.''

''கரெக்ட். இந்த ஊர் சனங்க வெறும் பாத்திரங்கதான். அவங்களை வச்சுக்கிட்டு வியாபாரம் பண்ணிக்கிட்டிருந்த முதலாளிதான் ஓடிப் போயிட்டாரு. எங்கேன்னுதான் புரியலே'' என்றார் கனகசபை.

''யாரைச் சொல்றீங்க?''

''இந்த ஊர் முதலாளி யாரு?''

''நாயுடுவா, ஓடிட்டாரா, என்ன சொல்றீங்க நீங்க?''

''இதெத்தான் உங்களை நாங்க கேக்க வந்திருக்கோம். அவரு எங்கேன்னு உங்களுக்குத் தெரியுமா?'' என்றான் கோபால்.

''எனக்கென்ன தெரியும், நாயுடுவைப் பத்தி? அவரைக் கடத்திக்கிட்டுப் போய் வச்சிட்டு, கதையா பண்றீங்க?''

''அவரை நாங்க ஏன்யா கடத்திக்கிட்டுப் போகணும்? பொம்பிளைகளைக் கடத்திக்கிட்டுப் போறது அவர் பழக்கமில்லே? அவரைக் கடத்திக்கிட்டுப் போறதினாலே எங்களுக்கென்ன லாபம்?'' என்றார் கனகசபை.

''ஏன் ஒரு கெழவியைக் கடத்திக்கிட்டுப் போகலாம், அவர் வீட்டிலேந்து. அவரைக் கடத்திகிட்டுப் போக முடியாதா உங்களாலே?''

''கெழவியா, யாரைச் சொல்றீங்க?'' என்றான் கோபால்.

''ஏன் தெரியாது போல் நடிக்கிறீங்க? நாயுடுவோட ஆயியை நீங்க கடத்திக்கிட்டுப் போகலே? அவர் வீட்லே புகுந்து குதிரை கொள்ளையடிச்சுது போறாதுன்னு, கெழவியைத் தூக்கிட்டுப் போனீங்களோ. இது வாய்யா நியாயம்? நாயுடு வீட்லே இல்லென்னா, இப்படியா அக்கிரமம் செய்வாங்க?''

கிருஷ்ணசாமி நாயுடுவுக்கு எல்லாம் தெரிந்திருக்கிறது. அப்படியானால் கண்ணையா நாயுடு திட்டமிட்டுத்தான் வேலை செய்திருக்கிறார். அவர் விரித்த வலையில் விழுந்துவிட்டோம். இதை எப்படிச் சமாளிப்பது? ஒரு வேளை கண்ணையா நாயுடு இந்த வீட்டிலேயே உள்ளே இருந்துகொண்டிருப்பாரோ? உள்ளே போய்ப் பார்த்துவிட்டால் என்ன? நாயுடு தலைமறைவாக இருப்பதற்கு ஏதோ ஒரு காரணம் இருக்கவேண்டும். பின்னால் அவர் செய்ய இருக்கிற காரியத்துக்கு. அவர் தாம் அச்சமயம் ஊரிலேயே காணவில்லை என்று ஓர் 'அலிபி' தயார் செய்து கொள்வதற்காகவுமிருக்கலாம். அவர் என்ன செய்ய இருக்கிறார்?

திடீரென்று இடி இடித்தது. இதைத் தொடர்ந்து மின்னல்.

''நாயுடு என்ன செய்ய இருக்கிறாரு?'' என்று கேட்டான் கோபால்.

''அப்படின்னா என்ன சொல்றீங்க?''

''அதான் எனக்கும் புரியலே.''

''உங்கமேலே இருக்கற இன்ட்ரெஸ்ட்லே சொல்றேன். அதுவும் நீங்க நாயுடு வீட்டுப் பிள்ளேங்கிறதினாலே பேசாம இந்த ஊரை விட்டேப் போயிடுங்க. இந்த எளவெடுத்தக் கிராமத்து சனங்க எக்கேடு கெட்டுப் போனா உங்களுக் கென்ன? இப்போ இருக்கிற சூழ்நிலையிலே என்ன நடக்குமோ சொல்ல முடியாது'' என்றார் கிருஷ்ணசாமி நாயுடு.

'' 'நாயுடு' என்ன செய்ய இருக்கிறாரு?'' என்றான் கோபால் மறுபடியும்.

''நாயுடு என்ன செய்ய இருக்கிறாருன்னு என்னைக் கேட்டா எனக்கென்னய்யா தெரியும்? இந்தக் கிராமத்துக்குச் சாகவா வந்தீங்க? உங்களைப் போய் படிச்சவரு, கிடிச்சவருங்கிறாங்க. இதைத் தெரிஞ்சுக்கக்கூடவா புத்தியில்லே? - சண்டையை மூட்டிட்டு தப்பிச்சுக்க வளி தெரியாதவனை புத்திசாலின்னா சொல்வாங்க?''

இதை அவர், அவரைப் பொருத்தவரையிலும் 'ஒரு நியாயமான கோபத் துடன்' சொன்னது அவனுக்கு ஆச்சரியத்தைத் தந்தது. இது ஆச்சரியத்தைத் தரவேண்டிய அவசியமில்லை. பணக்காரனை அண்டிப் பிழைக்கும் 'இடைநிலைத் தரகர்'களுடைய சமூகப் பிரக்ஞை இந்நாட்டில் இப்படித்தான் இருக்கிறது. இதுவும் இன்று இது அரசியல் தர்மமாகிவிட்டது என்பதுதான் இந்நாட்டின் துர்பாக்கியம்.

துப்பாக்கிக் குண்டுக்குத் தொண்டர்களையும் மாலைக்குக் கழுத்தையும் நீட்டும் இந்நாட்டின் அரசியல் தலைவர்கள் - மக்களைக் கருவிகளாக்கிப் போராட்டம் நடத்தும்போதும், இதனால் அவர்களுக்கு ஆதாயம் ஏற்படு மென்றால், தப்பிச்சுக்க வழிபார்க்கும் புத்திசாலிகளாக ஆகிவிடுகிறார்கள் என்பதில் சந்தேகமில்லை. கிருஷ்ணசாமி நாயுடு இதே அளவுகோல் வைத்துக்கொண்டுதான் என்னையும் பார்க்கிறார். இதே அளவுகோல்தான் இந்நாட்டின் இப்பொழுதைய செலாவணி.

கனகசபை எழுந்திருந்தார்.

''டாக்டர் சார்... நீங்க சொல்லுங்க புத்திமதி இவருக்கு. நீங்க ஏன் சொல்லப் போறீங்க, நீங்களும் அவங்க கோஷ்டிதானே! ஊருக்குப் பெரியவரு நாயுடு; இத்தனை நாளா ஊரோட நல்லது கெட்டதுக்கு அவரைத்தான் நம்பிக் கிட்டிருக்கோம். அவரோட மனசு நோகும்படியா பண்ணிட்டாங்களே படுபாவிங்க. உருப்படுவாங்களா, சொல்லுங்க. நீங்க ஏன் சொல்லப் போறீங்க, அதுவும் தெரியும் எனக்கு. இந்தக் கிராமம் முச்சூடும் நாயுடு காரங்களோட நாட்டாமைன்னு கோபம் உங்களுக்கு. அந்தக் கள்ளப் பயராமய்யாவும் இதை மனசிலே வச்சிட்டுதான் கூத்தடிக்கிறான், தெரியாதா எனக்கு?''

''ஏன் எல்லாத்தையுமே இப்படி ஜாதிக் கண்ணோட பாக்கறீங்க? பட்டினி கிடக்கிற வயதுக்கும், ஏப்பம் விடற வயதுக்கும் ஜாதி உண்டா?'' என்று கேட்டான் கோபால்.

''சும்மா வெள்ளைக்காரன் எழுதின புஸ்தகத்திலே நாலு எழுத்துப் படிச்சிட்டு மேதாவிக்கணக்கா பேசாதீங்க. குதிரைலேயும் சாதிக் குதிரை, வண்டி இழுக்கிற குதிரையின்னு கிடையாதா? பறையன் கையிலே செங் கோலைக் கொடுத்துட்டு எனக்குச் சாதி உணர்வு கிடையாதுன்னு சொல்லிக் கிடறதா பெருமை? பறையன் நாட்டாமை பண்ண வந்தான்னா, சனங் களுக்குச் செத்த மாடுதான் சாப்பாடு... நாயுடுவுக்கும் பாப்பாத்திக்கும் பொறந்துட்டு இப்படிப் பேசறீங்களே, வெக்கமா இல்லே?''

கோபாலுக்கு முகம் சிவந்தது. எல்லையற்ற சினத்தில் தான் ஏதாவது செய்து விடக்கூடும், அடக்கிக்கொள்ள வேண்டும். இந்த இடத்தைவிட்டுப் போவதுதான் நல்லது. கனகசபை திண்ணையிலிருந்து இறங்கிப் போய் விட்டார். கண்ணையா நாயுடு உள்ளே இருக்கிறாரா என்று பார்த்தால் என்ன?

அவன் திண்ணையிலிருந்து கீழே இறங்கினான்.

''நாயுடு உள்ளே இருக்காரு இல்லே?'' என்று அவன் நிதானமாகக் கேட்டான்.

''யாரு?'' என்று கோபத்துடன் பதிலுக்கு வினவிய கிருஷ்ணசாமி நாயுடு, தன்னிச்சையாக வாசற்படியருகே குறுக்காக நின்று கொண்டார்.

கோபால் திடீரென்று அவரை வேகமாக இழுத்து ஒருபுறமாகத் தள்ளிவிட்டு உள்ளே நுழைந்தான்.

கனகசபையும் அவன் இப்படிச் செய்வான் என்று எதிர்பார்க்கவில்லை.

கிருஷ்ணசாமி நாயுடு வாசல் சுவரோரம் கீழே சாய்ந்தவர் சுதாரித்துக்கொண்டு கோபாலின் பின்னால் ஓடி அவனைப் பற்றி வெளியே இழுத்தார். இதற்குள் அவன் உள்ளே நுழைந்து விட்டான். அவன் தன் முழுப் பலத்தையும் உபயோகித்து அவரை உதறித் தள்ளினான்.

கூடத்தில் ஊஞ்சலில் கண்ணையா நாயுடு படுத்துக்கொண்டிருந்தார். அவனைக் கண்டதும் எழுந்து உட்கார்ந்தார்.

''எங்கேடா வந்தே தேவடியா மகனே?''

''இங்கே இருப்பீங்கன்னு நான் எதிர்பார்த்தேன், என்ன திட்டம் போட்டு வச்சிருக்கீங்க?''

''ஊர்லே இருக்கிறவன் எல்லா சாமானையும் அறுத்து எறியப் போறேன். நீ யார்ரா கேக்கறது?''

''வாலறுந்த நரியா, இல்லாட்டா வாலே இல்லா நரியா?''

கிருஷ்ணசாமி இதற்குள் உள்ளே வந்து, கோபாலின் கழுத்தை இறுகப் பற்றிக்கொண்டார்.

''போடா வெளியே... திறந்த வீடுன்னு நினைச்சியாடா நாயே.''

''ஏதானும் அநாகரிகமா பேசினீங்க, அப்புறம் என்ன நடக்கும்னு தெரியாது''

என்றான் கோபால். அவன் அவர் கையை அழுத்தமாகப் பிடித்து முறுக்கி தன்னை விடுவித்துக்கொண்டான்.

கண்ணையா நாயுடு எழுந்து அவனருகில் வந்து நின்று கொண்டார்.

"ஆளுகளைக் கூப்பிட்டு இவனைக் கட்டிப்போடு. பங்கஜத்தைக் கெடுத்த அயோக்கியன் இவன். முதல்லே இவனோட…"

"செய்யுங்க. கனகசபை ஆளுகளைக் கூட்டிகிட்டு வரப் போறாரு. அவங்க வந்து என்ன செய்வாங்கன்னு என்னாலே சொல்லமுடியாது."

"கனகசபையா?" என்று கிருஷ்ணசாமி நாயுடுவைப் பார்த்தார் கண்ணையா நாயுடு.

"ஆமாம். இவன்கூட வந்தான் அந்த டாக்டர் தாயாளி. அவன் ஓடிட்டான்."

"போடா மடப் பய மவனே. உன் வீட்டிலே வந்து தங்கினேன் பாரு…" என்று சொல்லிக்கொண்டு கொல்லைப்பக்கமாக விரைந்தார் கண்ணையா நாயுடு.

கோபால் அவரைத் துரத்திக்கொண்டே ஓடினான். கிருஷ்ணசாமி நாயுடு வேகமாக அவன் பின்னால் ஓடி அவனைப் பற்றி இழுத்தார்.

இதற்குள் கொல்லைக்கதவை வெளிப்புறமாகத் தாளிட்டுக் கொண்டு கண்ணையா நாயுடு போய்விட்டார்.

கோபால், கிருஷ்ணசாமி நாயுடுவைத் திமிறிக்கொண்டு வெளியே வந்தான்.

இந்தத் தெருக்கோடி முழுவதும் ஓடினால்தான், பின்பக்கமாகத் தப்பி ஓடிப் போய்விட்ட கண்ணையா நாயுடுவைப் பிடிக்க முடியும். பக்கத்துவீட்டு வழியாகப் போகலாமா என்று பார்த்தான். வாசல்படி உள்ளே தாழிடப் பட்டிருந்தது.

அவன் தெருவில் வேகமாக ஓடினான்.

கனகசபையைக் காணவில்லை. அவர் ஆட்களைக் கூட்டிக் கொண்டுவரப் போயிருக்கலாம். இல்லாவிட்டால் தான் செய்த இந்த முரட்டுக் காரியத்தில் பங்குகொள்ள விரும்பாமல், போயிருக்கலாம். கண்ணையா நாயுடு ஏதோ திட்டமிட்டுத்தான் வேலை செய்கிறான். அவன் திட்டம் நிறைவேறக்கூடாது. அவனை எப்படியாவது தப்பி ஓடாமல் பிடித்துவிட வேண்டும்.

அவன் தெருக்கோடி வரை ஓடி, வரிசையாக இருந்த அவ்வீடுகளின் கொல்லைப்புறத்தைப் பார்த்தான். கண்ணையா நாயுடுவைக் காணோம். ஒருவேளை வெளியே வராமல் பின்புறத்திலேயே இருந்துவிட்டானோ? ஒவ்வொரு வீட்டுக்கும் பின்புறத்தில் பெரிய தோட்டம். இதற்குள் அவனால் கண்ணுக்குத் தெரியாத அளவுக்குத் தப்பி ஓடியிருக்க முடியாது. தோட்டத்தில் தான் இருக்கவேண்டும். திரும்பிப் போய்ப் பார்க்கலாமா?

மறுபடியும் முட்டாள்தனம் செய்துவிட்டேன். கண்ணையா நாயுடு அந்த வீட்டிலிருக்கக் கூடுமென்று தனக்குச் சந்தேகம் தோன்றிய உடனே, அதை

வெளிக்காட்டாமல் திடீரென்று ஆட்களைக் கூட்டிக்கொண்டு வந்து அந்த வீட்டில் நுழைந்திருக்க வேண்டும். தனியே போனது தப்பு. ஆரம் பத்திலிருந்தே நான் தப்புக்கு மேல் தப்பாகச் செய்துகொண்டு வருகிறேன். ஓர் இயக்கத்தை நடத்துவதற்கு வேண்டிய பக்குவமான அனுபவமோ, பொறுமையோ எனக்கில்லை. கண்ணையா நாயுடு என்ன செய்யப் போகிறான் என்று ஓரளவு புரிகிறது. அவன் கோபத்தில் சொன்னது வாஸ்தவ மாகவே இருக்கலாம். இயற்கையினால் வஞ்சிக்கப்பட்ட அவன் எது வேண்டுமானாலும் செய்யலாம்.

வீட்டுக்குப் போயிருப்பானோ? இப்பொழுது அங்கே போய்ப் பார்ப்பது தற்கொலைக்குச் சமானம். ஆனால் அவன் போயிருக்க மாட்டான். குதிர் கொள்ளையடிக்கப்பட்டிருக்கிறது. அவன் தாய் அங்கில்லை என்ற எல்லா விவரங்களும் அவனுக்குத் தெரியும். அவன் தாய் ஆஸ்பத்திரியில் செத்துப் போய்விட்டாள் என்ற செய்தியையும் அவனிடம் தான் சொல்லியிருக்கலாம். மறந்துபோய்விட்டது.

வீட்டுக்குப் போவதுதான் விவேகம். சிவாவும் வடிவேலுவும் வந்து விடுவார்கள். நாகப்பட்டினம் வக்கீல் - அவரிடமிருந்து ஏதாவது தகவல் கொண்டுவரக்கூடும். ராமய்யாவை நிச்சயம் ஜாமீனில் விடுதலை செய்ய மாட்டார்கள். கண்ணையா நாயுடு ஏதாவது செய்ய முற்பட்டானானால் இவனைச் சமாளிக்க வேண்டிய முழுப் பொறுப்பு என்னுடையது. அவன் என்ன செய்யத் திட்டமிட்டிருக்கிறான்?

வானம் மறுபடியும் இடித்தது. இதைத் தொடர்ந்து ஒரு மின்னல், மழை பெய்து தொலையக்கூடாது? பயமுறுத்திக்கொண்டே இருக்கிறது.

அவன் வீட்டை நோக்கி நடந்தான்.

அப்பொழுது அம்மாசியும் இன்னும் சிலரும் அவனை நோக்கி வேகமாக வந்துகொண்டிருந்தார்கள்.

என்ன விஷயம்?

அம்மாசி ஏதோ கூப்பாடு போட்டுக்கொண்டே வந்தான்.

கோபால் அவர்களை நோக்கி வேகமாக நடந்து சென்றான்.

''பாருங்க அக்கிரமத்தை. அந்தப் பொண்ணை படுபாவிக கொலை செய்துட்டாங்க.''

''யாரை?''

''பாப்பாத்தியை. அந்தப் பயலை வெட்டிப்போட வேணாம்?''

''பாப்பாத்தியையா?''

''அந்தப் பொண்ணை தலை வேறா உடம்பு வேறா வெட்டி அதனோட குடிசையிலே கொண்டுபோட்டிருக்காங்க. வயத்தைப் பொறட்டுது. அந்தக்

கண்றாவியைப் பார்க்கச் சகிக்கலே. அந்தத் தேவடியா மவனை இன்னுமா விட்டு வைக்கணும், நீங்க சொல்லிக்கிட்டிருக்கிற போராட்டம் வர்றதுக் குள்ளாற பண்ணையாளுக ரத்தத்திலே அந்தப் படுபாவி சாகுபடி செய்ய ஆரம்பிச்சுடுவான்.''

க்ஷத்திரியகுல அரசர்களைக் கொன்று அதனால் உருவான இரத்த ஆற்றில் தர்ப்பணம் செய்த பரசுராமர் கதை கோபாலின் நினைவுக்கு வந்தது. ''வந்து பாருங்க... அங்கே ஒரே கூட்டம். நம்ம ஆளுக பளி வாங்கணும்னு துடிச்சிக் கிட்டிருக்காங்க?''

கண்ணையா நாயுடுவின் திட்டம் அவனுக்கு ஓரளவு புரியத் தொடங்கியது. பாப்பாத்தியைக் கொன்று, இப்பழியை அவன் என் மேல் சுமத்தப் பார்க்கிறான். எல்லாருடைய முன்னிலையிலும் அவன், நான் அவளைக் கெடுத்துவிட்டதாகச் சொன்னான். இந்தக் கோபமே அவளை நான் கொல்வதற்குக் காரணம் என்று சொல்லப்போகிறான். கிருஷ்ணசாமி நாயுடு வுக்கும் இது தெரிந்திருக்கவேண்டும். என்னை ஊரைவிட்டு ஓடிவிடும்படி அவன் யோசனை சொன்னதற்கு இதுதான் காரணமாக இருக்கலாம். அப்படி ஓடியிருந்தால் குற்றம் உறுதியாகியிருக்கும். மேல் ஜாதிக்காரன் பறப் பெண்ணைக் கெடுத்துவிட்டான் என்ற கோபத்தில் கிஸான் இயக்கம் சிதறுண்டு இருக்கும். அம்மாசி, நான் இந்தக் கொலையைச் செய்திருப்பேன் என்று நம்பவில்லை. மற்றவர்களும் என்னை நம்பவேண்டும். சிலருக்கு இதைப்பற்றிச் சந்தேகம் ஏற்பட்டாலே போதும். ஒரு கிஸான் இயக்கத்தை எத்தனை வகையில் திசை திருப்பிவிட முயல்கிறான். வர்க்கப் போராட்டம் நிகழ ஒரு சிறிய கிராமத்திலேயே இத்தனை தடைகள் இருந்தால், இந்தப் பெரிய தேசத்தில் புரட்சி உண்டாக வழி இருக்கிறதா? வழி இல்லை என்று மனந்தளர்ந்து சும்மா இருந்து விடுவதுதான் விவேகமா? - இந்நாட்டின் கம்யூனிஸ்ட்டுகள் (மாஜி புரட்சிவாதிகள்) பார்லிமெண்டரி அரசியல் அமைப்புடன் சமரசம் செய்து கொண்டு விட்டதற்கு இந்தச் சோர்வுதான் காரணமாக இருக்க வேண்டும்.

அவர்கள் அங்கு போவதற்குள் போலீஸ் வந்துவிட்டது.

கோபால் அம்மாசியிடம் சொன்னான்: ''நம்ம ஆளுகளைக் கொஞ்சம் தள்ளிப்போக சொல்லுங்க. நாயுடு என்மேலே பழியைச் சுமத்தச் செய்திருக்கிற ஏற்பாடு இதுன்னு நினைக்கிறேன். என்னை இப்பொ போலீஸ்காரங்க கைது செஞ்சுட்டாங்கன்னா, இது நாயுடுவுக்குத்தான் லாபம். நான் இப்பொ வீட்டுக்குப் போறேன். எல்லோரும் அங்கே வாங்க. என்ன செய்யலாம்னு யோசிப்போம்.''

கோபாலைச் சிலர் பார்த்துவிட்டார்கள். அவனை நோக்கி அவர்கள் வந்தார்கள்.

''பார்த்தீங்களா?'' அவர்கள் தொடர்ந்து பேசுவதற்குள், மேலே பேசவேண்டாமென்று அவன் விரலைக் காட்டி எச்சரிக்கை செய்தான்.

குடிசை வாசலில் 'அது' இல்லை, 'அவை' கிடந்தன. தலை வேறு, உடம்பு வேறு. இரத்தம் உறைந்திருந்தது. அவனுக்கு மயக்கம் வரும்போல் இருந்தது.

உறைந்திருந்த இரத்தம் மறுபடியும் நீர்த்துப் பாயத்தொடங்கியது. பாய்ந்து கொண்டே இருந்தது. இந்த நாடு முழுவதையும் மூழ்கடிக்கக்கூடிய அளவுக்குப் பெரிய இரத்தக் கடல். எல்லோரும் அதில் மூழ்கி மூழ்கி மூச்சுவிட முடியாமல் திணறித் திணறிச் சாகின்றனர். அலை அலையாகப் பாயும் இரத்த சமுத்திரம். ஹோ என்ற இரைச்சல். பிரளயம் என்பது இதுதானா? இதுவா ஊழிக் கூத்து? 'வெடிபடு மண்டத் திடிபல தாளம் போட - வெறும் வெளியிலி ரத்தக் களியோடு பூதம்பாட' ஆமாம். இது ஊழிக் கூத்துதான், சந்தேகமில்லே. 'சக்திப் பேய்தான் தலையொடு தலைகள் முட்டிச் சட்டச் சடசட சட்டென்றுடை படு தாளங்கொட்டி.'

அவனால் அதற்குமேல் அங்கு நிற்க முடியவில்லை. வீட்டை நோக்கி நடக்க ஆரம்பித்தான்.

வானம் மறுபடியும் இடித்தது. இதைத் தொடர்ந்து ஒரு மின்னல்.

மழை பெய்து தொலையக்கூடாது? பயமுறுத்திக்கொண்டே இருக்கிறது.

14

கோபால் வீட்டை அடைந்தபோது, அங்கு வாசலில் வடிவேலு நின்று கொண்டிருந்தான். அவனுடன் இன்னொருவர். இவர் தான் ஒருவேளை நாகப்பட்டினம் வக்கீலோ? சிவா எங்கே?

அவர் கோபாலைப் பார்த்துப் புன்னகை செய்தார்.

''என் பேரு சுந்தரவதனம், நாகப்பட்டினம். சிவா ஈஸ் அரெஸ்டட். எல்லோரையும் உள்ளே தள்ளணுங்கிறதுதான் 'ப்ளான்' போலிருக்கு. இங்கே எந்த நிமிஷமும் அவங்க வரலாம். ஐ வாண்டட் டு வார்ன் யு'' என்றார் சுந்தரவதனம்.

''சிவா ஈஸ் அரெஸ்டட்'' என்று அவர் சொன்னதும் ''சிவாவா?'' என்று கேட்டு இடைமறித்தவன், அவர் தொடர்ந்து பேசுவதைக் கண்டு இந்தச் செய்தியை மௌனமாக ஜீரணித்துக் கொள்வதில் ஈடுபட்டிருந்தான். இது என்ன வேடிக்கை? இரண்டு ஆண்டுகளாக என்னிடமிருந்து கடிதப் போக்குவரத்து இல்லையே என்று என்னைப் பார்க்க வந்தவன், எப்படிப் போராட்டச் சிக்கலில் மாட்டிக் கொண்டுவிட்டான்! கட்டய்யன் கொலை செய்யப்படுவதை அவன் நேரில் பார்த்தவன். அவன் மனநிலை எப்படி இருந்திருக்குமென்பது 'பாப்பாத்தியை' நான் இப்பொழுது பார்த்த போதுதான் புரிகிறது. இரண்டு கொலைகள் நிகழ்ந்துவிட்டன. இன்னும் எத்தனை கொலைகள் நிகழ இருக்கின்றனவோ?

பாப்பாத்தியை நாயுடு கொலை செய்தது என்மீது குற்றத்தைச் சுமத்திப் பழிவாங்க மட்டும் இருக்காது. இது இயலாமை விளைவித்த கோபமாகவும் இருக்கலாம். '...எறியப் போறேன். நீ யார்ரா கேக்கறது' என்று நாயுடு சொன்னது அவன் நினைவுக்கு வந்தது. பாப்பாத்தியையும் வடிவேலுவையும் மாட்டுக் கொட்டிலில் பூட்டிவைத்து என்ன பாடுபடுத்தியிருக்கிறான்? - தலை வேறு உடம்பு வேறாக இப்படி வெட்டி இருக்கிறானே - ஏன் இவ்வளவு ஆத்திரம்? அவன் இதைச் செய்திருக்க மாட்டான், ஆளை விட்டுத்தான் செய்திருப்பான் என்றாலும், அந்த ஆளுக்குத்தான் இப்படிக் கொலைசெய்ய எப்படி மனசு வந்தது? திருமலைதான் செய்திருக்கவேண்டும். பெறாத வாய்ப்புகளை வடிவேலு பெற்றான் என்பதற்குப் பழி தீர்த்துக்கொள்ள! - அப்படியானால், இரண்டு கொலைகளையும் செய்திருப்பவன் அவன்தான்.

''என்ன பேசாமெ இருக்கீங்க?'' என்றான் வடிவேலு.

''பாப்பாத்தியைக் கொன்னுட்டாங்க...'' என்றான் கோபால்.

''பாப்பாத்தியையா? என்ன சொல்றீங்க? யாரு கொன்னுட்டாங்க?''

''தெரியலே... தலை வேற, உடம்பு வேறயா வெட்டிப் போட்டிருக்காங்க!''

''நெசமாவா, என்னங்க அக்கிரமம் இது? - பொட்டைத் தாயாளி, தன் ஆம்பிளைத் தனத்தை இப்படியா காட்டப் பாக்கிறான்? இப்பவே போய் அவனை...'' என்று அவன் சொல்லி முடிப்பதற்குள் சுந்தரவதனம் இடை மறித்தார். ''நீ போய் அவனை வெட்டு... அவன் ஆளு உன்னை வெட்டட்டும். இப்படியே ஒருத்தரையொருத்தர் வெட்டிக்கிட்டுப் பிரச்னையையே மாத்திடுங்க. என்ன ஆளுங்கய்யா நீங்க? ஒரு போராட்டத்தை இப்படியா கொச்சைப்படுத்துவாங்க?''

''எல்லாத்துக்கும் நான்தான் காரணம்'' என்றான் கோபால்.

''திஸ் ஈஸ் செல்ஃபிஷ் பிட்டி. ஒரு போராட்டம் நடத்தறப்போ, அதுக்குத் தேவையில்லாத ஒரு குணம். இனிமே நடக்க வேண்டியதைப் பாப் பீங்களா?'' என்றார் சுந்தரவதனம்.

''இப்பொ என்ன செய்யப் போறீங்க?'' என்றான் கோபால்.

''பாப்பாத்தி யாரு? எதுக்காகக் கொலை பண்ணான்னு நீங்க நினைக்கிறீங்க?''

''அதான் நான் அப்பொ சொன்னேனுங்களே அதே பொண்ணுதான். என்னையும் அந்தக் கம்மனாட்டிமவன் மாட்டுக் கொட்டில்லே அடைச் சுவச்சு உசிரை எடுத்துட்டான்; அப்பவும் அந்தப் பொண்ணுக்கு என்ன கொடுத்தானோ தெரியலே, அது தூக்கத்திலே நடந்துவர்ற மாதிரி வந்து, எல்லார் எதிரிலியும் கோபால் சார்தான் தன்னைக் கெடுத்ததா சொல்லிச்சு'' என்றான் வடிவேலு. இதைச் சொல்லும்போது அவனுக்கு மூச்சு இறைத்தது. உடம்பு படபடத்தது.

''இதுக்காகத்தான் நான் அதைக் கொன்னுட்டேங்கிற மாதிரி என் பேரிலே பழியைப் போட, இந்தக் காரியம் பண்ணியிருக்கான் அந்த ராஸ்கல். மனுஷ உயிர்க்கே மதிப்பில்லே, அந்த பர்வர்ட்டட் பாஸ்டர்டை பொருத்த வரையிலும். இப்படி அநியாயமா கொலை பண்ணியிருக்கானே, என்னை மாட்டி வைக்கணும்னு'' என்றான் கோபால்.

சுந்தரவதனம் ஒன்றும் பேசாமல் கண்களை மூடிக்கொண்டு உட்கார்ந் திருந்தார்.

''கொஞ்சம் தண்ணி குடிக்கிறீங்களா?'' என்று வடிவேலுவைக் கேட்டான் கோபால்.

''நான் போய் எடுத்துக்கறேன்'' என்று சொல்லிக்கொண்டே உள்ளே போனான் வடிவேலு.

''போலீஸ்காரங்க எந்த நிமிஷமும் இங்கே வரலாம்; உங்களை அரெஸ்ட் பண்ண. சரி, புறப்படுங்க'' என்றார் சுந்தரவதனம் கண்களைத் திறந்தவாறு. அவர் பற்களினால் கீழுதட்டைக் கடித்தார்.

''எங்கே புறப்படறது?''

''போலீஸ் ஸ்டேஷனுக்குப் போய் நாமே ஒரு 'ஸ்டேட்மெண்ட்' கொடுத்துடுவோம். இது ரிகார்ட் ஆகுமில்லே? கோர்ட் விசாரணையின்போது, இது உபயோகமா இருக்கும்.''

''கோர்ட்டாவது விசாரணையாவது! இந்தச் சூழ்நிலையிலே நியாயத்தையா நீங்க எதிர்பாக்கறீங்க?''

''பின்னே, வேற என்ன செய்யறது சொல்லுங்க? நாடு பூரா புரட்சி ஏற்பட்டாலொழிய, இருக்கிற சூழ்நிலையிலே எது விவேகமோ அதுப்படி தானே, நாம நடந்துக்கிட்டாவணும்? அப்படிப் புரட்சி ஏற்படறதுங்கிறது இப்பொ சாத்தியமா, சொல்லுங்க?'' என்றார் சுந்தரவதனம்.

''என்ன ஸ்டேட்மெண்ட் கொடுக்கணுங்கறீங்க?'' என்று கேட்டான் கோபால்.

''நடந்ததைச் சொல்லுவோம். போலீஸ்காரர் நம்பாட்டியும், பேப்பர்லே போட்டான்னா, அதை ஜனங்க நம்பாமயா இருக்கப் போறாங்க?''

''ஜனங்க நம்பறதும், நம்பாமெ இருக்கப் போறதிலயும் ஏதாவது பிரயோஜனம் இருக்கும்னா நீங்க நினைக்கறீங்க?'' என்றான் கோபால்.

''நிச்சயமா இருக்கும். ஜனங்க பேர்ல உங்களுக்கு நம்பிக்கை இல்லென்னா நீங்க போராட்டமே நடத்த வேணாம்'' என்றார் சுந்தரவதனம்.

''இந்திய நாட்டுச் சரித்திரத்தைப் பொருத்தவரையிலும், இந்திய ஜனங்களுக்கு எந்தக் காலத்திலயும் அவங்க குரலுக்கு வலிமை இருந்ததா தெரியலே'' என்றான் கோபால்.

''இந்திய நாடு என்ன, உலகச் சரித்திரத்தைப் பார்த்தாலும், போன நூற்றாண்டு வரை கிடையாது. ஆனா இப்பொ உலகம் மாறிப் போச்சுங்கிறது மட்டு மில்லாமெ குறுகியும் போச்சு. அமெரிக்காலே போன நிமிஷம் நடந்தது இப்பொ இந்த நிமிஷம் நமக்குத் தெரியறது. இப்பொ நாம் உலக நடப்புகளை அடிப்படையா வச்சுகிட்டுத்தான் எல்லாத்தையும் பாக்கக் கத்துக்கணுமே தவிர...''

கோபால் எழுந்திருந்தான். தான் வேறொரு காரணத்துக்காகச் சொன்னவற்றை அவனுடைய கருத்துப் பின்னணியினின்றும் பிரித்து, தம்போக்கில் அர்த்தப் படுத்திக் கொண்டு தம்முடைய சாமர்த்தியத்தைக் காட்ட முயற்சி செய்கிறார், வக்கீல்! அரசியல்வாதி... டெமகாக்!

டாக்டர் கனகசபையிடம் ஓர் அடிப்படையான நாசுக்குத்தனம் உண்டு. அது இவரிடம் இல்லை. தமிழ்நாட்டு அனுபவத்தில் மெத்தப்

பெரியவர்களிடத்தில் இயல்பாகக் காணப்படும் ஒரு சினிஸிஸமும், நாட்டாண்மை மனப்பான்மையும் இவரிடத்தில் தெரிகின்றன.

வடிவேலு இரண்டு தம்ளர்களில் தண்ணீர் கொண்டுவந்தான்.

"நீங்க குடிக்கறீங்களா?" என்று கேட்டான். கோபால் வாங்கிக் குடித்தான். சுந்தரவதனம் 'வேண்டாம்' என்றுகூடச் சொல்லவில்லை. பேசாமலிருந்தார்.

"உங்களுக்கு?" என்று கேட்டான் வடிவேலு.

"அதனாலதான் சொல்றேன். இந்த இடத்தைவிட்டுப் புறப்பட்டுப் போறதைத் தவிர உங்களுக்கு வழி இல்லே... புறப்படுங்க, தண்ணி வேணாம்" என்றார் சுந்தரவதனம்.

"எங்களையும் கைது செய்து உள்ளே தள்ளிட்டாங்கன்னா?" என்றான் கோபால்.

"தள்ளட்டும். இப்படியே அம்பத்தாறு கோடி ஜனங்களையுமா உள்ளே தள்ளப் போறாங்க?"

"அம்பத்தாறு கோடியைத் தள்ளுவானேன். பணமுள்ள, வசதியுள்ள ஆயிரம் பேர் ஆள்றதுக்காக, மத்தவங்களை உள்ளே தள்ளுவாங்க. இதிலே ஆச்சரிய மில்லை" என்றான் கோபால்.

"இந்த நிலைமையை நீங்க எப்படிச் சமாளிக்கிறீங்கங்கிறதைப் பொருத் துத்தான் உங்க சாமர்த்தியம் இருக்கு" என்றார் சுந்தரவதனம்.

"நீங்க எப்படிச் சமாளிக்கணுங்கிறீங்க?" என்று கேட்டான் கோபால்.

"அதைச் சமாளிக்கிறது கிடக்கட்டும். இப்போ புறப்படுங்க, திருவாரூர் போவோம்."

"மறுபடியும் திருவாரூரா?" என்று கேட்டான் வடிவேலு.

"ஆமாம். இல்லாட்டி எந்த நிமிஷமும், போலீஸ்காரங்க இங்கே வருவாங்க" என்றார் சுந்தரவதனம்.

"இவரு தலைமறைவா இருக்கணுங்கறீங்களா?"

"நான் ஒண்ணும் சொல்லலே... புறப்படுங்க, போகலாம். போறப்போ சொல்றேன்" என்றார் சுந்தரவதனம்.

அவர் திடீரென்று இப்படி அலட்சியமாகப் பேசியது வடிவேலுக்குப் பிடிக்கவில்லையென்பது அவன் முகபாவனையிலிருந்து தெரிந்தது. சுந்தரவதனம் வெகு சீக்கிரத்தில் பொறுமையை இழக்கக்கூடியவரென்று கோபாலுக்குப் பட்டது. பொறுமையை இழக்கக்கூடியவர்கள் கெட்டிக் காரர்களாகத்தான் இருப்பார்கள்.

சுந்தரவதனத்திடம் ஒரு தன்னம்பிக்கை இருக்கிறது.

கோபால் பூட்டை எடுத்துக்கொண்டு கிளம்பினான். மூவரும் வெளியே வந்தார்கள்.

''இந்த இடத்தைவிட்டு நான் ஓடிப்போவது போலிருக்கும்'' என்றான் கோபால்.

''போலீஸ் ஸ்டேஷனுக்குப் போவது, ஓடிப்போவது போலவா?'' என்று கேட்டார் சுந்தரவதனம்.

''நாமாகப் போய் வலுவில் 'ஸ்டேட்மெண்ட்' கொடுப்பது, எந்த அளவில் நல்லதுன்னு நீங்க நினைக்கிறீங்க?'' என்றான் கோபால் வீட்டைப் பூட்டிக்கொண்டே.

''போலீஸ்காரங்க இங்கே வந்து உங்களைக் கைது பண்ணப்புறம் 'ஸ்டேட்மெண்ட்' கொடுக்கிறதைக் காட்டிலும், இது நல்லது இல்லையா?'' என்றார் சுந்தரவதனம்.

மூவரும் வெளியே வந்தார்கள்.

''இடியும் மின்னலுமா இருந்தது. மழை பெய்யும்னு நினைச்சேன், பெய்யலே'' என்றான் கோபால்.

வானம் துப்புரவாக இருந்தது. மேகங்கள், இருந்த இடம் தெரியாமல் மறைந்துவிட்டன.

''பருவம் வந்தாத்தானே மழை பெய்யும், இது பருவமா?'' என்றார் சுந்தரவதனம்.

''மான்சூன் வர்றமாதிரி காட்டி ஏமாத்திடறது'' என்றான் கோபால்.

''பருவம் வராமப் போவாது. வந்துதான் தீரணும். ஒரு பேய் மழை பெஞ்சு இருக்கிற தூசு, தும்பட்டம் அத்தனையும் ஒழிச்சிக் கட்டணும். 'மான்சூன் வர்றமாதிரிக் காட்டி ஏமாத்திடறது'ன்னீங்களே, உண்மைதான். செயற்கை மழை மாதிரி கோஷ மழைதான் பெஞ்சுக்கிட்டிருக்கு. ஜனங்களும் இதான் மான்சூன்னு நினைச்சுக்கிட்டு இருபத்தேழு வருடங்களா ஏமாந்து போய்க் கிட்டிருக்காங்க.''

அவர் எல்லைக் காவல் அம்மன் கோயில் அருகே தம் காரை நிறுத்தி வைத் திருந்தார். அவர் கார் கதவைத் திறந்து உட்கார்ந்ததும், முன்பக்கக் கதவைத் திறந்துவிட்டார். கோபால் உட்கார்ந்தான்.

பின்பக்கக் கதவைத் திறக்க வேண்டுமென்பதற்காகக் காத்துக் கொண்டிருந்த வடிவேலுவிடம் கோபால் சொன்னான். ''வாங்க, நீங்களும் இப்படியே உட்காருங்க.''

அப்பொழுது மெயின் ரோட்டில் போலீஸ் ஜீப் வந்துநிற்பதை மூவரும் பார்த்தார்கள்.

''போலீஸ் வந்தாச்சு... நாம இப்போ அவர்களை தாண்டித்தானே போகணும்?'' என்றான் கோபால்.

''நேரே போனா கொஞ்சதூரம் தாண்டி குறுகலா ஒரு ரோடு இருக்கு... அந்தப் பக்கமா போயிடலாம்'' என்று சொல்லிக் கொண்டே, காரை நேரே ஓட்டிச் சென்றார் சுந்தரவதனம்.

''போலீஸ் ஸ்டேஷனுக்குத்தானே போறோம். இவங்களையே பார்த்துட்டா என்ன?'' என்று கேட்டான் கோபால்.

''பார்க்கலாம்... எவனாவது சப்-இன்ஸ்பெக்டர் வந்திருப்பான்.''

''அவங்களும் ஜீப்பை ஓட்டிக்கிட்டு இப்படித்தான் வர்றாங்க'' என்றான் வடிவேலு.

''சரி வரட்டும். ஓடிப்போறதா அவங்க நினைச்சிக்க வேணாம்'' என்று காரை நிறுத்தினார் சுந்தரவதனம்.

சப்-இன்ஸ்பெக்டர் காரை நோக்கி வந்தார்.

''நீங்கதானே கோபால்?''

''ஆமாம்.''

''இங்கே ஏதோ கொலை நடந்திருக்குதாம். உங்க மேலதான் சந்தேகம் எல்லோருக்கும். அதனாலே உங்களை விசாரிச்சு முடிகிற வரையிலும் இந்த இடத்தை விட்டு ஓடப் பாக்காதீங்க?''

''ஏன்யா... இன்னும் கொலை நடந்த இடத்துக்கே போகலே, இப்பொத்தான் வந்து இறங்கிறீங்க. அதுக்குள்ளாற எல்லோருக்கும் இவர் பேர்லதான் சந்தேகம்ங்கிறீங்களே. எல்லோரும்னா, யாரு நாயுடுவா?'' என்று கேட்டார் சுந்தரவதனம்.

''நீங்க யாரு?''

''இவர்தான் என்னோட வக்கீல்...'' என்றான் கோபால்.

''வக்கீலை வச்சுக்கிட்டுத்தான் கொலை பண்ணினீங்களா?''

''தீர்ப்பு வழங்கியாச்சா? சரி. நாட்டாமை செய்யற அளவுக்குத் தலைப்பட்டா பொறவென்ன நடக்கும்'' என்றார் சுந்தரவதனம்.

''பேசறதைக் கொஞ்சம் ஜாக்கிரதையா பேசுங்க...'' என்றார் சப்-இன்ஸ் பெக்டர்.

''நான் பேசணுமா, நீங்க பேசணுமா? கொலை நடந்த இடத்துக்கே போகாமெ, வக்கீலை வச்சுக்கிட்டு கொலை பண்ணீங்களா?'ன்னு இவரைக் கேக்கறீங்களே, இப்பொ நீங்க ஜாக்கிரதையா பேசினதாவா அர்த்தம்? நீங்க சொன்னதைக் கேட்ட சாட்சி இதோ இருக்கு. நாளைக்கே உங்களுடைய விசாரணை யோக்கியதையை அம்பலப்படுத்தறேன் பாருங்க.''

''நான் எங்கேய்யா இவர் கொலை பண்ணார்னு சொன்னேன்? சந்தேகம் இருக்கு... ஊரை விட்டுப் போவாதீங்கன்னுதானே சொன்னேன்? நான் சொன்னதை எப்படியோ திரிச்சுப் பேசறீங்களே. வக்கீல் இல்லே, வேறென்ன செய்வீங்க?''

''நாங்க போலீஸ் ஸ்டேஷனுக்குத்தான் போய்க்கிட்டிருக்கோம்'' என்றான் கோபால்.

''எதுக்காக?''

''கொலையைப் பத்தி 'ரிப்போர்ட்' பண்ண. ஒரு 'ஸ்டேட்மெண்ட்' கொடுத்த நாயுடு என் பேரிலேதான் பழியைப் போடப் போறான்னு எனக்குத் தெரியும்.''

''போலீஸ் ஸ்டேஷனுக்குப் போவானேன்? எங்கிட்டேயே கொடுங்க'' என்றான் சப்-இன்ஸ்பெக்டர்.

''எழுதித்தான் தரணும், ரோட்லே எழுதச் சொல்றீங்களா?'' என்றார் சுந்தரவதனம்.

''சரி... உங்க வீட்டுக்குப் போய் எழுதிவைங்க. போறப்போ, வந்து வாங்கிக்கிறேன்.''

''வேணாம், நாங்க போலீஸ் ஸ்டேஷனுக்கே போறோம். இவரோட ஸ்டேட் மெண்டை நீங்க ஞாபகமறதியா எங்கயாவது வச்சுட்டு, அப்படி ஸ்டேட் மெண்ட் இவர் கொடுக்கவே இல்லேன்னு பின்னாலே சொல்லலாம். ஸ்டேஷனுக்குப் போயிடறது நல்லது இல்லியா?''

''அப்படி போலீஸ் ஸ்டேஷன்லே கொடுத்தா மட்டும் ஸ்டேட்மெண்ட் கொடுக்கலேன்னு சொல்லமுடியாதா? இவரைக் கட்டாயப்படுத்தி வேறொரு ஸ்டேட்மெண்ட்தான் வாங்க முடியாதா? என்னமோ போலீஸ் ஸ்டேஷனுக்குத் தான் போய்க் கொடுப்பாராம், பெரிசா பேசறாரு'' என்றான் சப்-இன்ஸ்பெக்டர்.

''வடிவேலு, இவர் சொன்னதை எல்லாம் நினைவு வச்சுக்க. நாளைக்கு கோர்ட்லே ஞாபகமா சொல்லும்படியா இருக்கும்'' என்றார் சுந்தரவதனம்.

''சரிங்க'' என்றான் வடிவேலு.

''என்னைய்யா வேலிக்கு ஓணான் சாட்சிங்கிற மாதிரி சொல்லிக் கிட்டேயிருக்கே? இந்த ஆளுதானே வடிவேலு? இவரையும் உள்ளே தள்ளப் போறோம். போலீஸ் வேனைத் தாக்கிப் பழனியை விடுவிச்ச கோஷ்டியிலே நீயுந்தானே ஒரு ஆளு, எடுய்யா அதை?'' என்றான் சப்-இன்ஸ்பெக்டர், பின்னாலிருந்த ஒரு போலீஸ்காரனைப் பார்த்து.

அவன் ஜீப்பிலிருந்த சில காகிதங்களை எடுத்துக்கொண்டு வந்தான்.

''நான் இங்கே வர்றப்போ சும்மா வரல்லே. அரெஸ்ட் வாரண்டு களோடதான் வந்திருக்கேன். இந்தக் கொலை விவகாரம் பத்தி விசாரிச்சுட்டு

உங்க வீட்டுக்கு வரலாம்னு பார்த்தேன். நீங்க விடமாட்டீங்க போலிருக்கே. ஆங்! இதோ இவரோட வாரண்ட். மிஸ்டர் கோபால், இல்லாட்டி காம்ரேட் கோபாலா? அப்புறம் வடிவேலு, பழனி, அம்மாவாசை... எவ்வளவு பெரிய பெரிய தலைவர்கள் இருக்காங்க, இந்தக் கிராமத்திலே? போலீஸ் வேனைத் தாக்கவா தாக்கறீங்க? சரியா, பதில் சொல்லுங்க வாங்க.''

கோபாலுக்கு அப்பொழுதுதான் ஞாபகம் வந்தது. இதே சப்-இன்ஸ் பெக்டர்தான் பழனியைக் கைதுசெய்து போக வந்திருந்தான். அப்பொழுது அவனைப் பார்த்தபோது, பரிதாபமாக இருந்தது. இப்பொழுது அம்புடன் வந்திருக்கிறான். தனக்கேற்பட்ட அவமானத்துக்குப் பழிதீர்க்க வேண்டு மென்ற ஆத்திரம். எதற்காக எல்லாரையும் கைது செய்கிறார்கள்? நாயுடுவின் திட்டம் என்ன? கைதுசெய்து உள்ளே வைத்தபிறகு, பாப்பாத்தியைக் கொன்ற தாகக் குற்றம் சாட்டப் போகிறார்கள். நாயுடுவுக்கு, ராமய்யாவின் மீதும் என் மீதும் தான் அசாத்தியக் கோபம். இருவர் பேரிலேயும் கொலைக்குற்றம் ஏற்படும்படியாகச் செய்துவிட்டான்.

இந்தக் கிராமத்தில் ஏதோ பயங்கரமான காரியம் நடக்க இருப்பது போல் எனக்குத் தோன்றுகிறது. இதற்குத் தடையாக இருக்கக் கூடிய எல்லாரையும் கைது செய்கிறார்கள். நாயுடு, தன் சவாலை நிறைவேற்றி விடுவானோ? என்ன செய்கிறேன் பார்?'' என்பது போல் பேசினான். அவனுடன் ஒத்துழைப்பதுபோல் போலீஸ்காரர்கள் எல்லாரையும் கைது செய்கிறார்கள்!

''ஹூம். ஏறுங்க வண்டியிலே'' என்றார் சப்-இன்ஸ்பெக்டர்.

''நீங்க போய் அதெல்லாம் விசாரிச்சுக்கிட்டு வாங்க. அதுக்குள்ளாற நாங்களே போலீஸ் ஸ்டேஷன் போயிடறோம்'' என்றார் சுந்தரவதனம்.

''நீங்க போவீங்கன்னு என்ன நிச்சயம்?''

''ஏன்யா, தலைமறைவாப் போய்... ஆமாம், நான்தான் பாப்பாத்தியைக் கொன்னேங்கிற குற்றத்தை ஒப்புக்கிற மாதிரி கழுத்திலே சுருக்கை மாட்டிக்க, இவர் முட்டாளா?'' என்று கேட்டார் சுந்தரவதனம்.

சப்-இன்ஸ்பெக்டர் சிறிது நேரம் யோசித்தான்: ''சரி, போங்க'' என்றான் தலையைச் சொறிந்துகொண்டே.

காரில் உட்கார்ந்ததும், கோபால் சுந்தரவதனத்திடம் சொன்னான். ''ஏதோ பயங்கரமா நடக்கப் போவுதுங்கிற மாதிரி எனக்கு ஒரு பிரிமானிஷன். நாயுடு ஹேஸ் ஸம்திங் அப் ஹிஸ் ஸ்லீவ்.''

சுந்தரவதனம் பேசாமலிருந்தார். இவன் சொன்னதை அவர் தம் காதுகளில் போட்டுக்கொண்டதாகவே தெரியவில்லை. அவர் தாடை இறுகியிருந்தது. ஏதோ யோசிக்கிறாரென்று கோபாலுக்குத் தோன்றிற்று.

''யு ஆர் ரைட். போலீஸ் கன்னைவன்ஸோட ஏதோ பயங்கரமா நடத்தத் திட்டமிட்டிருக்கான்னுதான் எனக்கும் தோணுது. இது 'பிரிமானிஷன்'

இல்லே... ஸிம்பிள் லாஜிக்'' என்றார் சுந்தரவதனம்.

''பிரிமானிஷன்லே உங்களுக்கு நம்பிக்கை இல்லியா?'' என்றான் கோபால்.

''அது இப்பொ பிரச்னை இல்லே... ஹௌ டு ஸ்டாப் திஸ் பாஸ்டர்ட் - இதுதான் பிரச்னை.''

''நீங்க என்ன செய்யலாங்கறீங்க?''

''ஒண்ணும் புரியலே.''

''நான் போலீஸ் ஸ்டேஷனுக்குப் போகவேண்டாம்னு பாக்கறேன்.''

''போகாமே?''

''தலைமறைவாயிருந்து...''

''பாப்பாத்தியைக் கொலை பண்ணினதை ஒப்புத்துக்கிற மாதிரி... திஸ் ஈஸ் ஸில்லி.''

''இது பரவாயில்லே. கேஸ்னு வந்தா அப்புறம் பார்த்துக்கலாம். அதைவிட இதுதான் முக்கியம். நாயுடு என்ன செய்யப் போறாருன்னு எனக்குத் தெரியணும். உள்ளே போய் உட்கார்ந்திருக்கிறதிலே பிரயோஜனம் இல்லெ'' என்றான் கோபால்.

''நானும் உங்ககூட வரேன்'' என்றான் வடிவேலு.

''தலைமறைவா எங்கே இருக்கப் போறீங்க?''

''நீங்க சொல்லுங்க. உங்களுக்குத் தெரிஞ்ச காம்ரேட் யாரானும்...'' என்றான் கோபால்.

''காம்ரேட் வீட்டிலே இருக்கிறதுதான் தலைமறைவா இருக்கிறதா அர்த்தமா? இதைவிட போலீஸ்காரர்களுக்கு 'அட்ரஸை'யே கொடுத்திடலாமே!'' என்றார் சுந்தரவதனம்.

''இருட்டிருச்சு. பேசாமெ கிராமத்துக்கே போயிடலாம். ஒவ்வொரு குடிசையிலுமா பார்க்கப் போறாங்க? கிராமத்திலே இருந்தாத்தான் என்ன நடக்கப் போவுதுன்னு நமக்குத் தெரியும். கிராமத்தை விட்டுட்டு இன்னொரு இடத்துக்குப் போய் இருப்பானேன்?'' என்றான் வடிவேலு.

''அதுக்குப் போலீஸ் ஸ்டேஷன்லியே இருக்கலாம்'' என்றார் சுந்தரவதனம்.

கோபால் சிரித்தான். தான் சொன்னது எவ்வளவு முட்டாள்தனமானது என்று அவனுக்கு அப்பொழுதுதான் புரிந்தது.

''சரி, நான் திருப்பிக் கொண்டுவிடட்டுமா?'' என்று கேட்டார் சுந்தரவதனம்.

''மறுபடியும் கார்லயா, நடந்து போயிடறோம்'' என்றான் கோபால்.

கார் அதிக தூரம் போகவில்லை. அவர் காரை நிறுத்தினார். இருவரும் கீழே இறங்கினார்கள்.

நன்றாக இருட்டிவிட்டது. தெரு விளக்குகளும் ஒன்றும் எரியவில்லை.

''குறுக்கு வளி ஒண்ணு இருக்குது. அப்படிப் போயிடுவோம்'' என்றான் வடிவேலு.

''இருட்டிலே குறுக்கு வழி வேணாம். நேர்வழியிலேயே போவோம்'' என்றான் கோபால்.

இருட்டிலே ஒரு நாயின் வாலை மிதித்துவிட்டேன் போலிருக்கிறது. அந்த நாய் குரைத்துக் கொண்டு ஓடிற்று. கருப்பு நாய்! கடவுளா? இந்தச்சமயத்தில் எனக்குத் தத்துவக் கருத்துகள் நினைவுக்கு வருவது வேடிக்கைதான்!

தூங்கும் புலியை இடறி விடுவது என்று கேள்விப்பட்டிருக்கிறேன். ஆனால் இப்பொழுது தூங்கும் நாய்தான் இடறி விடப்பட்டிருக்கிறது. அதுவும் ஓடிவிட்டது! வெறும் குரைப்போடு அதன் எதிர்ப்பு உணர்ச்சி அடங்கிவிட்டது.

''கொஞ்சம் நேரம் கழிச்சு நாம போவோம்'' என்றான் வடிவேலு.

''ஏன்?''

''போலீஸ்காரங்க போகட்டும்.''

''அதுவரையிலும் என்ன செய்யறது?''

''தேவூர் போய் சாப்பிட்டுப் போவோமா? பசிக்குது.''

''அப்பொ அவரோடயே போயிருக்கலாம்லே?''

''அப்பொ தோணலே. இல்லே உங்களுக்கு வேண்டாம்னு பட்டுதுனா, கிராமத்துக்கே போயிடுவோம். ஆனா, போலீஸ்காரங்க இன்னும் திரும்பினதாத் தெரியலே. அதுக்குள்ளாற போகணுமான்னு பாக்கறேன்.''

வடிவேலு சொன்னது சரியான யோசனையாகத்தான் பட்டது. அவனுக்கு மிகவும் பசிக்கிறது போலிருக்கிறது. இன்று முழுவதும் சாப்பிடவில்லையோ என்னவோ?

''சரி, வாங்க போகலாம்.''

அவர்கள் தேவூருக்குப் போனபோது, டாக்டர் கனகசபை எதிரே வந்துகொண்டிருந்தார்.

''எங்கே போறீங்க?''

''சாப்பிட... சுந்தரவதனம் வந்தாரு. உங்ககிட்டே நிறையப் பேசணும்.''

''சரி, வாங்க. சாப்பாட்டுக் கடைக்குப் போய் எதுக்காகச் சாப்பிடணும்? நம்ம வீட்டுக்கு வாங்க சாப்பிடலாம்.''

இருவரும் கனகசபையின் காரில் உட்கார்ந்தார்கள்.

15

"பாப்பாத்தியைக் கொன்னுட்டான் அந்தப் பொட்டைத் தாயாளி" என்றான் வடிவேலு, காரில் உட்கார்ந்ததும்.

"என்னது?" என்று திடுக்கிட்ட நிலையில், பின்பக்கம் திரும்பி வடிவேலுவைக் கேட்டார் கனகசபை.

"பாப்பாத்தி கொலை விவரம் பத்தி இப்பொத்தான் கோபால் சார் சொன்னாரு. போலீஸ்காரங்க, அங்கே போயிருக்காங்க. கோபால் சார் பேரிலே சந்தேகம்னு..." என்று அவன் சொல்லி முடிப்பதற்குள், கனகசபை பக்கத்தில் உட்கார்ந்திருந்த கோபாலைக் கேட்டார். "வாட் ஈஸ் திஸ்?"

கோபால் எல்லாவற்றையும் விளக்கமாகச் சொன்னான்.

இதற்குள் கனகசபையின் வீடு வந்துவிட்டது. மூவரும் இறங்கினார்கள்.

உள்ளே போனதும் கனகசபை வாசற்கதவைத் தாளிட்டார்.

"நாயுடுவுக்கு ஏதோ குரூரமான திட்டம் இருக்கும் போலிருக்கிறது" என்று சொல்லிக்கொண்டே, பெஞ்சில் உட்கார்ந்தான் கோபால்.

"நீங்க திரும்பவும் கிராமத்துக்குப் போற 'ஐடியா' எனக்குப் பிடிக்கலே" என்றார் கனகசபை.

"ஏன்?"

"மறுபடியும் எல்லாத்தையும் போட்டுக் குழப்பறீங்க, அவ்வளவுதான். சுந்தரவதனம் எல்லாம் தெரிஞ்சவரு, அவரு இதுக்கு எப்படி ஒப்புத்துக் கிட்டாருங்கிறதுதான் எனக்குப் புரியலே. நாயுடு ஏதோ செய்யப்போறான்னே வச்சுக்கங்க, நீங்க எல்லோரும் உள்ளே இருக்கிறப்போ, அப்படித் தகராறு வந்திருச்சின்னா, தூண்டிவிட ஆள் இல்லேங்கிறதினாலே, சுலபமா இருக்கு மில்லே? அதை உட்டுட்டு நீங்க இப்பொ கிராமத்துக்குப் போய் மாட்டிக் கிட்டா. போலீஸ் ஸ்டேஷன் போறேன்னு சொன்னது ஒரு பொய், மறுபடியும் கலவரத்தைத் தூண்டிவிட வந்திருக்கீங்கன்னு ஒரு குற்றச்சாட்டு. என்னங்க இப்படி யோசனை இல்லாம காரியம் செய்யறீங்க?" என்றார் கனகசபை.

''கோபால் சார் வேணும்னா போலீஸ் ஸ்டேஷன் போகட்டும். நான் போய், நாயுடுப்பய என்ன செய்ய இருக்கான்னு பாக்காம விடப்போறதில்லை'' என்றான் வடிவேலு.

''அப்படி அவன் ஏதாவது செய்ய முயற்சி செய்தான்னா, அதைப் பாத்துக்கிட்டு இருக்கவா போறீங்க? அவனுக்கு ஆள் பலம் இருக்குது, பணபலம் இருக்குது. அதைத் தடுக்க நீங்க ரெண்டு பேரு மட்டும் போறதினாலே என்ன லாபம்? அவனை எதிர்க்க - அதுக்குள்ளாற ஜனங்களை உங்களாலே தயார் செய்ய முடியுமா... சொல்லுங்க'' என்றார் கனகசபை.

''அப்பொ என்னதான் செய்யணுங்கிறீங்க?'' என்று கேட்டான் கோபால்.

''முதல்ல சாப்பிடுங்க... அப்புறமா யோசிக்கலாம்.''

கனகசபை சமையற்காரனிடம் சிற்றுண்டிகளைக் கொண்டுவரச் சொன்னார். கனகசபைக்கும் குடும்பம் கிடையாது. தேவூர் கிராம வட்டாரங்களில் திருமணமாகாத ஆண்களின் சதவீதம் அதிகமாக இருப்பதற்கு அவர்கள் கம்யூனிஸ்டுகளாக இருப்பதுவும் ஒரு காரணமாக இருக்கலாமென்று அவனுக்குப் பட்டது. திருமணமானவர்கள் தொடர்ந்து கம்யூனிஸ்டுகளாக இருப்பது என்பது இந்தியாவில் முடியாத காரியம் என்று அவன் ஒரு சந்தர்ப்பத்தில் நினைத்தது அவன் ஞாபகத்துக்கு வந்தது. இதை ஒரு பரிபூரணமான உண்மையாகக் கொள்வதற்கில்லை. இருந்தாலும், ஏதோ ஒரு நிகழ்ச்சி அவனை இவ்வாறு சிந்திக்கத் தூண்டியது.

தோசைக்கு சமையற்காரன் கொண்டுவைத்த சாம்பார் மிகவும் சுவையாக இருந்தது.

''சாம்பார் நல்லா இருக்குது'' என்றான் கோபால்.

''நான் வச்ச சாம்பாரை சாப்பிட்டுச் சாப்பிட்டு, நல்ல சாம்பார்னா என்னன்னு உங்களுக்கு மறந்துபோகாம இருக்குதே, நல்லதுதான்'' என்றான் வடிவேலு.

வடிவேலு ஒரு சாப்பாட்டுக் கடை வைத்திருந்ததும், தான் அங்கு சாப்பிட்டு வந்த விவரமும், இதற்குப் பிறகு நடந்த நிகழ்ச்சிகளின் தீவிரத்தினால் கோபாலுக்கு மறந்தே போய்விட்டது. தான் இந்தச் சாம்பாரைப் புகழ்ந்தது, அவன் மனத்தை உறுத்தியதோ என்னவோ! தொழிலைப் பற்றிய போட்டி மனப்பான்மை இல்லாமலே இருக்கமுடியாது போலிருக்கிறது. தன்னை வேறுபடுத்திக் கொண்டு தன்னில் மற்றவர்களிடம் இல்லாத ஒரு தனித் தன்மையைக் காண முயலும் சுய உருவ வேட்கையே இந்தப் போட்டி மனப் பான்மைக்கு காரணம்! இந்தப் போட்டி மனப்பான்மை ஒரு பரிபூரண, இலட்சியபூர்வமான கம்யூனிஸ்டு அமைப்பு ஏற்படுவதற்கும் தடையாக இருக்கக்கூடும். இந்த முரண்பாட்டைத் தவிர்ப்பது எப்படி?

''நீங்க போலீஸ் ஸ்டேஷனுக்குப் போறபடி போங்க. நாயுடு என்ன செய்திடப் போறாங்கிறீங்க. உங்கள் எல்லோரையும் உள்ள வச்சப்புறம், அவன் காரியம்

முடிஞ்ச மாதிரிதானே? புதுசா ஏதாவது வம்பு செஞ்சி மாட்டிக்க, நாயுடு என்ன அப்பேர்பட்ட முட்டாளா, சொல்லுங்க'' என்றார் கனகசபை.

''நல்லா இருக்குதே உங்க பேச்சு! நாங்க எல்லோரும் செயிலுக்குள்ளாற இருக்கிறதுதான் போராட்டமா? படிச்சவங்க, இப்படிப் பொம்பிளைத் தனமா பேசறீங்களே?'' என்றான் வடிவேலு சிறிது உஷ்ணத்துடன்.

''இப்பொ இருக்கிற சூழ்நிலையிலே வேற என்னதான் செய்ய முடியும்? சும்மா வீறாப்பா பேசிட்டா, ஆயிடிச்சா'' என்றார் கனகசபை.

''அப்படி ஒண்ணும் செய்யமுடியாட்டி, நாயுடுவைக் கண்டந்துண்டமா வெட்டிப் போட்டாத்தான் என் மனசு ஆறும்'' என்றான் வடிவேலு.

''சரி, ஒரு அரிவாள் தரேன். போய் வெட்டிப்போட்டுட்டு வா. ஹூம்... புறப்படு.''

''கொடுங்க, போறேன்'' என்று வடிவேலு பாதி சாப்பிட்டுக் கொண்டிருந் தவன் எழுந்தான்.

''வடிவேலு... உட்காருங்க. என்னங்க இது?'' என்று அவன் கையைப் பற்றி மீண்டும் அமர்த்தினான் கோபால்.

வடிவேலு மீண்டும் எழுந்தான். ''சனங்களாலே போராட்டம் நடத்த முடியறதோ இல்லையோ, அதைப்பற்றி எனக்குக் கவலையில்லை. கொள்கை புண்ணாக்கு இதெல்லாம் எனக்கு வேணாம். எனக்கு அந்த பேமானிப் பய மவன் பேரிலே இருக்கிற கோவத்தை நான் ஆத்திக்கிட்டேயாவணும். இதுக்கு எனக்கு யாரோட தயவும் வேணாம்'' என்றான் வடிவேலு.

''இப்படி ஒவ்வொருத்தரும் தனிப்பட்ட காரணத்துக்காக தனிப்பட்டவங்க பேரிலே பழிவாங்கினா, இதுக்குத்தான் புரட்சின்னு பேரா?'' என்று கேட்டார் கனகசபை.

''செயலத்துப்போய், செயிலுக்குள்ளாறப் போய் ஓய்வு எடுத்துக்கறதுதான் புரட்சியா, சொல்லுங்க?''

''ஒரு நாயுடுவைக் கொன்னுட்டு, ஒரேடியா செயலத்துப் போறது என்ன புத்திசாலித்தனம்?''

''என் மாதிரி எல்லோரும், நாட்டிலே இருக்கிற எல்லா நாயுடுகளையும் கொல்லட்டுமே, யாரு வேணான்னாங்க? அது இல்லாமே, நாற்காலியிலே உட்கார்ந்துகிட்டு பேசிக்கிட்டே இருந்தா, மயில் இறகு போடுமா? கோபால் சார், நீங்க வந்தா வாங்க. இல்லாட்டி இங்கேயே இருங்க. அதைப் பத்தி நான் கவலைப்படலே, நான் போறேன்'' என்று சொல்லிக்கொண்டே வாசலை நோக்கிச் சென்றான் வடிவேலு.

''நானும் போறேன்'' என்றான் கோபால்.

''கொலைபண்ணப் போறவன் அரை வயத்தோடு ஏன் போகணும், சாப்பிட்டுப் போ'' என்றார் கனகசபை.

''நான் சாப்பிட்டாச்சு'' என்றான் வடிவேலு.

''தட்டிலே இன்னும் தோசை இருக்குதே''

''வடிவேலு. வாங்க, சாப்பிட்டுப் போங்க'' என்றான் கோபால்.

''எனக்குப் போதும், விடுங்க'' என்றான் வடிவேலு.

கோபால் இதற்குமேல் அவனை வற்புறுத்த விரும்பவில்லை. அவன் எழுந்துபோய் கைகளை அலம்பிக்கொண்டு வடிவேலுவைத் தொடர்ந்து வாசலை நோக்கிச் சென்றான்.

''நானும் வரேன்... இருங்க'' என்றார் கனகசபை.

''நீங்க எதுக்கு? வேணாம்...'' என்றான் கோபால்.

கனகசபை பதில் சொல்லவில்லை. குரலை சற்று உயர்த்தி, அவர்களுக்கு முன்னால் வேகமாகப் போய்க்கொண்டிருந்த வடிவேலுவைக் கூப்பிட்டார்.

வடிவேலு திரும்பிப் பார்க்கவில்லை.

கோபால் கூப்பிட்டான்.

வடிவேலு சற்றுத் தயங்கியவாறு நின்றான். ''வா, இப்படி காரிலே உட்காரு.''

வடிவேலு திரும்பி வந்தான்.

''நீ போய் இப்பொ கொலையும் பண்ணவேணாம். ஒண்ணும் செய்ய வேணாம். அங்கே போய் என்ன நடக்கிறதுன்னு பார்த்துட்டு யோசிப்போம்'' என்றார் கனகசபை.

''இதைத்தான் கோபால் சாரும் அப்பொ சொன்னாரு'' என்று சொல்லிக் கொண்டே காரில் உட்கார்ந்தான் வடிவேலு.

''காரிலேதான் போகணுமா?'' என்று கேட்டான் கோபால்.

''காரை ரோடு ஓரமா நிறுத்திட்டுப் போகலாம். அவசியமானா சீக்கிரம் புறப்பட்டுவர சவுகரியமா இருக்குமில்லே?'' என்றார் கனகசபை.

''ஓடியாரவா?'' என்று கேட்டான் வடிவேலு.

அவன் இதைக் கிண்டலுக்குச் சொன்னானா அல்லது சாதாரணமாகச் சொன்னானா என்று கோபாலுக்குப் புரியவில்லை.

கனகசபைக்கும் இவ்வாறுதான் பட்டிருக்கவேண்டும். அவர் இதைப்பற்றி மௌனமாக யோசித்துக் கொண்டிருக்கிறாரென்று கோபாலுக்குத் தோன்றியது.

அந்தக் கிராமத்தைச் சென்றடையும்வரை மூவரும் இதற்குப் பிறகு பேசவேயில்லை.

கனகசபை காரைவிட்டு இறங்கியதும், இரண்டு மூன்று பேர் மூச்சிறைக்க வேகமாக ஓடிவருவதைக் கண்டார்கள். இருட்டில் யாரென்று தெரியவில்லை.

''அங்கே போகாதீங்க, அங்கே போகாதீங்க'' என்றான் ஒருவன் பதற்றத்துடன்.

''ஏன் என்ன?'' என்றார் கனகசபை.

''நாயுடுவோட ஆளுக.. நாயுடுவோட ஆளுக...'' என்று சொல்வதற்குள் ஒருவன் மயங்கிக் கீழே விழுந்துவிட்டான். மற்ற இருவரும் அங்கே நிற்காமல் தேவூர் பக்கமாக தலை தெறிக்க ஓடினார்கள்.

டாக்டர் கனகசபை, கீழே விழுந்தவனின் நாடியைப் பிடித்துப் பார்த்தார்.

''ஸம் ஷாக். ஹி ஈஸ் அலைவ்'' என்றார் கனகசபை.

''நாங்க போய் என்னன்னு பார்த்துட்டு வறோம். நீங்க இந்த ஆளை காரிலே எடுத்துக்கிட்டுப் போங்க'' என்றான் கோபால்.

''நீங்க போறதும் அவ்வளவு சரியா எனக்குப் படலே. அங்கே என்ன நடந்துக்கிட்டிருக்குன்னு தெரியல்லே'' என்றார் கனகசபை.

''அப்போ போய்ப் பார்க்க வேணாமா?'' என்று கேட்டான் வடிவேலு.

''நீங்க ரெண்டு பேரும் போய் என்ன செய்யமுடியும்?''

''நாங்க போய்ப் பார்க்கிறோம். வடிவேலு இந்த ஆளைப் பிடியுங்க. காரிலே படுக்க வைப்போம்'' என்றான் கோபால்.

அந்த ஆளை காரில் ஏற்றி படுக்கவைத்தார்கள். அவன் ஏதோ முணு முணுத்தான். அவன் என்ன சொல்கிறான் என்று தெளிவாக விளங்கவில்லை.

''நான் முதல்லே டாக்டர், அப்புறந்தான் பாக்கியெல்லாம்'' என்றார் கனகசபை.

''நீங்க போங்க, உங்களை யாரு தடுத்தாங்க'' என்றான் வடிவேலு.

காரைப் பின்பக்கமாக 'ரிவர்ஸ்' செய்து தேவூர் பக்கம் ஓட்டிக் கொண்டு சென்றார் கனகசபை.

கோபாலும் வடிவேலுவும் மிக வேகமாக வயலைத் தாண்டி எல்லைக் காவல் அம்மன் கோயிலண்டைச் சென்றதும், இன்னும் சிலர் வேகமாக ஓடிவருவது தெரிந்தது.

வடிவேலு கத்தினான். ''இங்கே வாங்க, ஏன் ஓடியாறீங்க? என்ன நடந்திடுச்சி?''

அவர்கள் வடிவேலுவின் குரல் கேட்டு அந்தப் பக்கமாக ஓடிவந்தார்கள்.

''நாயுடு கொளுத்தறான்... கொளுத்தறான், போலீஸ் பார்த்துக்கிட்டு நிக்குது.''

''யாரைக் கொளுத்தறான்?'' என்று கேட்டான் கோபால்.

''பொளுது சாய்ந்ததும், நாயுடுவோட ஆளுக சேரி சனங்களோட குடிசையிலே புகுந்து கண்மண் தெரியாம அடிக்க ஆரம்பிச்சாங்க. தோப்பு

வடவண்டை பக்கத்திலேருந்தும் நாயுடுவோட ஆளுக ஓடியாந்தாங்க. வேற வளியில்லாமே - தோப்பு நடுவிலே வீரய்யன் குடிசையிருக்குதில்லே - அங்கே போய் பொம்பிளைங்க, குழந்தைங்க எல்லாரும் ஒளிஞ்சிக்கிட்டாங்க. குடிசையைக் கொளுத்திட்டிருக்கான் படுபாவி. அங்கே திமுதிமுன்னு ஒரே நாயுடு ஆளுகதான். அங்கே போவாதீங்க, அங்கே போவாதீங்க.''

''குடிசையைக் கொளுத்தறானா?'' கோபாலின் குரல் கம்மியது.

''ஆமாம். தப்பிச்சிக்கிட்டு வரப் பாக்கிறவங்களையும், அடுப்பிலே வெறகைப் போடற மாதிரி, தூக்கித் தூக்கிப் போடறாங்க. ஒரே பொம் பிளைகளும் கொழந்தைகளுந்தான்.''

''போலீஸ் இல்லே?''

''ஓரமா நின்னுக்கிட்டு பாத்துக்கிட்டிருக்காங்க. அங்கே போவாதீங்க, அங்கே போவாதீங்க.''

வடிவேலுவும் கோபாலும் அவர்களுடைய எச்சரிக்கையைக் கேட்கும் மனநிலையில் இல்லை. சேரியை நோக்கி வேகமாக ஓடினார்கள்.

கால்வாயை அடைந்ததும், அங்கே குடிசை எரிந்து கொண்டிருப்பது கண்ணுக்குத் தெளிவாகப் புலப்பட்டது.

ஒரு ராட்சசனின் நாக்கு போல் ஜ்வாலையின் பிழம்பு விண் அளாவியது. பக்கத்தில் நிறைய மரங்கள். காற்று, தீயைத் தாலாட்டிக் கொண்டு இருந்தது.

பசி என்னும் நெருப்புக்கு இதுவரை இரையாகி நாள்தோறும் செத்துக் கொண்டிருந்தவர்கள் - இப்பொழுது அநீதியின், ஆணவத்தின், அதிகாரத்தின் நெருப்புக்கு இலக்காகி ஒரேயடியாக வெந்து சாம்பலாகிக் கொண்டிருந் தார்கள். குடிசையில் எத்தனை பேர்? செத்துக் கொண்டிருந்தவர்களின் கூக்குரல், அலறல், வாழ்க்கையினின்றும் செயற்கையாகப் பிரிக்கப்படுவதை எதிர்க்கும் உயிரினத்தின் வேருணர்வாகிய தற்காப்புப் போராட்டத்தின் ஒரே ஆயுதமாகிய குரல் ஒலி. இந்த ஏழை மக்களுக்கு, இந்தச் சமுதாயத்தில் இதைத் தவிர, வேறு என்ன ஆயுதம் இருக்கிறது? உயர உயர எரிந்து, தீயின் ஸ்பரிஸத்தில் பலஹீனமாகத் தேய்ந்து, ஓய்ந்து அடங்கியது.

கோபால் தன்னையறியாமல் தேம்பித் தேம்பி அழுதுகொண்டிருந்தான். என்னால் இதைத் தடுக்கமுடியவில்லை. நான் ஒரு கோழை! இதோ என் கண்ணெதிரே நடந்து கொண்டிருப்பதுதான் இந்த நாட்டின் ஆட்சி! இதை என்னால் தடுக்க முடியவில்லை. தடுக்கவும் முடியாது. இதைப் பார்த்து அழத்தான் முடிகிறது. நான் என்னை ஆற்றிக்கொள்ள வேண்டுமானால் நானும் போய் அந்த நெருப்பில் விழுந்து சாகலாம். ஆனால் இதுவா இப்பிரச்னைக்குத் தீர்வு? வேறு என்ன செய்வது?

நாயுடுவின் உருவம் விசுவரூபம் எடுத்து, எல்லாத் திக்குகளிலும் பரவி, ஆகாயத்தைத் தொட்டு நின்று - வெற்றிச் சிரிப்பு ஒன்று அண்டம் குலுங்கச்

சிரித்து, அதன் காலடியில் ஈயைப் போலிருக்கும் என்னைப் பார்த்து, என்னைப் போன்ற மற்றவர்களைப் பார்த்துச் சொல்கின்றது. 'குருக்ஷேத்திரத்தில் அநீதியை எதிர்த்து அன்று கிருஷ்ணன் விசுவரூபம் எடுத்திருக்கலாம்; ஆனால் இன்று துரியோதனர்கள்தான் விஸ்வரூபம் எடுப்பார்கள் தெரியுமா? - ஹா ஹா ஹா.'

நாயுடு தன் சபதத்தை நிறைவேற்றிவிட்டான். இயற்கை அவனை வஞ்சித்துவிட்டதன் காரணமாக, பெண்களையும் குழந்தைகளையும் தீயிலிட்டுப் பொசுக்கியிருக்கிறான்.

கோபாலுக்கு அடிவயிற்றை என்னவோ செய்தது. குமட்டல் வந்தது, கீழே குனிந்து கால்வாயில் வாந்தி எடுத்தான்.

என்ன இது? நீர் சிகப்பாக இருந்தது. தெளிவாக இருந்த கால்வாய் எப்படி சிகப்பாயிற்று! இது இரத்தமா? யாருடைய இரத்தம்? இந்தக் கால்வாயை, வெள்ளி வெளிச்சத்தில் நீரலைகள் பளபளத்துக் கொண்டிருந்ததை, எத்தனை தடவைகள் பார்த்து, ரசித்து, மயங்கி நின்றிருக்கிறேன்! - இப்பொழுது கால்வாய்க்குப் பதிலாக இரத்த ஆறு ஓடிக்கொண்டிருக்கிறது! கொஞ்சம் கொஞ்சமாக ஆற்றில் நீர் அதிகரிக்க அதிகரிக்க, எங்கும் இரத்த வெள்ளம்! இரத்த வெள்ளம்! கிராமமே இரத்த வெள்ளத்தில் மூழ்கிக் கொண்டிருக்கிறது.

இடி இடித்தது, மின்னல் கீற்றுகள்... கோபால் ஆகாயத்தை நோக்கினான். பருவமழை ஏமாற்றவில்லை.

இரத்தமாகப் பெய்தது.

எங்கும் இரத்தம்... பிரபஞ்சமே சிகப்பு ஒளியில் குளித்து, பளபளப்பாகத் தெரிந்தது. இதுவே ஞானம், இதுவே தெளிவு! தெய்வ தரிசனம்!

தீ எதனையும் பரிசுத்தமாக்கும் என்று வேதம் சொல்லும்.

ஆமாம்... பரிசுத்தமாக்கிவிடும், சந்தேகமே இல்லை.

இந்தக் கிராமத்தில் இப்பொழுது எழுந்த இத் தீ அடங்கவே அடங்காது... அடங்கவும் கூடாது.

நான் இப்பொழுது இக்கால்வாயில் குளித்தாக வேண்டும், பரசுராமனைப் போல. பரசுராமன் இருபத்தொரு தலைமுறை க்ஷத்திரியர்களைக் கொன்று, அதனால் உண்டான அந்த இரத்த ஆற்றில் குளித்தான். நான் அநீதி இழைக்கப்பட்டவர்களின் இரத்த வெள்ளத்தில் குளிக்கப் போகிறேன். அவர்களுடைய பலமெல்லாம் என்னில் புகவேண்டும். நான் கோழை இல்லை, நிச்சயம் இல்லை... கோபால் கால்வாயில் இறங்கினான்.